தொல்லியல் நோக்கில் தமிழ்நாட்டுக் கடவுளரும் வழிபாட்டு மரபுகளும்

கோ. சசிகலா

தமிழ் மரபு அறக்கட்டளை

Tamil Heritage Foundation *international*

Germany . Malaysia . India . Srilanka

தொல்லியல் நோக்கில் தமிழ்நாட்டுக் கடவுளரும் வழிபாட்டு மரபுகளும் ● ஆசிரியர்: கோ. சசிகலா ● பதிப்பகம்: தமிழ் மரபு அறக்கட்டளை பதிப்பகம் ● டிசம்பர் 2021 (முதலாம் பதிப்பு) ● அளவு: Demy Octavo ● பக்கம் : 162 ● உரிமை ஆசிரியருக்கு ● வெளியீடு: தமிழ் மரபு அறக்கட்டளை ● மின்னஞ்சல்: mythforg@gmail.com ● விலை: ரூ.180/- ● ஐரோப்பாவில் யூரோ 4/-

Tholliyal Nokil Tamilnattu Kadavularum Vazipattu Marabugalum ● Author: G. Sasikala ● Publisher: Tamil Heritage Foundation Pathipagam ● December 2021 (First Edition) ● Size: Demy Octovo ● Pages: 162 ● Copyright: Author ● Email: mythforg@gmail.com ● ISBN: 978-1-64786-536-8 ● Price: Rs.180/- ● Europe: Euro 4/-

பதிப்புரிமை பெற்றது. இந்நூலைப் பதிப்பகத்தாரின் அனுமதியின்றி முழுமையாகவோ அல்லது பகுதியாகவோ வெளியிடக் கூடாது.

பதிப்புரை

மனித இனம் ஒருவருக்கொருவர் செய்திகளைப் பரிமாறிக்கொள்ள முயன்ற காலம் தான் குறியீடுகள் உருவாக்கத்தின் தொடக்கப்புள்ளியாக அமைந்தது. ஹோமோ சேப்பியன் சேப்பியன் வகை மனிதர்களுக்கு முன் இவ்வுலகில் தோன்றி மறைந்த தொல்குடிகளும் கூட குறியீடுகளை உருவாக்கி விட்டுச் சென்றிருக்கின்றன. ஹோமோ சேப்பியன் சேப்பியன் வகை மனித குலம் இன்று உலகின் பல பகுதிகளுக்குப் பரவி இவ்வினம் வாழும் நிலப்பகுதிகளின் இயற்கைச்சூழலையும் அதனால் ஏற்படுகின்ற தாக்கங்களையும் உள்வாங்கி வெவ்வேறு இனங்களாக மாற்றங்கண்டுள்ளதை இன்றைய மரபியல் ஆய்வுகள் வெளிப்படுத்துகின்றன. எந்த நிலப்பகுதியில் வளர்ச்சியடைந்திருந்தாலும் மனித குலத்தின் ஆழ் மனதின் தேவைகளில் ஒன்றாக இருப்பது அச்ச உணர்வும் எதிர்காலத்தைப் பற்றிய எதிர்பார்ப்பையும் நம்பிக்கைகளையும் மையமாகக் கொண்ட உணர்வுகள் தான். அத்தகைய உணர்வுகளின் வெளிப்பாடாக மனித குலம் கடவுளர்களையும் சடங்குகளையும் உருவாக்கியது.

நிலம், இனம் என வாழ்விடப் பகுதியும், நிறமும், சூழலும் மாறுபட்ட தன்மையைக் கொண்டிருந்தாலும், உலகம் முழுவதும் கடவுளர்கள் என்னும் குறியீடுகளும் அவை சார்ந்த மரபுகளும் மனித குலத்தின் அச்ச உணர்விலிருந்து பாதுகாத்துக் கொள்ளவும், வரப்போகும் துன்பங்களை நீக்கி விடும் சக்தி கொண்டவர்களாகக் கடவுளர்கள் காணப்படுவதையும் மையக் கூறாகக் கொண்டிருப்பதைக் காண்கின்றோம். ஒவ்வொரு கடவுளுக்கும் அக்கடவுள் உருவாக்கப்பட்டதன் நோக்கத்தின் அடிப்படையில் அக்கடவுளின் உருவத்தோற்றம், அணிவிக்கப்படும் ஆடை, கையில் ஏந்தியிருக்கும் கருவிகள், அக்கடவுள் உலாவர அமைக்கப்பட்ட வாகனம் ஆகியவை அமைந்திருப்பதைக் காணலாம்.

இப்படி ஒவ்வொரு கடவுளரும் தனித்துவத்தோடு அமைக்கப்பட்டாலும் காலப்போக்கில் இக்கடவுளர்களின் தோற்றத்தில் மாற்றங்கள் ஏற்றப்படுவதும் தொடர்ச்சியாக நிகழ்ந்து கொண்டிருக்கின்றன என்பதையும் காண்கின்றோம். கடவுளர் உருவாக்கம் என்பதை மனித குலம் தொடர்ந்து செய்து கொண்டே இருக்கின்றது. புதிய புதிய கடவுளர்கள் உருவாக்கப்படுவதும் இன்றும் நிகழ்கின்றது.

குறியீடுகள், குலச்சின்னங்கள், அவற்றையொட்டிய பண்பாட்டு மரபுகள் மட்டுமன்றி, வழிபாடுகளோடு இணைந்த தண்டனைகள் போன்றவை தொடர்பான ஆய்வுகள் தமிழ்ச்சூழலில் குறைவாகவே நிகழ்த்தப்படுகின்றன. தமிழ்ச்சமூகம் மிக வளமான சமூக அமைப்பைக் கொண்டிருக்கின்றது. இந்த வளமான சூழல் ஆய்வுகளுக்கு விரிவான தளத்தை அமைத்துக் கொடுத்திருக்கின்றது. ஆயினும் கூட மானுடவியல் பார்வையில் அமைந்த குறியீடுகளும் குலமரபுகளும் பற்றிய ஆய்வுகள் குறைவாகவே இருப்பதைச் சுட்டிக்காட்ட வேண்டிய தேவை எழுகிறது. அப்படியே இருந்தாலும், சில ஆய்வுகள் சாதிப் பெருமை பேசும் வகையில் ஆய்வுத்தரமற்ற போக்குகளுடன் எழுதப்பட்ட நூல்களாக வெளிவரும் போக்கையும் சுட்டிக்காட்ட வேண்டியிருப்பதோடு அத்தகைய முயற்சிகளை கண்டிக்க வேண்டிய அவசியமும் எழுகின்றது. இந்தச் சூழலில் தமிழ் நிலத்தின் பண்டைய வழிபாட்டு குறியீடுகளைப்பற்றிய ஆய்வாக வெளிவரும் இந்த நூல் காலத்தின் தேவை அறிந்து வெளிவரும் ஒரு நூலாகவே கருதுகிறேன்.

தெய்வ வடிவங்கள், குலக்குடி மரபின் தொன்மையை உணர்த்துபவை. ஒரு குறியீட்டை பண்பாட்டு அடையாளமாகக் கொள்ளும் குடியினர் மற்றொரு குடியினரைப் போரிட்டு வீழ்த்தி அடக்கி ஆளும் போது அக்குறியீட்டை மையமாகக் கொண்ட தெய்வ வடிவங்களை வணங்கப்படும் மரபு தோற்றுவிக்கப்பட்டு செழிக்கிறது என்பதை நூலாசிரியர் இந்நூலில் நன்கு விவரிக்கின்றார். தாய்த்தெய்வ வழிபாடுகளைப் பண்டைய மரபாகக் கொண்டிருந்தத் தமிழ்ச்சமூகம் காலப்போக்கில் ஆண் தெய்வத்தை முதன்மைக் கடவுளாக ஏற்றுக் கொண்ட வளர்ச்சி நிலை இந்நூலில் ஆழமாக அலசப்படுகின்றது.

கருவறை வரை சென்று வழிபட முடியாமல் தடுக்கப்பட்ட மக்கள் மண்டபப் பகுதிகளிலேயே நின்று வழிபட ஏதுவாக தூண் சிற்பங்கள் விசயநகர மன்னர்கள் காலத்தில் எழுப்பப்பட்டிருக்கலாம் என ஆசிரியர் முன் வைக்கும் கருத்து அக்காலத்தைய சமூகச் சூழல் சாதிப்படிநிலைகளை மிகக் கடுமையாக நிலைப்படுத்தி வழக்கில் கொண்டிருந்த செய்திகளை வெளிப்படுத்துகின்றது. தமிழகக் கோயில்களில் பல ஊர்களிலும் இவ்வகைத் தூண் சிற்பங்கள் இன்றளவும் பாமர மக்கள் வழிபடும் பூஜைகளை ஏற்றுக்கொள்ளும் நிலை தொடர்வதையும் சுட்டிக் காட்டுவது சிறப்பு.

பல்லவர் காலத்தில் தாய்த்தெய்வமான கொற்றவையிடம் தோற்கும் அரக்கன் பின்னாளில் நாயக்கர் காலத்தில் தூணில் வழிபடும் தெய்வமாக உயரும் தன்மையை வெளிப்படுத்தியிருப்பது,

படிப்படியாக தமிழ்ச்சமூகம் உள்வாங்கிக்கொண்ட மாற்றங்களை ஆய்வுப்பூர்வமாக வெளிப்படுத்துகின்றது.

இந்நூலில் சந்தியில் உரையும் பெண் ஆவிகளை சூனியக்காரிகள் என மேலைநாட்டார் நம்புகின்றனர் என ஆசிரியர் குறிப்பிடுகிறார். ஆயினும் ஐரோப்பிய சாலைச்சந்திகளில் கிருத்துவத் தெய்வங்களான ஏசு கிறித்து, அன்னை மேரி ஆகியோருக்கான சிறிய கோயில்கள் அல்லது திறந்த வெளி அமைப்பில் அன்னை மேரியியின் சிலைகள் என்ற வகையில் வழிபாட்டு அமைப்புகளை உருவாக்கி வழிபடுவதும், மரியாதை செய்வதும் பரவலாக இருக்கிறது என்பதையும் குறிப்பிட வேண்டியது அவசியமாகிறது.

நூலில் குறிப்பிடப்படும் சந்தி வழிபாடு என்பது தனி முக்கியத்துவம் பெறுகின்றது. மிகப் பரவலான ஆய்வுப் பார்வையை முன் வைத்து ஆசிரியர் இந்த அத்தியாயத்தை கையாண்டிருக்கிறார். பண்டையப் பெருவழிகளில் அமைந்த சந்தி அல்லது நடுகல் வழிபாட்டுக் குறிப்புகள் பற்றிய செய்திகள் புதிய பார்வையை அளிக்கின்றன. விநாயகர் எதிர் வினைகளை, அதாவது தீமைகளைத் தரக்கூடிய தலைவன் என்ற நிலையில் சந்தி வழிபாட்டில் வழிபட்ட தெய்வமாக இருந்து, காலப்போக்கில் மாற்றம் ஏற்பட்டு, இன்று வினைகளைத் தீர்க்கும் தெய்வமாக மாறியுள்ளதை இந்நூலில் விவரிக்கின்றார்.

உருவ வழிபாட்டின் முன்னோடி நடுகல் வழிபாடு என்ற கருத்தை ஒரு அத்தியாயம் விவரிக்கின்றது. கொற்றவை, முருகன், திருமால், லிங்க வழிபாடு ஆகியவை தமிழ்க்குடிகளின் பண்டைய வழிபாட்டு மரபில் முக்கியத்துவம் பெறுவதைச் சங்க இலக்கியச் செய்யுள்களின் அடிப்படையிலும் கல்வெட்டுக்களின் அடிப்படையிலும் நூலாசிரியர் கோ.சசிகலா கையாண்டிருக்கிறார்.

நூலாசிரியர் கோ.சசிகலா அவர்களின் இம்முயற்சிக்குப் பாராட்டுகள். நூலாசிரியர் மேலும் இத்துறையில் விரிவான பல ஆய்வுகளை மேற்கொண்டு அவற்றை நூல்களாகப் படைக்க வேண்டும். நல்வாழ்த்துகள்!

முனைவர்.க.சுபாஷிணி

தலைவர், தமிழ் மரபு அறக்கட்டளை பன்னாட்டு அமைப்பு

என்னுரை

தமிழகத்தைப் பொருத்தவரை வழிபாடுகளும் சடங்குகளும் காலத்தால் முற்பட்டவையாக தொல்லியல் சான்றுகள் உணர்த்துகின்றன. உலகெங்கிலும் கடவுள் வழிபாட்டு மரபு தொல்பழங்காலத்தில் தோன்றியது போலவே தமிழகத்திலும் வழிபாடு நம்பிக்கைகளின் அடிப்படையில் உருவானது. அவ்வாறு கடவுளர் மரபில் தனித்துவமான சங்க இலக்கியங்களிலும், தொல்லியல் சான்றுகளிலும், பேரரசுகளின் காலத்தில் கிடைக்கப்பெறும் கல்வெட்டுகளிலும் குறிக்கப்பட்டுள்ள தெய்வங்களின் வழிபாட்டு வரலாற்றினைத் தொகுக்கும் ஒரு அடிப்படை முயற்சியாக இந்நூல் அமைகிறது. இந்நூலினை வெளிக்கொணர ஆர்வங்கொண்ட தமிழ்மரபு அறக்கட்டளை நிர்வாகத்திற்கு நன்றியைத் தெரிவித்துக் கொள்கிறேன். மேலும் என்னுடைய ஆசிரியர்களான முனைவர் பத்மாவதி, முனைவர் மார்க்சியகாந்தி, முனைவர் பூங்குன்றன், முனைவர் சாந்தலிங்கம் அவர்களுக்கும் என் நன்றியை பணிக்கிறேன். இந்நூல் செழுமையுற என் களப்பணிகளில் உடனிருந்த என் தொல்லியல் நண்பர்களுக்கும் நன்றிகள்.

திருவான்மியூர், சென்னை
11.12.2021

அன்புடன்
கோ.சசிகலா

பொருளடக்கம்

பதிப்புரை	v
என்னுரை	viii
1. குலக்குறியீடு - வழிபாடும் மரபும்	11
2. சந்தி வழிபாடும் பலிச்சடங்குகளும்	20
3. பால்வரை தெய்வம்	33
4. நீத்தார் வழிபாடு	47
5. நெல்லுகுத்து பரவும் கடவுள்	55
6. கொற்றவை	63
7. வேள் - முருகன்	81
8. அய்யனார்	91
9. காடுறை உலகத்து மாயோன்	100
10. தவ்வை	117
11. சிவ வழிபாடு	122
12. குலதெய்வங்களும் காவல் தெய்வங்களும்	134
13. அறமே கடவுள்	151

1. குலக்குறியீடு – வழிபாடும் மரபும்

தொல்பழங்காலத்திலிருந்து குலச்சின்னங்களின் வழிபாடு உலகெங்கிலும் மானிடரிடையே பரவியிருந்தது. வழிபாடும் சடங்குகளும் குலச்சின்னங்களிலிருந்தே தொடங்குகிறது என மானுடவியலாளர்கள் கூறுகின்றனர். வேட்டைச் சமூகத்தில் உணவுக்கான விலங்குகளும் தாவரங்களும் குலச்சின்னங்களாக விளங்கின. அவை ஒவ்வொரு இனக்குழு தோறும் வழிபாட்டில் இருந்தன. தங்களுக்கான குலச்சின்ன விலங்குகளை வேட்டையாடுதல் இல்லாத நிலையும் இருந்தது. குலச்சின்னத்திற்கு ஊறு விளைவிக்கக் கூடாதென்கிற தொல்மாந்தரின் மனநிலையே முதல் வணக்க நிலையாகக் கருத வாய்ப்புண்டு. இனக்குழூச் சமூகத்தில் குழுக்கள் ஒவ்வொன்றும் தம்மை ஏதேனும் ஒரு விலங்கு அல்லது தாவரத்துடன் தொன்ம நம்பிக்கையின் அடிப்படையில் தொடர்பு படுத்திக்கொண்டன. அந்த உயிரினம் புனிதப்படுத்தப்பட்டு அக்குழு மக்களின் மூதாதையராக,நீத்தாராக, வளமை நல்கும் குறியீடாகக் கருதப்பட்டு அதன் மீது வழிபாடு சார்ந்த சடங்குகளும் மேற்கொள்ளப்பட்டன.தேர்ந்தெடுக்கப்பட்ட ஒரு தாவரம் அல்லது விலங்கினைத் தங்கள் குலச்சின்னமாகக் கொண்ட அக்குழுக்கள் தங்கள் உணவின் பொருட்டு அவ்வினம் பெருகி வளர வேண்டும் என்பதற்காகத் தொன்மைச்சடங்குகளை, பலி முதலியவற்றிலிருந்து தொடங்குகின்றனர். வளமைச்சடங்கில் எந்த உயிரினம் இரத்தம் சிந்துகிறதோ அவ்வினம் பெருகி வளரும் என்ற தொல்நம்பிக்கையில் இது தொடங்குகிறது. பராரை வேம்பில் உறையும் தெய்வத்திற்குக் கொழுப்பா எறிந்து வழிபட்டு வணங்கிச் சென்ற ஆநிரையாளர்களைச் சங்க இலக்கியம் படம்பிடித்துக்காட்டுகிறது.

சங்க இலக்கியங்களில் குலக்குறியீடு வழிபாடு

காவல் மரங்கள் குலக்குறிகளாக வழிபடப்பட்டன. பண்டைய மன்னர்கள் வெளியிட்ட முத்திரைக் காசுகளில் வேலியிட்ட மரம் ஒன்று காட்டப்பட்டிருக்கும்.இது அம்மன்னனின் காவற்மரமாகும். புறப்பாடல்களில் மன்னர்கள் தங்கள் பகைவர்களை வெற்றி கொள்ளும்போது அவர்களுடைய காவற்மரங்களையும் அவை

இருந்த காவற்காட்டினையும் சிதைக்கும் செயல் பெருமைபடப் பேசப்பட்டுள்ளது. முடியுடை மூவேந்தர்களின் பனை, ஆத்தி, வேம்பு மரங்கள் அவர்களின் குலக்குறியீடுகளே.

இம்மரங்கள் அவர்களின் காவற்மரங்களாகும். அதனைக் காத்துப் புனிதப் பொருளாகக் கருதி வழிபடுதல் என்பது இனக்குழு வாழ்க்கையின் குலக்குறித் தன்மையிலிருந்து, அரசுருவாக்கத்தின் போது அதன் தொல் கட்டமைப்பு வளர்ந்து அடையாளச் சின்னங்களாக உருப்பெற்றுள்ளமையை எடுத்துக்காட்டுகின்றன.

"பலர் மொசிந்து ஓம்பிய திரள் பூங்கடம்பின்
கடியுடை முழுமுதல்துமிய வேஎய்
வென்றெறி முழங்கு பனை செய்த" (பதிற்.11 : 12-14)

மேற்கண்ட பதிற்றுப்பத்தில் நெடுஞ்சேரலாதன் பகைவர்களின் கடம்ப மரத்தை வெட்டிய செய்தி இடம்பெற்றுள்ளது.

"கருங்கைக் கொல்லன் அரஞ்செய் அவ்வாய்
நெடுங்கை நவியம் பாய்தலின் நிலையழிந்து
வீகமழ் நெடுஞ்சினை புலம்பக் காவுதொறும்
கடிமரம் தடியும் ஓசைதன் ஊர்" (புறம்.3)

"ஒன்னார்ச் செகுப்பினும் செகுக்க; என்னதூஉம்
கடிமரம் தடிதல் ஓம்பு! நின்
நெடுநல்யானைக்குக் கந்தாற்றாவே" (புறம்.59)

"வடிநவில் நவியம் பாய்தலின் ஊர்தொறும்
கடிமரம் துளங்கிய காவும்; நெடுநகர்
வினைபுனை நல்லில் வெவ்வரி நைப்ப" (புறம்.23)

சங்க காலத்தில் இனக்குழு மக்களால் காவற்மரங்களும் காவும் புனிமானதாகவும் வழிபாட்டுக்குறியதாகவும் கருதப்பட்டிருந்தன. சங்க இலக்கியத்தில் குறிப்பிடப்படும் காவற்காடு, காவு, கடிமிளை ஆகியன காவற்மரத்தைச் சுற்றிப் பாதுகாக்கும் சோலைகளாகவும் சிறு கானகமாகவும் அமைந்துள்ளமை தெரிகிறது. காவற்மரம் வழிபாட்டுக்குரிய புனிதப் பொருளாகக் கருதப்பட்டதாலே, அதனை அவமதிக்கும் நோக்கத்துடன் மாற்றார் அதன் மீது யானைகளைக் கட்டுதல் (புறம்.162) அவற்றை வெட்டி எறிதல் போன்ற செயல்களும் நிகழ்ந்துள்ளன. பகைவனோடு பொருதும் பொழுது அவனது வளமைக்குரிய குலக்குறிச் சின்னத்தையும் அழித்தல் அவ்வினத்தையே அழிப்பதாகும் என்ற இனக்குழு

நம்பிக்கையின் தொடர்ச்சியையே மேற்கண்ட சங்கப்பாடல்கள் எடுத்துக்காட்டுகின்றன.

மேலும் வீரனொருவன் இறந்துபடுகையில் அவனைப் புதைத்து அந்த ஈமக்குழியின் மேல் அவனின் குலச்சின்னமான மரத்தை நடுதலும் பண்டைய சமூகத்தில் வழக்கிலிருந்தது. இந்த மரங்களே கந்தாகக் கருதப்பட்டு வழிபடப்பட்டன. இவற்றுள் நீத்தாரின் ஆவி உறையும் என்பதும், அக்கந்து தெய்வத்தன்மை மிக்கது என்பதுவும், அதனைப் புனிதமாகக் கருதி வழிபடுதல் வளமை நல்கும் என்பதுவும் இனக்குழுச் சமூகங்களின் சடங்குகள் சார்ந்த நம்பிக்கையாகும். அண்மையில் கண்டறியப்பட்ட சங்ககால நடுகற்கள் ஒன்றினுள் "பாகல் பாளிய் கல்" என்ற பண்டைய தமிழ் எழுத்துப் பொறிக்கப்பட்டுள்ளது. இக்கல்வெட்டில் பாகல் என்பது பலா மரத்தைக் குறிக்கும். பலா மரத்தின் அடியில் புதைக்கப்பட்டு வீரக்கல் நட்டதை இது குறிப்பிடுகிறது. பலா இறந்து பட்ட வீரனின் குலச்சின்னமாகலாம்.

'நாண் மகிழ் இருக்கையின்' தலைவனான நன்னன் சங்கப் பாடல்களில் பெண் கொலை புரிந்தவனாகச் சித்தரிக்கப்படுகிறான். அதுவும் அவன் காவிலிருந்த ஒரு மாம்பிஞ்சை அப்பெண் உண்டமைக்காக. இது நோக்கத்தக்கது. நாள்தோறும் தான் வலிந்து பெற்றுக் கொண்டு வரும் பொருட்களைத் தன் கூட்டத்தாருக்குப் பகிர்ந்து கொடுத்து உண்டு மகிழ்ந்து உறவாடும் மலைநாட்டின் தலைவனான நன்னன், யானைகளைப் பரிசில்களாகப் புலவர்களுக்கு வழங்கக்கூடியவன், ஒரு பெண்ணை மாம்பிஞ்சுக்காகக் கொலை புரிந்தமை இனக்குழு வாழ்வின் குலக் குறியியல் பண்பாட்டு மரபோடு தொடர்புபடுத்திப் பார்ப்பதற்கு ஏதுவாகிறது. மாமரம் நன்னனின் குலக்குறியாகும். இனக்குழு மக்களின் வளத்திற்கு ஆதாரமாக விளங்கக் கூடியதும், புனிதப் பொருளாக வழிபடுதற்கும் உரிய குலச்சின்னத்தினைச் சிதைத்தல் அல்லது அதற்கு ஊறு விளைவித்தல் இனக்குழு சமூகத்திற்கான அறத்தில் தண்டனைக்குரிய குற்றமாதலின் நன்னன் அப்பெண்ணைக் கொலை செய்ய நேரிடுகிறது. கடையெழு வள்ளல்களில் ஒருவனான பாரி முல்லைக்குத் தேர் கொடுத்த செய்தியை சங்க இலக்கியம் பெருமைபட பகர்கிறது.

"நறுவீ உறைக்கும் நாக நெடுவழிச்
சிறுவீ முல்லைக்குப் பெருந்தேர் நல்கிய
பிறங்கு வெள்ளருவி சாரல்
பறம்பிற் கோமான் பாரி" *சிறுபாண்.88-91*

மேற்கண்ட பாடலில் நல்லூர் நத்தத்தனார் சுரபுன்னை மரங்கள் நிற்கும் நெடுவழியில் ஒரு முல்லைக்கொடிக்குப் பெருந்தேரைக் கொடுத்தான் பாரி எனப் புகழ்பாடுகிறார்.

> "பிள்ளை வெருகின் முள்எயிறு புரையப்
> பாசில் முல்லை முகைக்கும்
> ஆய்தொடி அரிவையர் தந்தை நாடே"   புறம்.117

என கபிலர் பாரியின் வளமிக்க நாட்டில் முல்லை அரும்புகள் நிறைந்திருந்ததைக் கூறுகிறார்.

இவ்வாறு பாரி முல்லைக்குத் தேர் கொடுத்ததன் பின்னணி என்னவெனில் அஃது அவனது குலக்குறியீடாகும். அதனைக் காத்து நிற்பது இனக்குழுத் தலைவனான அவனது கடமையாகும். இனக்குழுப் பண்பாட்டு மரபின் படி, நெறியின் வழியே இச்செயலை அவன் செய்துள்ளான். புராதன இனக்குழுச் சமூகத்தில் குலச்சின்னம் புனிதத்தன்மை வாய்ந்தது. அதற்கு ஊறு விளைவிப்பது என்பது அவ்வினத்திற்கான அழிவு என்ற பண்பாட்டு நம்பிக்கை அடிப்படையில் கொழுவின்றி தவித்த முல்லைக்குப் பாரி தேர் கொடுத்துள்ளான் எனக் கருதுதல் வேண்டும்.

அவ்வாறே மயிலுக்குப் போர்வை தந்த வையாவிக் கோப்பெரும் பேகனும் ஆய்விற்குரியவன். மழையில் எல்லா சிறு உயிரினங்களும் நனைந்து துன்புறும் பொழுது மழைக்கு ஆனந்தித்து ஆடும் மயிலுக்குப் போர்வை ஈந்த பேகனின் செயல் குலச்சின்னத்தின் புனிதம் கருதியே ஆகும்.

> "உடாஅ போரா ஆகுதல் அறிந்தும்
> படாஅம் மஞ்ஞைக்கு ஈத்த எம்கோ
> கடாஅ யானைக் கலிமான் பேகன்"
> எத்துணை ஆயினும் ஈத்தல் நன்று என
> மறுமை நோக்கின்றோ அன்றே
> பிறர், வறுமை நோக்கின்று, அவன் கை வண்மையே"
> (புறம்.141)

மேற்கண்ட புறப்பாடலில், மயில் எப்போதும் போர்வையை உடுத்தியிருக்காது என்று அறிந்தும் அதற்குப் போர்வை நல்கியவன், பிறர்க்குக் கொடுப்பது நன்று எனக் கருதும் பேகனின் வள்ளல் தன்மை மறுமையை நோக்கியதன்று; வறுமையை நோக்கியது என பரணர் கூறுவது இனக்குழுத் தலைவனின் பண்பாட்டினை எடுத்தியம்புவதாகவும், அவன் கொடைத்தன்மையானது புகழுக்காகக் கூட அல்லாது மடமயிலுக்கும் வழங்கியதைக் காட்டி,

எதிர்பார்ப்பற்ற அவன் நற்செயலைக் காட்டுவதாகவும் அமைகிறது. கபிலர் பாடலிலும், பேகன் மயிலுக்குப் போர்வை வழங்கிய நிகழ்வு இடம்பெறுகின்றது.

"மடத்தகை மாமயில் பனிக்கும் என்று அருளிப்
படாஅம் ஈத்த கெடாஅ நல்லிசை
கடாஅ யானைக் கலிமான் பேக
....
இன்னாது உறைவி அரும்படர் களைமோ"   புறம் - 145

கடையேழு வள்ளல்களுள் முதலாமவனாகப் பேகனை வரிசைப்படுத்தும் சிறுபாணாற்றுப்படையும், பேகன் மயிலுக்குப் போர்வை வழங்கிய நிகழ்வைப் பதிவு செய்துள்ளது.

"வானம் வாய்த்த வளமலைக் கவாஅன்
கான மஞ்ஞைக்குக் கலிங்கம் நல்கிய
அருந்திறல் அணங்கின் ஆவியர் பெருமகன்
பெருங்கல் நாடன் பேகன்"   சிறுபாண்.84-87

வையாவி நாட்டின் தலைவன் பேகனின் ஆட்சிப்பகுதிக்குள் அடங்கிய பழனிக்கு (பொதினி) அருகிலுள்ள பொருந்தல் அகழாய்வில் கிடைத்த மட்பாண்ட ஓட்டில் நீண்ட தோகையுடன் கூடிய மயிலின் உருவம் வரையப்பட்டுள்ளது. சங்ககாலத்தில் இப்பகுதி நெடுவேள் ஆவி என்ற ஆவியர் கோமான்களின் இருப்பிடமாக அறியப்படுகிறது. இம்மன்னர்களின் குலக்குறியீடான மயில் உருவம் இங்கு கிடைத்துள்ள பானையோட்டில் வரையப்பட்டுள்ளதை நோக்கும்போது குலக்குறிகளின் மேன்மையைக் காட்ட பானைகளில் மக்களால் சிறப்புக்காக இடப்பட்டிருந்தன என்பதை அறியலாம்.

மயில் உருவம் பொறித்தப் பானையோடு கிடைக்கப்பெற்ற இந்த ஈமச்சின்னமான கற்திட்டை, பேகனின் இனத்தைச் சார்ந்த ஒருவருக்கானதா அல்லது பேகனுக்கானதா என்பதைக் காலம் தன்னுள் கவனமாக வைத்துக் கொண்டுள்ளது. ஆக, முல்லைக்கொடிக்கும் மடமயிலுக்கும் கொடையளித்த சங்ககால இனக்குழுச் சமூகத்தின் தலைவர்களான பாரியும் பேகனும் தங்கள் குலச்சின்னத்தினைக் காக்கும் கடமை கருதியும், புராதனப் பண்பாட்டு வாழ்வியல் நெறிப் படியும் செயல் புரிந்தமை குலக்குறியீட்டின் புனிதத் தன்மையையும், அதன் வழிபாட்டு மரபினையும் அறிய ஏதுவாகின்றது.

கொற்றவையும் எருமைக் குலமும்

பல்லவர் கால கலைவடிவங்களுள் மிகவும் முக்கியத்துவம் வாய்ந்தது அவர்களின் மகிஷமர்த்தினி உருவ அமைதியெனில் அது மிகையாகாது. பல்லவர் தம் எழில் கொஞ்சும் மல்லையில் 'எங்கெங்கு காணினும் சக்தியடா' எனும் பாணியில் அப்போர்த்தெய்வம் கலைத்தெய்வமாய் கல்லில் காணக்கிடக்கின்றது. அன்னையுடன் போரிடும் மகிஷன் எனும் எருமைத்தலையையுடைய அரக்கனின் உருவ அமைதியும் அன்னையவளுக்குச் சற்றும் சளைத்ததல்ல. வெற்றிமகளுடன் தைரியத்துடன் போரிடும் இந்த எருமையரக்கனின் வீரம் எக்காலத்தும் போற்றுதற்குரியது. இச்சிற்பத் தொகுதியில் அன்னைக்கும் அரக்கனுக்கும் தலைக்குமேல் கொற்றக்குடை அமைக்கப்பட்டிருப்பது இருவரின் சமதையான தகுதியைக் காட்டுவதாக உள்ளது. தென்பகுதி மக்களிடையே அன்னை தெய்வ வழிபாடு குலதெய்வ வழிபாடாகக் காலந்தோறும் தவறாமல் நிகழ்ந்து வருகிறது. இந்த வழிபாட்டு நிலையானது பல்லவர் காலத்தில் வளர்ச்சி பெறுகிறது. இக்காலகட்டத்தில் இருகைகளுடன் தோன்றும் மகிஷன் நாயக்க மன்னர்கள் ஆட்சிக்காலத்தில் நான்கு கைகள் பெற்று தெய்வநிலைக்கு எடுத்துச் செல்லப்படுகிறான். பல்லவர் காலம் தொடங்கித் தமிழகத்தில் காணக்கிடைக்கும் மகிஷனின் சிற்ப அமைதி நாயக்கர் காலத்தில் பெற்றுள்ள வளர்நிலை மாற்றத்தையும் அறிதல் இன்றியமையாதது.

மகிஷன் என்பதற்கு எருமையன் அல்லது எருமைத்தலையை உடையவன் என்று பொருள் கொள்ளலாம். இன்றைய மைசூர் என்பது மகிஷ ஊர் என்ற பொருளுடையதாகும். எருமையைக் குலச்சின்னமாக உடைய கூட்டத்தின் தலைவனாக மகிஷனை நாம் கொள்ள வேண்டும். தொல்குடி மக்களின் வாழ்க்கை வழக்கத்தில் ஒவ்வொரு குடியும் ஒரு குலச்சின்னத்தைக் கொண்டிருக்கும். அச்சின்னத்தினாலேயே அக்குடி அறியப்படும். மேலும் அக்குலச்சின்னத்தைத் தலையாகக் கொண்டு அக்குடிகள் சிறப்புற்று விளங்குவதற்குக் கணபதி, நரசிம்மர், அனுமர், கருடன், சுகர், சிந்துவெளியில் கிடைத்துள்ள புலிமுகமுடைய பசுபதி தெய்வம் முதலியனவற்றை எடுத்துக்காட்டாகக் கொள்ளலாம்.

அவ்வாறே எருமைத்தலையையுடைய மகிஷனும் எருமைக்கூட்டத்தினைச் சார்ந்தவனாவான். மேலும் அவன் அக்கூட்டத்தின் தலைவனுமாதலால் அவன் தம்குடியோடு முரண்பட்ட பெண்தெய்வ வழிபாட்டுமுறை கொண்ட ஒரு குடியோடு போரிட நேர்ந்ததை மகிஷமர்த்தினி சிற்ப அமைதி காட்டும் சமூகப் பின்னணியின் முதல் நிலையாக நாம் கொள்ள வேண்டும்.எருமைத்தலையனுடன் போரிட்டு வென்ற சிங்க

வாகனமுடைய அன்னை தெய்வத்தின் வழிபாடு நம் நாட்டில் மிகவும் தொன்மை வாய்ந்ததாகும். மகாராஷ்டிராவில் உள்ள ஒரு பெருங்கற்கால நினைவிடத்தில் கிடைத்திருக்கும் எருமைத்தலை மேல் நிற்கும் பெண்தெய்வத்தின் சுடுமண் பொம்மை உருவம் இதற்குச் சான்றாகும். மேலும் இப்பகுதியில் எருமைத்தலைக்கொண்ட தெய்வமொன்றை மக்கள் மாஷோபா என்ற பெயரில் வழிபட்டு வருவதாக டி.டி.கோசாம்பி அவர்கள் தம் ஆய்வில் குறிப்பிடுவதும் இங்கு நோக்கத்தக்கது. புதுக்கோட்டை மாவட்டம் சித்தன்னவாசல் தமிழிக் கல்வெட்டொன்று 'எருமிநாடு குமிழ்ஊர் பிறந்த காவுடி தென்கு சிறுபொசில் இளையர் செய்த அதிட்டஅனம'; என அங்குள்ள சமணப்படுக்கைக்குரியவர் எருமை நாட்டினை, அதாவது மைசூரைச் சார்ந்தவர் என்பதனைச் சுட்டி நிற்கிறது. இச்சான்றுகளின் காலத்தொன்மையை நோக்குங்கால் சங்கஇலக்கியங்களிலும் கொற்றவை என்னும் போர்த்தெய்வம் குறிப்பிடப்படுவதும், இத்தெய்வத்தின் வளர்ச்சி நிலையானது துர்க்கை என்பதும் அறியப்படுகிறது. கொற்றவை, துர்க்கை, மகிஷமர்த்தினி எனப் பலவாறாக அறியப்படும் அன்னை தெய்வத்தோடு போரிடும் மகிஷன் எனும் அரக்கனும் பல புராணங்களின் வழியே அறியப்படுகிறான்.

மாமல்லையில் மகிஷமர்த்தினி குகைச்சுவரில் மிகப்பெரிய புடைப்புச் சிற்பமாகக் காணப்படும் மகிஷமர்த்தினி சிற்பத்தின் போர்க் காட்சியில் அன்னை பல கைகளுடன் ஆயுதந்தாங்கி அரக்கனுடன் போரிடுகிறாள். அரக்கனோ இரண்டுகைகள் மட்டுமே பெற்றுள்ள நிலையில் காட்டப்பட்டுள்ளான்.
இச்சிற்பமானது வெற்றி பெறும் தெய்வத்தின் வலிமையையும், தோற்றோடும் மகிஷனின் குறைந்த சக்தியையும் நமக்கு உணர்த்துவதாக வடிவமைக்கப்பட்டுள்ளது. ஏனெனில் பல கைகளும், அவற்றில் பல்வகை ஆயுதங்களும் தெய்வங்களுக்குக் காட்டுவது அவற்றின் வலிமையை உணர்த்தவே என்பது நாம் அறிந்ததே. மேலும் மாமல்லை கடற்கரைக் கோவிலின் வடக்குப் பக்கம் கவிழ்ந்து குப்புற விழுந்த நிலையில் பெரிய மகிஷன் உருவம் தனிச்சிற்பமாகப் பாறையில் காட்டப்பட்டுள்ளது. இவ்வுருவமும் இரண்டு கைகளுடனேயே வடிக்கப்பட்டுள்ளது. உடலமைப்பில் நீண்ட, நெடிய, ஆஜானுபாகுவான, வீரம் மிகுந்த வலிமையான தேக வடிவமைப்பையே சிற்பத்தில் அசுரனுக்குக் காட்டுகின்றனர். ஆயினும் அவன் இரண்டு கைகளுடன் மட்டும் உருள் தண்டம் தாங்கிக் காட்டப்படுதல் அவன் சக்தியை அளவிடும் இயல்பான நிலையைக்காட்டி நிற்கிறது.

இவ்வாறு பல்லவர் காலத்தில் இயல்பான நிலையில் காட்டப்படும் மகிஷன் சென்னை, கோயம்பேட்டில் அமைந்துள்ள

பிற்காலச்சோழர்க் கலைப்பாணியில் விளங்கும் கற்றளியான குறுங்காலீசுவரர் கோயிலில் உள்ள நாயக்கர் காலத்துப் பணியாகக் காணக்கிடக்கும் பதினாறுகால் மண்டபம் ஒன்றில் தூண் சிற்பமாக நான்கு கைகளுடன் வலிமை பெற்றவனாக விளங்குவது, இங்கு இச்சிற்பத்தின் ஆய்வில் சமூகப்பின்னணி காட்டும் இரண்டாம் நிலையாகும். முன்னதில் இரண்டு கைகளில் உருளைத்தண்டம் மட்டுமே ஆயுதமாகக் கொண்ட மகிஷன் பின்னதில் நின்ற நிலையில், நான்கு கைகளில் வாள், கேடயம், வில், அம்பு முதலியன பெற்றவனாக பெருவீரனாகக் காட்டப்படுகிறான்.

இந்த இரண்டாம் நிலை சமூகப் பின்னணி யாதெனில், பல்லவர் காலத்தில் சிவன், விஷ்ணு, முருகன், கணபதி, அன்னைத்தெய்வம் போன்ற பெருந்தெய்வங்களே வலிமையுடையனவாக காட்டப்பட்டுள்ளன. ஆனால் விசயநகரகாலத்தில் இரண்டாம் நிலையில் புராணங்கள் காட்டும் அனுமன், கருடன், சக்கரத்தாழ்வார், நந்தி, வீரபத்ரர், மகிஷன் முதலிய தெய்வங்கள் மேல்நிலைக்கு எடுத்துச் செல்லப்படுகின்றன. விசயநகர காலத்தின் கலைப்பாணியிலும், அதனைத் தொடர்ந்த நாயக்கர் பாணியிலும் புராணக்கதைத் தொடர்பான சிற்பங்கள் மண்டபத்தூண்களில் அமைக்கப்பட்டன. அவ்வாறு அமைக்கப்பட்ட தூண்களின் சிற்பங்கள் மக்களின் வழிபாட்டுக்குரியவையாக ஆயின. கருவறை நோக்கி செல்லவியலாத அக்காலச் சமூகத்தின் வருணநிலையில் இவ்வாறு கோயில் மண்டபங்களில் தெய்வச்சிற்பங்களை வடிவமைத்து அதனை வழிபடச்செய்தலை விசயநகர, நாயக்கர் கலைப்பாணி செய்வித்தது எனவும் கருத இடமுண்டு. மேலும் மேற்கண்ட அரசுகளின் காலமானது விளிம்பு நிலை மக்களின் கலை, சமயம், பண்பாட்டு நிலையினை சீர்தூக்கி நின்றது எனில் அது மிகையில்லை. சிற்றிலக்கியங்களின் உருவாக்கமே இதற்குத் தகுந்த சான்றாகும். இறைவனை மக்களின் தலைவனாகவும், குடிகளின் தலைவனை அம்மக்களுக்கு இறைவனாகவும் காட்டும் இந்நிலை அச்சமூகத்தில் தழைக்கத் தொடங்கியிருந்தது. இந்நிலையில் தூண்களில் அமைக்கப்பட்ட புராணக்கதைச் சிற்பங்கள் பலவும் மக்களின் வழிபாட்டு நம்பிக்கைக்குரியனவாக வலிமைமிக்க தோற்றத்தில் வடிவமைக்கப்பட்டுள்ளன. மேலும் இத்தூண் சிற்பங்கள் பல, பாமர மக்களின் பூசையினை நித்தம் ஏற்றுக்கொள்வனவாக இன்றும் காணக்கிடக்கின்றன. குறுங்காலீசுவர் கோயில் பதினாறுகால் மண்டபத்தூண்களில் உள்ள சிற்பங்களுக்கு இன்றும் நடைபெறும் ஆராதனைகளே இதற்குச் சான்றாகும். இக்குறுங்காலீசுவரர் கோயிலின் மகிஷன் அமைந்துள்ள அதே மண்டபத்தின் மற்றொரு தூணில் இராவணன் பத்துத்தலைகளுடன் தசமுகனாக ஆற்றல் பொருந்தியவனாகக் காட்டப்பட்டுள்ளதும் இங்கு ஒப்பிடத்தகுந்ததே. பல்லவர்

காலத்தில் அன்னையிடம் தோற்கும் அரக்கன் பின்னால் நாயக்கர்காலத்தில் தெய்வநிலைக்கு உயர்த்தப்பட்டு வழிபாடு செய்யப்படுகிறான்.

கி.பி.8-9ஆம் நூற்றாண்டு வரை கால்நடைவளர்ப்புச் சமூகமே முல்லை நிலப்பகுதியான தொண்டை மண்டலப்பகுதியில் நிறைந்திருந்ததை இங்குப் பரவலாகக் கிடைக்கும் நடுகற்கள் உறுதிப்படுத்துகின்றன. மேலும் காடு கொன்று நாடாக்கும் காடவன் கோன்களின் ஆட்சி பெற்றிருந்த நிலப்பகுதியும் இதுவேயாகும். ஆக, இத்தொன்மையான கால்நடைச் சமூகத்தினரிடையே எருமையைத் தலைமையாகக் கொண்ட ஒரு குடிக்கும், வேளாண் சமூகக் குடித்தெய்வமான தாய்த்தெய்வத்திற்கும் இப்பகுதியில் நடந்த ஒரு பூசலைக் காட்டுவதாகவே பல்லவர் கால மகிஷமர்த்தினி சிற்பங்கள் அமைந்துள்ளன. எனவே பல்லவர் காலத்தில் அமைக்கப்பட்டுப் பின்னர் சோழர் மற்றும் விசயநகர, நாயக்கர்களின் பிற்கால சீரமைப்பு கலைப்பாணிகளைப் பெற்று விளங்கும் குறுங்காலீசுவரர் கோயிலின் தூண் சிற்பமான மகிஷ உருவம் பல்லவர் மல்லையின் மகிஷனின் சிற்ப அமைதியில் மேன்மை பெற்று . விளங்குவதை நாம் அறியலாம். இதற்கு அச்சிற்பங்கள் உணர்த்தும் சமூகப் பின்னணியே காரணமாகவும் அமைந்துள்ளதை நாம் அறிய முடிகிறது.

குறிப்புதவி நூல்கள் :

1. கா.சுப்பிரமணியம், சங்ககாலச் சமுதாயம், என்.சி.பி.எச்., சென்னை, 1982.
2. இரா.நாகசாமி, மாமல்லை, த.நா.அ. தொல்லியல்துறை வெளியீடு, சென்னை.
3. ஆர். பூங்குன்றன், தொல்குடி வேளிர் அரசியல், புதுமலர் பதிப்பகம், கோவை
4. தேவிபிரசாத் சட்டோபாத்தியாயா, உலகாய்தம், நியூசெஞ்சுரி புக் ஹவுஸ், சென்னை
5. டி.டி.கோசாம்பி, மாயையும் எதார்த்தமும்.
6. பா.ஆனந்தகுமார், உங்கள் நூலகம் - ஜூலை 2011, நியூசெஞ்சுரி புக் ஹவுஸ், சென்னை.
7. தி.ஸ்ரீ.ஸ்ரீதர் (ப.ஆ) தமிழ்ப்பிராமிக் கல்வெட்டுகள் த.நா.அ. தொல்லியல் துறை வெளியீடு, சென்னை
8. இராசமாணிக்கனார், பல்லவர் வரலாறு, அமிழ்தம் பதிப்பகம், சென்னை
9. கோயம்பேடு குறுங்காலீசுவரர் கோயில் கள ஆய்வில் ஆய்வாளர் நேரில் கண்டவை.

2. சந்தி வழிபாடும் பலிச்சடங்குகளும்

சந்தி என்பது சாலைச் சந்திகள், சாலைக் கூடுதுறைகள், பெருஞ்சாலைச் சந்திப்புகள் என்ற பொருளைத் தருகின்றன. சந்தி என்பதே ஒன்றிலிருந்து மற்றொன்று தொடங்கப் பெறுவதற்கான முனை என்றும் கொள்ளலாம். காலையிலிருந்து இரவும், அவ்வாறே இரவிலிருந்து காலையும் (சந்திக்காலம்) இம்முனையில் இருந்தே தொடங்குகின்றன. அவ்வாறே பாதைகள் எனப்படும் வழிகளும் ஒன்றின் முடிவிலிருந்து மற்றொன்றாகத் தொடக்கம் பெறுவதற்குரிய இடமாகச் சந்தியைக் கொள்ளலாம். பெருவழிகள் சந்திக்கும் இடம் சந்தி. சந்தி வழிபாடு என்பது பண்டு பெருவழிகள் சந்திக்கும் முனைகளில் நடத்தப்படும் பலிச் சடங்கினைக் குறித்தது. இப்பலிச்சடங்குகள் ஒரு முறைமைப்படுத்தப்பட்ட நெறிகளைக் கொண்டிருந்தன. முச்சந்தி மற்றும் நாற்சந்திகள் என்பன பெருவழிகள் கூடுமிடமாகவோ அல்லது ஊர்களின் தெருக்கள் கூடுமிடமாகவோ இருக்கலாம். அவ்வாறான கூடுமிடங்களில் நடத்தப்படும் பலி முதலான சடங்குகள் பாவங்களை அவ்விடத்திலேயே விட்டுவிட்டு வீடு திரும்புவதற்காகச் செய்யப்பட்டது. வீடுகளில் செய்யப்படும் ஒவ்வொரு சடங்கு பற்றியும் பிராம்மணீய நூல்கள் குறிப்பிடுகின்றன. ஆனால் சந்தி வழிபாடு பற்றி எந்தப் பிராமணீய நூலும் குறிப்பிடவில்லை.

சந்திகளில் நடத்தப்படும் பலி முதலான சடங்குகள் அமாவாசை மற்றும் கிருஷ்ணபட்சம் ஆறாம் நாளன்று (சஷ்டி) செய்யப்படும். இறப்புத் தொடர்பான சடங்குகளின் இறுதியில் சாலைகள் கூடுமிடங்களில் ஒரு பசுவைக் கொன்று, அதைத் துண்டமாக்கி, போவோர் வருவோர்க்கெல்லாம் அதைப் பங்கிட்டுத் தரவேண்டும். எனவே சந்தி வழிபாடு என்பது சந்தியில் புதைத்த இறந்தோரை வணங்குதல் என்பதாக நாம் கருதலாம்.

சந்திகளில் இறந்தோரைப் புதைத்தல்

உலகெங்கிலும் சாலைகளின் சந்திகளில் இறந்தோர்களைப் புதைக்கும் வழக்கம் இருந்தது. இறந்தோரின் ஆவி அவ்வழியைப் பயன்படுத்தி பிறிதோரிடத்திற்குச் செல்லும் எனவும்,

இவ்வாறு புதைக்கப்பட்டோர் மீண்டும் புதிய பிறவி கொள்வர் என்னும் ஆசையும் பழங்குடிகளிடத்தே நம்பிக்கையாகப் பரிணமித்திருந்தது. மங்கோலியரிடையேயும், பல வட அமெரிக்கப் பழங்குடிகளிடையேயும் மற்றும் மேற்கு ஆப்பிரிக்காவிலும் இறந்த குழந்தைகளைப் பாதை அல்லது தெருவோரத்தில் புதைக்கும் வழக்கம் இருந்தது. அதனால் இறந்த ஆவி அந்தப் பாதை வழியே செல்லும் சில பெண்களுள் புகுந்து அதன் காரணமாக மீண்டும் பிறக்க வாய்ப்பாகும் என்ற அவர்களின் நம்பிக்கையே இதற்குக் காரணமாயிருந்தது.

பழங்காலத்தில் இந்துக்களிடையே இறந்தோரைச் சந்திகளில் புதைக்கும் வழக்கமிருந்தது. அவ்வாறு புதைத்த பின்பு ஆண்டிற்கு இரண்டு அல்லது மூன்று முறை அவ்விடத்தில் சடங்குகளை நடத்தவும் செய்தனர். புதிய கற்காலத்தில் மக்கள் நிலையாக ஓரிடத்தில் வசிக்கத் தொடங்கிய பின்னர் தன் குடியிருப்பின் அதாவது வீட்டுக்கொல்லையில் இறந்தவர்களைப் புதைத்தனர். பின்னர் குடியிருப்புகள் விரவிய பொழுது ஈமக்காடுகள் என்ற பகுதி தனியே ஊருக்கு ஒதுக்குப்புறமாக தோற்றுவிக்கப்பட்டது எனலாம். ஆனால் சந்தியில் புதைத்தல் என்பது இதற்கு முந்தைய காலத்திய, முன்னோடியான ஒரு வழக்கம் என்றே நாம் கொள்ள வேண்டும். ஏனெனில் உணவுக்காகவும், இன்னும் பிற தேவைகளுக்காகவும் இடம் பெயர்ந்து கொண்டிருக்கும் இனக்குழுக்களான தொல்குடிகளிடத்தே இறப்பு ஏற்படுகையில் போகின்ற வழியில் புதைத்துச் சென்றார்கள் என்றே கருத வேண்டியுள்ளது. பின்னர் நிலையான குடியிருப்புகள் ஏற்பட்ட பின்னரும் இந்த வழக்கம் கைவிடப்படவில்லை. பழங்கால இந்தியாவில் சாலை சந்திகளில் இறந்தோரைப் புதைத்த பின்பு, அதன் மேல் பகோடா அல்லது ஸ்தூபிகளை அமைத்து, அதன் உச்சியில் ஒரு கலசத்தில் இறந்தோரின் எலும்பு மற்றும் சாம்பலை வைத்து பாதுகாக்கும் வழக்கமிருந்தது. அரசர்களுக்கும் செயற்கரிய செயல்களைச் செய்த வீரர்களுக்கும் அவர்களைப் பெருமைப்படுத்த இவ்வாறே செய்யப்பட்டது. பல கல்லறைகளும், சமாதிகளும், பிரமிடுகளும் இவ்வாறு சந்திகளில் ஏற்படுத்தப்பட்டுள்ளமைக்கான சான்று அவற்றின் களஆய்வு மற்றும் அகழாய்வின் மூலம் வெளிக் கொணரப்பட்டுள்ளன.

“கல்லேத்து கவலை“ என்று மலைபடுகடாம் கூறுகிறது. கவலை என்பது இங்கு சந்தியைக் குறிக்கிறது. எனவே சந்தியில் வைக்கப்பட்டுள்ள நடுகல்லை மக்கள் வழிபட்டார்கள் எனத்தெரிகிறது. சந்தியும் சதுக்கமும் முருகனின் உறைவிடங்களாக முருகாற்றுப்படை குறிப்பிடுகிறது. இங்குச் சந்தி என்பது பெருவழிகளின் சந்திப்பாகவும், சதுக்கம் என்பது நகரத்தின்

தெருக்களின் கூடுமுனையாகவும் கொள்ள வேண்டும். இவ்விடத்தில் அமைந்துள்ள கடவுள் அணங்கு ஆகும். அணங்கு என்பது வருத்தக்கூடிய தெய்வம். முருகன் சூர் அணங்கு என குறிப்பிடப்படுகிறான். எனவே சதுக்கத்திலுள்ள உள்ள தெய்வம் தவறு செய்பவர்களைத் தண்டிக்கிறது எனக் கொள்ளலாம். சிலப்பதிகாரத்தில் கூறப்படும் சதுக்கபூதத்தின் நிலையும் அதுவேயாம்.

சந்திகளில் தெய்வங்கள்

சாலைகள் கூடுமிடங்கள், பொதுவாக தீய ஆவிகளின் மற்றும் பேய்களின் உறைவிடங்கள் அல்லது வாழ்விடங்கள் என்றே அதிகமாக அறியப்படுகின்றன. இம்மாதிரியான தீயசக்திகளை விலக்குதலுக்கான பலவித உகந்த வழிமுறைகள் கையாளப்பட்டாலும் கூட அவ்விடங்கள் அமங்கலமானவை பயங்கரமானவை என்றே எண்ணப்படுகின்றன. ஆனால், இதற்கு இன்னொரு புறம் சிலசமயங்களில் இவ்விடங்கள் ஒரு தெய்வீக சக்திக்குரிய இடங்களாகவும் திகழ்கின்றன. பெரும்பாலும் இவ்விடங்களில் இருக்கும் தீயசக்தியை விலக்குவதற்காக, ஒடுக்குவதற்காக ஏதாவது ஒரு வழிபாட்டு முறை சார்ந்த தெய்வ உருவங்களை வைத்து வழிபடும் முறை இங்கு கைக்கொள்ளப்படுகின்றது. பல நேரங்களில் இவ்விடங்கள் தெய்வாம்சம் பொருந்திய இடங்கள் தான் எனவும் கருதப்படுகின்றன. புனித நூலான அவெஸ்தாவின் குறிப்பில் "பெருஞ்சாலைகள் பிரியும் இடத்திலும், தெருக்கள் கூடுமிடத்திலும்....நாங்கள் அர்ப்பணிக்கிறோம்" என்ற குறிப்பு வருகின்றது. எனவே இவ்விடங்களில் பண்டிலிருந்து ஏதோவொன்று பலியாக அர்ப்பணிக்கப்பட்டு வந்துள்ளது என்பது தெரிகிறது.

சாலைகள் கூடுமிடங்கள் அவற்றின் அருகே உள்ள வீடுகளுக்குக் கெட்ட பெயரையேக் கொண்டு வருவதாக வராகமிகிரர் கூறுகிறார். (பிருகத்சம்ஹிதை 53.89) இடுகாடு, இடிந்த கோயில்கள் ஆகியவற்றிற்கு அருகாமையில் இருக்கும் இடங்கள் அமங்கலமானவை என்று பிருகத்சம்ஹிதை 51.4 கூறுகிறது. உண்மையில் பாதைகள் கூடுமிடங்கள் தாம் பண்டைய கால மக்களின் நிரந்தர இருப்பிடம் என்று டி.டி.கோசாம்பி கூறுகிறார். மக்கள் பாதைகள் கூடுமிடங்களில் சந்தித்துப் பண்டமாற்றம் செய்து கொள்வார்கள். அவர்களுடைய வழக்கமான விழாக்களும் அந்த இடங்களில் தான் நடைபெறும் என்கிறார். இக்கூடுமுனைகளில் தாய்த்தெய்வங்கள் இருந்ததாகவும் அவர்களுக்கேப் பலிகள் வழங்கப்பட்டதாகவும் தெரிகின்றன. நாற்சந்திகளில் உறைபவை பெரும்பாலும் பெண் தெய்வங்களே என்று கோசாம்பி கூறுகிறார்.

அவருடைய களஆய்வும் அதனை உறுதிப்படுத்துகிறது. இப்பெண் தெய்வங்கள் அணங்குகள் ஆவர் என்று கருத இடமுண்டு. வருத்தும் தெய்வங்களான இவர்களுக்குப் பலியிட்டு திருப்திப்படுத்துவர். காஞ்சிபுரத்திலுள்ள கச்சபேசுபவரர் கோயில் கல்வெட்டொன்று இங்கு உறைந்துள்ள துர்க்கையை ஐஞ்சந்தி பட்டாரகி என்று குறிப்பிடுகிறது. ஐந்து பாதைகள் இணையும் சந்தியில் விளங்கும் இத்தெய்வம் அணங்கன்றி வேறொன்றில்லை. பாலைத்டதெய்வமான கொற்றவையை இங்கு ஒப்பு நோக்குதல் கூடுதல் முடிவுகளை நமக்குத் தரும். குறிஞ்சி, முல்லை திரிபின் பண்பட்ட நிலமான பாலையில் கொற்றவையை வணிகர்களும், வழிப்போக்கர்களும், வீரர்களும் வழிபடுகின்றனர். இப்பாலை நிலத் தெய்வம் மேற்கூறப்பட்டோர் செல்லும் வழியிலேயே இருந்தது எனக் கருத இடமுண்டு. தொல்காப்பியத்தின் உரையில் இளம்பூரணர் வெட்சித்திணைக்கு உரிய கடவுளாகக் கொற்றவையைக் குறிப்பிடுகிறார். இது சேயோனுக்கு முந்திய நிலையைக் குறிப்பதாகும். மேலும் முல்லை நிலமான காடும் காடு சார்ந்த பகுதியைச் சார்ந்தே காடுகிழாள், பெருங்கொற்றி என்று கொற்றவைத் தெய்வம் அழைக்கப்படுகிறது. எனவே குறிஞ்சி, முல்லை, பாலை ஆகிய மூன்று நிலங்களிலும் கொற்றவைத் தெய்வம் வழிபடப்பட்டது உறுதிபடுத்தப்படுகிறது. எனவே சந்தித் தெய்வம் இங்கு கொற்றவையே எனக்கூறலாம். மேலும் நாட்டார் பெண் தெய்வங்கள் சந்தியில் மரத்தினடியில் உறைவதாக வழிபடப்பட்டு வருகின்றன.

ஆனால் சந்தியில் உறையும் பெண் ஆவிகளைச் சூன்யக்காரிகள் என்று மேலைநாட்டார் நம்புகின்றனர். அவை தங்களுக்கு தீமையே தரும் என்பதால் அவற்றை திருப்திப்படுத்த பலிகள் கொடுக்கப்பட்டன. உலகெங்கிலும் கொலையுண்டவர்களும் தற்கொலை செய்து கொண்டவர்களும் சந்தியில் புதைக்கப்பட்டனர். அவர்களது கெட்ட ஆவி அவ்விடத்திலிருந்து புறப்பட்டு எழாதவாறு அவர்களது உடலை துளைத்துச் செல்லும் ஒரு கூரிய கோல் அவ்விடத்தில் நடப்பட வேண்டும் என்பது அங்கு வழக்கமும் சட்டமும் ஆகும். ஐரோப்பாவில் இத்தகு நிலை சமீபகாலம் வரை இருந்து வந்தது. குற்றவாளிகளைத் தண்டிக்கும் இடமாகவும் சந்தி இருந்து வந்தது. அவ்வாறு தண்டனை நிறைவேற்றப்பட்டோர் அந்தச் சாலையில் உள்ள மேடையில் தான் உயிரை விட்டிருப்பர். அவ்விடத்திலேயே புதைக்கவும் பட்டனர். அறநெறி தவறி நடப்போரைத் தண்டிக்கும் சதுக்க பூதத்தினை இங்கு ஒப்பிடலாம். இந்தியாவைப் பொறுத்தவரை பூதங்கள் என்பவனவே கெட்ட மற்றும் துன்புறுத்தும் ஆவிகளாகக் கருதப்படுகின்றன.

ஆனால் இந்தியாவில் தற்கொலை செய்து கொண்ட பெண்கள், விபரீதமாக மரணமுற்றோர் ஆகியோர்களைச் சந்தியில் புதைக்கும் வழக்கமிருந்தது. அவ்வாறு தற்கொலை செய்து கொண்ட, குறிப்பாக அக்னியில் மாண்ட, ஆற்றில் பாய்ந்து உயிர்விட்ட பெண்களின் ஆவி இன்றும் தெய்வங்களாக வணங்கப்பெறுதல் கண்கூடு. எனவே இந்தியாவைப் பொறுத்தவரை அத்தகு ஆவிகள் தாய்த்தெய்வங்கள் என்றே வணங்கப்பட்டு வருகின்றன.

கிரேக்கத்தில் Hecate என்னும் பெண் தெய்வம் நம் நாட்டின் காளிக்கு நிகரானவள். அவளது பன்முகக் காத்தல் தன்மை காரணமாக, சாலைக் கூடுதுறையின் அவலங்களிலிருந்து காத்தலுக்காக வழிபடும் முறை இன்று வரை இருந்து வருவது கண்கூடு. சாலைக் கூடுதுறையின் காவல் என்ற தலையாய சம்பந்தம் மட்டுமல்லாது, காளி - பாதைகள், தெருக்கள் மற்றும் வாயில்களிலும் கூட துஷ்டிகளைத் துன்பங்களை வெளியேற்றி, விரட்டுபவள் என்ற தன்மைக்காக இணைக்கப்பட்டிருக்கிறாள். ஒவ்வொரு வாயில்களிலும், குறுக்குச் சாலைகளிலும், அங்கு அதிசக்தியாய் இருள் கவ்வுதலைப் போல வெற்றி கொள்ளத் துடிக்கும் கொடிய சக்திகளை எதிர்க்கவும், வெளியேற்றவும், அவளது உருவம் அல்லது உரு குறித்த சின்னம் நிறுத்தப்பட்டிருந்தது. நகரின் வெளியே, உள்ளே என இவ்விரு இடங்களிலும் அவள் வழிபடப்படுதலின் நோக்கம் முக்கியமாக இறந்தோர்களின் ஆவிகளின், சாத்தான்களின் கொடூரத் தாக்கம் தடுக்கப்படவேண்டும் என்பதே. பண்டு இந்த உருவங்கள் Ekaraia (ஏகவீரிகா?) என அழைக்கப்பட்டன. காளிதேவி தன்னுடைய அதீத சக்தியின் காரணமாகச் சூனியகாரிகள், மந்திரவாதிகளின் கூட்டத்துடனும் சேர்ந்து கொள்கிறாள். இவள், தனது படை போன்ற, ஆவிக்கூட்டம் சூழ, கோரைப் பற்களுடன் எலும்பு மாலைகளை அணிந்து கொண்டு, கையில் பலவித ஆயுதங்களை ஏந்திக்கொண்டு, விழிகளை வெருட்டியபடி அதிபயங்கரத் தோற்றத்தில் காணப்படுகிறாள். இத்தோற்றத்தில் அவள் எதிரிகளை வெறித்தனமாய் துன்புறுத்துவதிலும், அவர்களுக்கு ஆபத்தை விளைவிப்பதிலும் தனித்தன்மை பெற்றவள். ஆகையால், பயம் கொண்டோர், தங்களைப்பாதுகாக்கவும், அவள் மூலமாகத் தங்கள் விருப்பங்களை நிறைவேற்றவும், துன்பம் நீக்கவும் துன்பத்தை விளைவிக்கும் இவளையே முன்னிறுத்தி அழைப்பர்.

இவளது மூன்று வடிவ நிலைகள் விஸ்தாரமாக விவரிக்கப்பட்டுள்ளன. இவளது உருவத்தைச் சாலைக்கூடுதுறையில் வைத்து, அச்சாலையிலிருந்து பிரியும் கிளைச் சாலைகள், ஒவ்வொன்றையும், உற்றுக் கண்காணிக்கும்படி இவளது முகம் அமைக்கப்பட்டிருந்தது. முதன்முதலில், தீயவைகளை

எதிர்த்து நீக்கும் தெய்வமாகவும், அதனைத் தொடர்ந்து அவளே, அந்த எதிர்நின்ற மோசமான தீமைகளுடன் கைகோர்த்து உறவாடுபவளாகவும் அவளுள் இருக்கும் தெய்வத்தன்மையை நாம் பார்க்கிறோம். அவள் இந்தத் தீயசக்திகளை வெருட்டி ஓடவும் செய்கிறாள், அல்லது அவளே அவர்களின் கோரத்தைக்காணவும் காரணமாகிறாள். இன்னும், அவளே அத்தகைய தீயசக்திகள் வருவதை முன் உணர்த்துபவளாகவும் குறிசொல்பவளாகவும் இருக்கிறாள். 'வரும் பொருள் உரைக்கும்' அவளது இந்தத் தன்மைக்காக, அவளது 'இரவு நேர பூசை'ப்படையலின் போது, சுற்றிலும் விளக்குகள் ஏற்றப்பட்டு, திட உணவு வகைகளுடன், மீன், முட்டை, பாலாடைக்கட்டிகள், தேன், இன்னும் பலவும் சேர்க்கப்பட்டன. தொல் மூதூரான காஞ்சியில் உள்ள கச்சிப்பேடு எனும் கோயிலில் ஐஞ்சந்தி பட்டாரகி / மகிஷமர்த்தினி என்ற துர்க்கை கல்வெட்டுகளில் குறிப்பிடப்படுகிறாள். தலத்தின் காவல் தெய்வமாகச் சிவ வடிவங்களில் ஒன்றான பைரவர் வழிபாடு தொடங்குவதற்கு முன்பாக இத்தேவியே புனிதத்தலங்களின் காவலாக விளங்கி வந்தவள் என்பது தெரிகின்றது.

ஆயினும் உலகெங்கிலும் சாலைச் சந்திப்புகள் தீயசக்திகளின் இருப்பிடமாகவே இன்று வரை கருதப்பட்டு வருகின்றன. எனவே இவ்விடங்களில் செய்யப்படும் சடங்குகளால் தங்கள் பாவங்கள் அவ்விடத்திலேயே தம்மை விட்டகலும் என்றும், வழியில் வந்தது வழியிலேயே செல்லும் என்பதும் தொல் நம்பிக்கையாக இருந்து வருகிறது. வழிப்போக்கர்களாகிய பயணிகள் சாலைகளின் இந்தச் சந்திகளில் மிகவும் கவனத்துடன் இருப்பர். இந்தியாவில் இவ்விடத்தினைக் கடக்கும் போது சொல்ல வேண்டியவை என்றே சில மந்திரங்கள் உள்ளன. சான்றாக திருமணத்திற்குச்செல்லும் மணமகன், "வழியில் தங்களுக்கு எந்த தீய சக்தியாலும் துன்பம் நேரக்கூடாது" எனச் சொல்லி வழியில் எங்கும் நிற்காது வலது கையை மடக்கியவாறு செல்ல வேண்டும். மேலும் இறைச்சியுணவை ஓரிடத்திலிருந்து இன்னொரிடத்திற்குக் கொண்டு செல்கையில் எதிர்ப்படும் சந்திகளைக் கடக்கும்போது அவ்விடங்களில் தங்கள் கைகளில் கொண்டு செல்லும் அடுப்புக்கரித் துண்டுகளை வீசிச் செல்வர். புலையர் பழங்குடியினரிடத்தில், ஆண்கள் வெளியூருக்குச் சென்று திரும்புகையில் முச்சந்தியில் நிற்க வைத்து சில சடங்குகளைச் செய்வர். இது அவர்களைத் தொடர்ந்த தீய சக்திகள் அச்சந்தியிலேயே அவர்களை விட்டுச் சென்றுவிடும் என்ற நம்பிக்கையில் செய்யப்படுவதாகும்.

இந்தியாவில் பழங்காலத்திலிருந்தே வருவன உரைக்கும் தெய்வங்களின் இருப்பிடமாக இந்தச் சாலைச்சந்திகள் இருந்திருக்கின்றன. அதிலும் குறிப்பாக ருத்ரன். ருத்ரன்

பொதுவாகப் பேய், பூதகணங்கள் ஆகிய தீய சக்திகளுக்குத் தலைவனாக இருந்தாலும், ருத்திரனின் பாதுகாப்பை வேண்டி ஆண்டிற்கொருமுறை நடத்தப்படும் முன்னோர் வழிபாட்டில் பிண்டதானம் அளித்து, ருத்திரனை திருப்தி செய்வர். இந்தப் பிண்ட பலி முதலில் உயிர்ப்பலியாகவே ருத்திரன் எப்போதும் அலைந்து உறையும் இடமான சாலைச் சந்தியில் தான் அளிக்கப்பட்டது. சாலைச் சந்திகளில் தான் பயணிகளும் ருத்திரனை ஏத்தி வழிபடுகின்றனர். அது போலவே ஆண்டிற்கொரு முறை சந்திகளில் உறையும் தீய சக்திகளுக்கும் சடங்குகள் செய்வது வழக்கம். நோயிலிருந்து விலக வேண்டுமெனில் அந்நோய்க்குக் காரணமான தீயசக்தியைத் திருப்திப்படுத்த வேண்டியுள்ளது. நோயுற்ற ஒருவன் அந்நோயிலிருந்து விடுபட வேண்டுமாயின், அவன் நடுச்சாமத்தில், ஆடைகளின்றி, சாலைச் சந்தியை அடைந்து, மந்திர உச்சாடனத்துடன் பிண்டபலி அளித்துப்பின் வாய் பேசாது, திரும்பிப் பார்க்காமல் வந்து விட வேண்டும். இதனை அவர் அந்த துர்தேவதை அவன் முன் தோன்றி நான் உனது நோயினை நீக்கி விட்டேன் என்று கூறும் வரைச் செய்ய வெண்டும். தனது வாக்கு, மனம், காயங்களின் புனிதத்திலிருந்து பழுதுபட்டதொரு மாணவன் அதற்கான சித்தியாக, ஒரு கழுதையைச் சாலைச் சந்திப்பில் நிருதி என்னும் தருமதேவதைக்குப் பலியிட்டு, அதன் தோலை எடுத்து ஆடையாக உடுத்தித் தான் செய்த தவறை உலகறிய உரைக்க வேண்டும். மேலும் மற்றொரு சாலைச் சந்திக்குச் சென்று, அக்னியை வளர்த்து, ராட்சதர்களுக்கு ஒரு கழுதையைப் பலி கொடுத்து, மீண்டும் நிருதிக்குப் பிண்ட பலியிட வேண்டும் என வேதங்கள் உரைக்கின்றன.

சந்திகளில் உள்ள தெய்வங்களுக்குக் காளைகளைப் பலியாகக் கொடுத்து அதன் தோலைப் போர்த்திக் கொண்டு அமர்ந்து, தங்கள் எதிர்காலம் பற்றி, காணாமல் போன தங்களின் கால்நடைகளைப் பற்றி அறிய சில சடங்குகள் செய்யப்பட்டன. இச்சடங்குகள் பெரும்பாலும் கால்நடை மேய்ப்பர்களால் செய்யப்பட்டிருக்க வேண்டும். அவர்களே பெருவழிகளில் மேய்ச்சல் நிலம் தேடிக் கால்நடைகளுடன் செல்வர்.

இதனை விளக்கமாக கோசாம்பி பின்வருமாறு கூறுகிறார். “அவ்வாறு இடம் பெயரும் சமூகத்தினர் பிற்காலத்தில் பள்ளத்தாக்குகளில் நிலைபெற்று விவசாயம் செய்தபோது நவராத்திரிக்குப் பிறகு, ஆண்டுதோறும் “எல்லை தாண்டுதல்” என்னும் விழாவினை நடத்தினர். இது பழைய வழக்கத்தின் தொடர்ச்சியாகும். மகாராஷ்டிராவில் உள்ள காம்வ-சாய் என்னும் பழங்குடியினர் எல்லாத் தெய்வங்களையும், ஆவிகளையும், பூதங்களையும் அந்தக் குறிப்பிட்டக்காலத்தில் தொழுவார்கள்.

இதில் முக்கிய அம்சம் என்னவென்றால், அந்த ஏழு அல்லது ஒன்பது நாட்களுக்கு யாவரும் தங்கள் இருப்பிடங்களிலிருந்து வெளியேறி கிராமத்திற்கு வெளியே வசிக்க வேண்டும். கிராமம் முழுவதும் காலியாகி விடும். பின்னர், அவர்கள் தேவையான பலியைக் கொடுத்துவிட்டு வீடு திரும்புவார்கள். இதனால் அவர்களுக்கு வலிமை, நோயின்மை, அதிக விளைச்சல் ஆகியவை கைகூடும் என்பது நம்பிக்கை. திரும்பி வருவது என்பது மீண்டும் குடியேறுவது போன்றது. விவசாயம் செய்யப்படுவதற்கு முந்தைய கால மக்களின் நிரந்தர இருப்பிடம் இந்தப் பழைய மரபான பாதைகள் கூடுமிடங்கள் தாம்".

மேற்கண்ட கூற்றிலிருந்து பழைய மரபான பாதைகள் கூடுமிடங்களில் (சந்தி) தான் வளமை வேண்டியும், பாவம் போக்க வேண்டியும் சடங்குகள் நடத்தப்பெற்றன என்பது அறியக்கிடைக்கின்றது.

ஜப்பானில் *Sahi-no-kami* என்ற இலிங்க வடிவ தெய்வம் காவல் தெய்வமாக, பாதசாரிகளுக்கு வழிகாட்டியாக, உற்ற துணையாகச் சாலைச் சந்திகளில், தெருக்களின் முனைகளில் வணங்கப்பட்டது. பயணங்கள் நன்மையாக முடிய, இத்தெய்வத்தினைப் பயணத்திற்கு முன்னர் வணங்கிப் பலியிட்டு வேண்டிக் கொள்வர். இதனை வணங்காது சென்றால் விபத்து நேரிடும் என்ற நம்பிக்கையிருந்தது. மேலும் *Dosojin* என்ற சாலைகளின் முன்னோடித் தெய்வம் சாலைகளின் கூடுமிடங்களான சந்திகளில் பெரிய இலிங்க வடிவில் வணங்கப்பட்டது. இப்பழந்தெய்வத்தின் இடத்தினை தற்போது *Jizo* என்னும் குழந்தைகளின் தெய்வமான புத்தமதக் கடவுள் பிடித்துள்ளார்.

சாலைக் கூடுதுறைகளில் மிக அதிகமான மனிதர்கள் உள்ளதால், இயற்கையில் எல்லாத் தீய சக்திகளும் கூடவே இருக்கும் என்பது தான் இங்கே தீயசக்திகள் உள்ளன என்ற நம்பிக்கை தோன்ற ஆதிக்காரணம். காட்டுக்குச் செல்லும் வழியிலும் மிகக் கடினமானப் பாதையிலும், பூத, பிசாச தீயசக்திகள் மறைந்திருந்து, இருட்டில் தாமதமாக வரும் பயணிகளை மேலே விழுந்து தாக்கும் என்றும், தீய சக்திகள் தங்கள் மேலும் பரவிடும் என்றும் ஆண்கள் எப்போதும் பயங்கொண்டிருந்தனர். குறுக்குச் சாலைகளில் மறைந்திருந்து இவ்வாறு தாக்கும் என்பதால், வழிப்போக்கர்கள் எந்தத் திசையில் செல்வது உசிதமானது என்றேத் தெரியாமல் இருந்தது. எல்லைப்புறத்தில் தான் பாதைகள், சாலைகள் இருக்கும். ஆகையால் அங்கே மேடைகள் மீது எல்லைப்புறத் தெய்வச்சிலைகள் நிறுத்தி வைக்கப்பட்டிருப்பதும் இன்னொரு காரணமாகக் கொள்ள வேண்டும். இந்த எல்லைப்புறங்கள்

பொதுவானவை என்பதால் பழங்குடிகளின் இடங்கள், விளைநிலங்கள், இங்குள்ள தீயசக்திகளை எல்லைக்கு ஓட்டி விடுவதென்பது பொதுவான நம்பிக்கையாகும். எல்லைப்புறம் என்பதும் பாதை மற்றும் சாலைகளால் தான் குறிக்கப்படுகிறது. இவ்விடத்தைத் தான் கணங்களின் தலைவனாகக் கருதப்படும் கணபதி பிடித்துக்கொண்டார். சாலைச் சந்திப்புகளில் அதாவது முச்சந்தி மற்றும் நாற்சந்திகளில், தெருக்களின் வளைவுகளில் நேர் எதிரெதிராக வாயில்களில் கணபதி வைக்கப்பட்டு வழிபடப்படுவது தென்னிந்தியாவில் குறிப்பாக தமிழகத்தில் கண்கூடு. பழங்குடிகளின் தலைவனான கணபதி முதலில் மங்கலக் குணங்களைக் கொண்டிருக்கவில்லை என்பதை தேவிபிரசாத் பதிவிடுகிறார். பண்டைய காலத்தில் அவருடைய செயல்பாடுகள் யாவும் எதிரான விளைவுகளை ஏற்படுத்துவதாகவேக் கூறப்பட்டது. ஏனெனில் அவர் சந்தியில் வைக்கப்பட்ட பூதம் ஆவார். பின்பு புராண காலத்தில் அந்த யானைமுக தெய்வத்திற்கு மங்கலகுணங்கள் ஏற்றப்பட்டு வழிபாட்டின் முதற்கடவுளாக கருதப்படவேண்டும் என வலியுறுத்தப்பட்டது. பண்டைத் தமிழகத்தில் வணிகர்களின் கூடுமிடங்களில் இத்தெய்வம் வழிபடப்பட்டது. பல வணிகக் குழுக்களுக்குக் கணபதி முதன்மைக் கடவுளாக விளங்கினார். தற்போது கூடுதுறைகளில், சாலைச்சந்திகளில், தெருக்களின் சந்திப்பு முனைகளில் கணபதி வழிபடப் பெறுகின்றார். கணபதி ஓர் அணங்கு. தீண்டுவோரை வருத்தும் தெய்வம். அவரால் பீடிக்கப்படும் ஒருவன் துன்பநிலையை அடைவான். அவனுக்குக் கல்வி மறந்து போகும். மந்தபுத்தி உள்ளவனாய் இருப்பான். இவ்வாறெல்லாம் தேவிபிரசாத் சட்டோபோத்தியாயா பட்டியலிடுகிறார். தீமையைத் தரக்கூடிய (வினைகளைத் தரக்கூடிய) வினைக்குத் தலைவன் இன்று சந்தி வழிபாட்டில் முக்கண்களை உடைய தேங்காய்களைப் பலியாகப் பெற்றுக் கொண்டிருக்கிறார். இவ்வழிபாடும் சந்தி வழிபாட்டின் எச்சமேயாகும்.

பெருவழிகளில் பெருங்கற்பண்பாட்டுக் கூறுகளான ஈமச்சின்னங்கள் காணக்கிடைப்பதும் இங்கு நோக்கத்தக்கது. பெருவழிகளில் நடுகற்கள் நடப்பட்டதாகச் சங்க இலக்கியங்கள் கூறுகின்றன. 'அதியமான் பெருவழி' எனப்படும் தகடூரிலிருந்து (தருமபுரி) செங்கம், உறையூர், கொடும்பாளூர், மதுரை வழியாக அழகன்குளம் வரை செல்லும் பெருவழியில் செங்கம், தருமபுரிப்பகுதிகளில் பல்லவர் கால நடுகற்கள் காணக்கிடைக்கின்றன.இவ்வழக்கைபண்டையமரபின்தொடர்ச்சி எனக்கொண்டால் இலக்கியக் கூற்று மெய்ப்பிக்கப்படுகின்றது. நெல்லுகுத்து பரவும் கடவுளரான வீரர்களுக்கு நடப்பட்ட சங்ககால நடுகற்கள் தேனி மாவட்டம், ஆண்டிப்பட்டியில்

புலிமான்கோம்பையில் கிடைத்துள்ளது. இவ்வழி மதுரையிலிருந்து வைகைக்கரையோரமாக சேரநாட்டிற்குச் செல்லும் பெருவழிப் பாதையில் அமைந்துள்ளது குறிப்பிடத்தக்கது.

மறவர்கள் நடுகல்லில் அம்பு தீட்டுவதால் அழிந்து போன எழுத்துகள் என்று கூறுவதும், உமணர் வண்டிகள் பெருவழியில் செல்லும்போது நடுகல் மீது சக்கரம்பட்டுத் தேய்ந்து போன எழுத்துகள் என்று கூறுவதும் குறிப்பிடத்தக்கவை. நடுகற்கள் பெருவழியில் நடப்பட்டிருப்பது குறிப்பிடத்தக்கது. அதிலும், கவர்த்த (சந்திப்பு) வழிகளில் நடப்பட்டுள்ள நடுகற்கள் பற்றி இலக்கியங்கள் விவரிக்கின்றன. இவை சந்தி வழிபாட்டின் எச்சமாகும். மேலும் இவ்வழிபாடு பெருவழிகளில் நடப்பதற்குக் காரணம் உண்டு. கால்நடைகள், வணிகர்கள் பெருவழியில் பயணம் செய்தனர். பெருவழி வணிகர்கள் மாண்டவர்களுக்கு வழிபாடு செய்யவும் வழியில் நடுகல் நட்டனர். வணிகர்களும் மாடுபிடிச் சண்டையில் மாண்டுள்ளனர் என்பதும் இங்கு கருதத்தக்கது. சாத்தின் (வணிகக் கூட்டத்தின்) தலைவனாகிய சாத்தன் அல்லது அய்யனாரின் வழிபாடு இப்பாதை சந்திப்புகளிலேயே பெரும்பாலும் நடக்கின்றன. அவைப் பெரும்பாலும் ஊரின் வெளியே செல்லும் சாலையோரத்தில் அமைந்திருக்கும்.

வளமையை மேம்படுத்துதலுக்காக, மக்களிடையே, வருடத்துக்கு ஒருமுறை கடவுளர்களை ஊர்வலமாக அனைத்து இடங்களுக்கும் எடுத்துச் செல்லும் வழக்கம் உண்டு. அந்தத் தெய்வங்களில் ஒன்றின் தலைமையில் ஊர்வலம் நடத்தப்பட்டது. ஊர்வலத்தில், சந்தேகமின்றி எல்லை வரை இத்தெய்வங்கள் சுற்றி வந்தன. அதனால் ஊரின் எல்லைவரை, அங்கே சாலைகளிலும் கூட்டுச் சாலைகளிலும் கூட அந்தத் தெய்வத்தன்மை நிறைந்தது. இந்த நம்பிக்கை ஆழமாக வேரூன்றிய காலத்திலிருந்து இன்று வரை ஆண்டு விழாக்களில் கோயில்களில் இறை ஊர்வலம் அக்கோயிலின் மூலவர் தெய்வத்தின் தலைமையில் அவ்வூரை அல்லது அப்பகுதியை சுற்றி வந்து மீண்டும் கோயிலை அடைவது வழக்கமாக உள்ளது. இதனால் அவ்விடங்கள் யாவும் புனிதம் பெறும் என்று நம்பப்படுகிறது.

சந்திகளில் சமயம்

பெருவழியில் மாண்டவர்களை அந்தச் சாலைகள் கூடும் சந்திகளில் புதைத்தனர். இறந்தோர் ஆவி தங்களுக்குப் பாதுகாப்பைத்தந்து, வழிகளில் ஏற்படும் தடைகளை நீக்கும் என்று நம்பினர். மேலும் அவ்விடங்களில் ஆண்டிற்கு இரண்டு அல்லது மூன்று முறைப் பலி கொடுக்கவும் செய்தனர். இப்பலிகளைத் தடுக்கவே, கொல்லாமையை மக்களுக்கு போதிக்க பௌத்தர்கள்

இவ்விடங்களில் தங்கள் மடாலயங்களை அமைத்துத் தங்கினர். மகாராஷ்டிராவில் இத்தகைய பௌத்த மடாலயங்களின் இடிபாடுகள் பெருவழிகளின் சந்திப்பில் காணக்கிடைப்பதை கோசாம்பி உறுதிபடுத்துகிறார். இந்தச் சந்தி வழிபாட்டு மரபினைப் பின்பற்றிய மக்களின் வசிப்பிடங்களும், பௌத்தர்கள் மற்றும் சமண முனிவர்களின் தங்குமிடங்களான குகைகளும் வணிகர்களின் வர்த்தகப் பாதையிலேயே அமைந்திருந்தன. தொல்லியல் ஆய்வில் மிக முக்கியமான சான்றுகளாக விளங்கும் தமிழி எழுத்துப் பொறிப்புகளைக் கொண்ட சமணர் படுக்கைகள் பெருவழிகளிலேயே அமைந்துள்ளன என்பதுவும் குறிப்பிடத்தக்கது.

பண்டைய தரைவழி வணிகர்கள் பண்டு பெரும்பாலும் சமண சமயத்தைப் பின்பற்றியுள்ளனர். சமண முனிவர்களும் தரைவழி வணிகர்களை நெறிப்படுத்தியுள்ளனர். அதன் நன்றி நிமித்தமாக வணிகர்கள் தாங்கள் வணிகத்திற்காகச் செல்லும் நகரங்களில் அமைந்த மலைப்பகுதி குகைத்தளங்களில் சமண முனிவர்களுக்குப் படுக்கைகளை வெட்டிக் கொடுத்து, அச்செய்திகளைக் கல்வெட்டுச் சான்றுகளாக்கியுள்ளனர். சிலப்பதிகாரத்தில் காவிரிக்கரையோரமே ஒரு பெருவழி சென்று, உறையூரை அடைந்து, சோழநாட்டு எல்லையில் மூன்று பிரிவாகப் பிரிந்து, கொடும்பாளூர் வழியாக மதுரையை அடைந்த செய்திக் கூறப்படுகின்றது. இந்த மூன்று பிரிவில் ஒருவழி மாங்குளம், அரிட்டாபட்டி, கீழவளவு முதலிய சமணக்குகைத்தளங்களைக் கொண்டதாக அமைந்துள்ளது. மாங்குளம் சமணக்குகைக் கல்வெட்டில் பாண்டிய மன்னன் நெடுஞ்செழியன் குறிப்பிடப்பட்டுள்ளான். கொங்குப்பெருவழியில் அமைந்த ஆழியாறு அணைக்கருகில் ஒரு சமணக்குகைத்தளம் உள்ளது. மேலும் பெருவழி வணிக நகரமான கரூரின் ஆர்நாட்டார் மலை சமணக்கல்வெட்டு மூன்று சேர அரசர்களைக் குறிப்பிடுகின்றது. பயணம் மேற்கொள்ளுமுன் வணிகர்கள் சில தெய்வங்களுக்கு மிருகபலி கொடுப்பார்கள். வணிகம் வெற்றிகரமாக முடிந்தால் மேலும் பலி கொடுப்பதாகவும் வேண்டிக்கொள்வார்கள். இத்தெய்வங்கள் பெரும்பாலும் மரத்தில் உறைவனவாகும். வேம்பின் பராரைத் தெய்வத்திற்குப் பசுவின் கொழுப்பெறிந்து வழிபட்டதை சங்க இலக்கியம் உறுதிபடுத்துகின்றது. மேலும் நாற்சந்திகளில் இயக்கர்கள் உறைவதாகக் கொண்ட நம்பிக்கையில் அவர்களுக்கும் பலிகள் கொடுக்கப்பட்டன. இத்தகைய உயிர்ப்பலிகளைத் தடுக்கவே இது போன்ற சாலைகள் கூடுமிடங்களை புத்தபிட்சுக்களும், சமண முனிவர்களும் தேர்ந்தெடுத்தனர். இந்த நாற்சந்திகள் குறிப்பாக பெருவழிகளின் சந்திகள் வட இந்தியாவில் பௌத்த மடாலயங்களின் இருப்பிடமாக மாறின. தமிழகத்தில் அவை

சமணக்குகைத் தளங்களாக பரிணமித்தன. இத்தகு பௌத்த, சமண முனிவர்கள் இரவில் ஒரு மரத்தடியிலோ, குகையிலோ, குன்றின் மேலோ அல்லது இடுகாட்டிற்கருகிலோ தான் தங்க வேண்டும் என்ற நியதிகள் இருந்தன. ஏனெனில் இந்த இடங்களில் தான் பழங்குடி மக்களால் நடத்தப்பட்ட அந்த பலிச் சடங்குகள் நடைபெற்றன.

சந்திகளில் பலிகளைப் பெற்றுக்கொண்டிருந்த இயக்க, இயக்கியர்கள் பௌத்த, சமண சமயங்களில் அம்முனிவர்களை வணங்கும் தெய்வங்களாக மாற்றப்பட்டனர். அம்பிகா, பத்மாவதி போன்ற இயக்கியரின் பண்பு நலன்கள் தீர்த்தங்கரர்களால் மாற்றியமைக்கப்பட்டன. அணங்குகள் அமைதி பெற்ற வடிவாயினர். பேய்மகளிர் பெருந்தவம் இயற்ற முனைந்தனர். நீலியும் காரைக்கால் அம்மையும் இதற்குச் சான்றாக அமைந்தனர்.

இவ்வாறாகச் சந்தி வழிபாடு மாற்று வடிவத்தையடைந்தது. எனினும் அதன் எச்சங்களைக் கணபதி, அய்யனார், காளி ஆகிய தெய்வங்களின் வழிபாட்டில் காணமுடிகின்றது. பழங்கால இந்தியாவில் இந்தச் சந்திப்புச் சாலைகளில் நடைபெறும் பலி முதலான சடங்குகள் புனிதமற்றவை என தள்ளப்படவோ, தடை செய்யப்படவோ இல்லை. மானுட சமூகத்தின் வரலாற்றில் முதலில் பூத, ப்ரேத, பிசாசுகளின் தீயசக்திகளைக் கண்டு அஞ்சுதலால் கடவுள் வழிபாட்டு முறை தோன்றியதா அல்லது கடவுளர் வழிபாட்டு முறைக்குப் பின் அத்தகைய தீசக்திகளைப் பற்றிய எண்ணங்கள் விரவியனவா என்பது ஆராயப்பட வேண்டிய ஒன்று.

எனினும் இவ்விரு சக்திகளும் சமகாலத்தில் வணங்கப்பட்டதற்கான சான்றாகச் சந்தி வழிபாட்டினை நாம் கருத வாய்ப்புண்டு. சாலைச் சந்திப்புகளில் நடந்த புனிதமான தெய்வ வழிபாட்டு முறைகள் பின்னர் பூத,பிரேத, பிசாசுகளைக் கண்டு பயந்து அந்தத் தெய்வங்களே இந்தத் தீய சக்திகளின் குணங்களைக் கொண்டதாகவும், தன்னை விட்டு அவை விலகி இருக்குமாறு செய்வதற்காகவும், செய்யப்படும் சடங்குகளாக அவற்றுடன் கலந்து விட்டன. இவ்வாறு சந்திகளில் தீயசக்திகளை அல்லது தெய்வங்களை வணங்குவது என்பது, ஏற்கெனவே பலப் பழங்குடியினரிடையே, அவர்கள் கானகத்தின் கடினப் பாதையில் செல்கையில்,சிக்கலான பயணத்தின் போது அவர்களால் கடைபிடிக்கப்பட்ட வழிபாட்டு முறையேயாகும்.

துணை நின்ற நூல்கள்

1. டி.டி.கோசாம்பி, மாயையும் எதார்த்தமும்
2. தேவிபிரசாத் சட்டோபாத்தியாயா, உலகாயதம்
3. கோ.சசிகலா, சங்ககால பெருவழிகள், சமூக விஞ்ஞானம் காலாண்டிதழ்
4. Hastings & James, Encyclopedia of Religion and Ethics

3. பால்வரை தெய்வம்

உலகெங்கிலும் தொல்பழங்காலத்திலிருந்து நம்பிக்கைகளும் சடங்குகளும் இனக்குழு மக்களிடையே விரவிக்கிடந்தன. உணவிற்காகவும், இயற்கையின் பண்புகளிலிருந்துத் தங்களைக் காத்துக்கொள்ளவும் மேற்கண்டவைகள் அவர்களுக்கு இன்றியமையாத தேவையாய் இருந்தன. ஆனால் மக்களின் படிப்படியான பரிணாம வளர்ச்சியின் கீழ் சமூகங்களாக பரிணமித்த நிலையில் அச்சமூகங்களின் தேவைகளும், வேண்டுதல்களும் மாறின. அத்தகு நிலையில் நம்பிக்கைகளுக்கும், சடங்குகளுக்கும் தலைமைப் பண்புகள் ஏற்றப்பட்டு அவை தெய்வங்களோடு இணைக்கப்பட்டன. காலத்தின் மாற்றங்களுக்கேற்ப தெய்வங்களும் அவற்றின் பண்புகளும் மாறின. தாய் தலைமையேற்றிருந்த பண்டைய வேட்டைச் சமூகத்தில் வேட்டையாடப்பட்ட விலங்குகள் பொதுமன்றத்தில் கொண்டுவரப்பட்டு அந்த இனக்குழு மக்களால் தமக்குள் சமமாக அல்லது வேலைக்குத் தகுந்த அளவில் பங்கீடு செய்யப்பட்டன. இப்பங்கீடு தெய்வத்தின் பெயரால் செய்யப்பட்டது. தமிழிலக்கியத்தில் இத்தெய்வம் பால்வரை தெய்வம் என்று கூறப்பட்டுள்ளது. ரிக்வேதத்தில் 'ரித்' என்னும் பங்கீட்டுத் தெய்வம் மறைந்தது பற்றிய புலம்பல்கள் இடம் பெறுகின்றன.

பால் – முறை – ஊழ் – நியதி

"பழவினை" என்ற பொருளைக் குறிக்க 'பால்' என்ற சொல்லும் "முறை' என்ற சொல்லும் பயன்படுத்தப்பட்டுள்ளன. வெற்றி, காதல், காதல் தோல்வி, மக்கட்பேறு, செல்வம் ஆகிய கருத்துகளை விளக்கும் இடங்களில் சங்ககாலப் பாடல்களில் ஊழ் வினை என்ற கருத்தைப் பயன்படுத்தியுள்ளனர்.

சங்கப்பாடல்களில் 'முறையே' என்னும் பொருளைத் தரக்கூடிய வகையில் 'ஊழ்' என்ற சொல்லும், அதன் திரிபுகளும் காணப்படுகின்றன. அவை ஊழ்முகை, ஊழின், ஊழ்மாறு, ஊழ்ஊழ், ஊழ், எனலூழ், ஊழுறு, ஊழ்உற்ற, ஊழ் செய்து, ஊழ்கொள்பு, ஊழுறுபு, ஊழ் இழிபு, ஊழது, ஊழ்மாறு,

ஊழின், ஊழிரந்து என்பனவாம். முறையே, முறையாக, முறை முறையாக என்ற பொருள் தரக்கூடிய வகையில் இச்சொற்கள் இடம்பெற்றுள்ளன.

தொல்காப்பியத்தில் "ஊழ்" எனும் சொல் ஒரே ஒரு இடத்தில் தான் பயன்படுத்தப்பட்டுள்ளது.

இதனை,

"கூழை விரித்தல் காதொன்று களைதல்
ஊழணி தைவரல்" என்ற நூற்பாவில் காணப்படுகிறது.

'ஊழ்' என்ற சொல்லுக்குப் பழவினை என்ற பொருள் விளக்கப்படவில்லை. 'ஊழணி' என்ற சொல்லை ஊழ் + அணி என்று பிரித்து உரை எழுதிய இளம்பூரணர் ஊழ் என்ற பகுதிச் சொல்லுக்கு 'முறைமை' என்ற பொருள் உரைக்கின்றார். முறைமை என்பது நியதியாகும். வகுத்ததுவும், வகுத்ததின் வழி நடப்பதுவும் முறைமையாகும். இம்முறைமை ஏற்படுத்தி வழி நடத்திய தெய்வம் வேதத்தில் வருணன் ஆவான். அவனே முதலில் நியதிக் கடவுள். ஆனால் தமிழ்ச்சமூகத்தில் அப்பணியைப் பெண்தெய்வமே செய்துள்ளாள். ஐந்திணைகளில் அவள் குறிஞ்சி நிலப் பெண் தெய்வமாவாள். மலைப்பகுதிகளிலும், முல்லைநிலத்திலும் உணவிற்கான தேடலுக்காக ஆயுதங்களைத் தன் கையில் வைத்திருந்தவளும், அத்திணைப்பகுதிகளில் விளைந்த புன்செய் பயிர்களைப் பறவைகளிடமிருந்து காப்பாற்றத் திணைக்களம் காத்த கையில் கிளிகடி கருவியுடன் உள்ளவளும் இங்கு குறிப்பிடத்தக்கவர்கள். இளம்பூரணர் குறிஞ்சித்திணையின் முதன்மைக் கடவுளாகக் கொற்றவையைக் குறிப்பிடுவதுவும் இங்கு நோக்கத்தக்கது.

பால்வரை தெய்வம் – மொய்ரா

கிரேக்கப் பழங்குடிகளில் பண்டைக்கால விநியோக விதியின் தெய்வம் 'மொய்ரா' ('மீர' - more) எனப்படும் பங்கிடும் தேவதை ஆவாள். 'மொய்ரா' என்ற சொல்லின் அடிப்படைக் கருத்து பங்கு அல்லது பாகம் என்பதாகும். மொய்ராவுடன் 'லக்காஸ்' (luck) என்ற சொல் தொடர்புடையது. இதற்கு சீட்டுகள் மூலம் கொடுக்கப்படும் அல்லது பெறப்படும் பாகம் என்று பொருள். கிரேக்கர்களின் மொய்ரா தொல்காப்பியத்தில் பால்வரைத் தெய்வம் எனப்படுகிறது. 'பால்வரைத் தெய்வம் வினையே பூதம்' (சொல்லதிகாரம் நூற்பா.57 வரி:2) பால்வரைத்தெய்வம் (பாக்கியம்) நல்விதி கொடுக்கும் என்ற பொருளில் இங்கு கூறப்பட்டுள்ளது. உணவுப் பங்கீடு, கொள்ளைப்பொருட்கள் பங்கீடு, விவசாயத்திற்கான நிலத்தினைப்

பங்கிடுதல் ஆகியன இத்தெய்வத்தால் செய்யப்பட்டன. எனினும் இதில் குறிப்பிடத்தக்க மற்றொரு அம்சமானது பங்கீட்டாளனும், பங்காளனும் முறையே கொடுப்பதுவும், பெறுவதுவும் இன்னதென்று அறியப்படாமலிருப்பதே இங்கு லக்காஸ் அதாவது அதிர்ஷ்டம் என்ற பொருளில் கையாளப்படுகிறது.

தமிழ்ச் சமூகத்தில் பங்கீட்டைச் செய்தவள் கொடிச்சி ஆவாள். 'கொடிச்சி' என்பதற்குக் குறுந்தொகையில் ஈரிடங்களில் (286:4, 335:7) 'குறிஞ்சிநிலமகள்' என்பதாகவும், மூவிடங்களில் (214:3, 272:8, 291:2) 'தலைவி' என்பதாகவும், ஓரிடத்தில் (360:6) 'குறமகள்' என்பதாகவும் பொருளுரைப்பதாக உ.வே.சா. குறிப்பிடுவார். ஈண்டு அனைத்துப் பொருண்மைகளும் குறிஞ்சிநிலத் தலைமகளைக் குறித்தே நிற்கின்றன. சான்றாக, மலைச்சாரலிலே கானவன் எய்து கொணர்ந்த முட்பன்றியின் கொழுவிய தசைத் துண்டத்தைத் தேன் மணங்கமழும் கூந்தலையுடைய கொடிச்சி மகிழ்ந்தேற்றுக் கொண்டுக்; காந்தள் மிக்க சிறு குடியுலுள்ளார் பலர்க்கும் பகுத்துக் கொடுக்கும் உயர்ந்த மலை நாட்டையுடைய தலைவனைப் பற்றி நற்றிணைப் பாடல் ஒன்று சுட்டுகிறது. கொடிச்சி தன் சிறுகுடிக்கு முறையாக பகுத்துக் கொடுக்கும் தன்மையைக் கொண்டிருந்தாள். கொடிச்சி என்பவள் குறிஞ்சி நிலத்து மலைவாழிடத்துப் பெண். அவளே முதலில் பங்கீட்டிற்கான தெய்வமாக குறியீடாகக் காட்டப்படுகிறாள். வேட்டைச் சமூகம் ஆண் தலைமைக்கு மாறிய போதிலும், கொண்டு வரப்பட்டப் பொருட்களை இரத்த உறவுள்ள குழுக்களுக்கு அவரவர்க்கு ஏற்றவாறு முறையாகப் பங்கீட்டைச் செய்தவள் பெண். இவ்வாறு பங்கிடும் இவ்வியல்பானது தெய்வத்தன்மை ஏற்றிக் கூறப்பட்டது. தாய்த்தெய்வம் பங்கீட்டுத் தெய்வம் ஆகிறாள். முறை முறை பகுக்கிறாள். இன்னார்க்கு இன்னதென்ற நியதியை வகுக்கிறாள்.

வேதகாலத்தில் பல்வேறு வகையான செல்வங்களைப் பங்கிடுபவளாக சாவித்ரி அழைக்கப்பட்டாள். ரிக்வேதத்தில் 20 தடவைகளுக்கும் மேலாக சாவித்ரி-விநியோகிப்பவள், கொடுப்பவள் என்ற பெயரின் பொருளில் வருகிறாள். விதியின் தெய்வமாகப் பிரம்மன் அமைந்ததும், பிரம்மனுக்குத் துணைவியாக சாவித்ரி என்னும் இப்பங்கீட்டுத் தெய்வம் அமைக்கப்பெற்றதும் ஆழ்ந்த பொருளுடையவை. இவ்வகையான பங்கீட்டு வாழ்க்கை இனக்குழு மக்களிடையே மறைந்தும் போனது. தமக்கு உரிய பங்கு கிடைக்கவில்லை என்ற நிலையில் ஏற்றத்தாழ்வுகளும், பொருளாதார வர்க்க வேறுபாடுகளும் தோன்றின. ஏனெனில் அக்காலகட்டத்தில் பங்கீடு என்னும் பால் தெய்வம் ஊழ் தெய்வமாகப்பட்டது. ஊழானது நல்வினை, தீவினைக் கொண்டு கணக்கிடப்பட்டது.

வல் – வல்சி – உணவு மற்றும் உணவு பங்கீட்டுத் தெய்வங்கள்

தாயம் என்பதற்கு வல் என்ற பொருளுண்டு. வல் என்பது வல்சி அதாவது உணவு என்ற பொருளில் ஐங்குறுநூறு, நற்றிணை, குறுந்தொகை, பதிற்றுப்பத்து ஆகியவற்றிலும், புறநானூறு 26,190, 211, 246, 269, 320, 360 ஆகிய பாடல்களிலும் பயின்று வருகின்றது. தொல்பழங்குடி மக்களிடையே முதலில் உணவினைப் (வல்சியை) பங்கிடுவதற்கே தாயம் பயன்படுத்தப்பட்டுள்ளதால் அது 'வல்' என்று பெயர் பெற்றமை தெளிவாகின்றது.

பக – பகவன் - பக்தன் என்பவை ஒன்றோடொன்று தொடர்புடையவை. செழிப்பு, செல்வம், அதிர்ஷ்டம் என்ற பொருளில் 'பக' என்ற சொல் வழங்கப்படுகிறது. வேத காலத்தில் 'பக' என்பவன் விநியோகிப்பவன் எனப்படுகிறான். பொருட்செல்வத்தினை அதாவது உணவு, நீர், பசு, கொள்ளைப் பொருட்கள், நிலம் ஆகியவற்றை அனைவருக்கும் சமமாக விநியோகித்தல் என்பது பக என்ற பொருளில் அதாவது பகுத்தல் என்பதாகக் குறிப்பிடப்படுகின்றது. பகுப்பவன் அல்லது பங்கிடுபவன் பகவன் எனப்படுகிறான். பங்கினைப் பெறுபவன் பக்தன் எனப்படுகிறான். கடவுள் கோட்பாடுகள் அற்ற பழங்குடிகளில் செல்வத்தினை பகுப்பவனும், பெறுபவனும் பின்னாளில் பக்தி காலத்தில் வைதிக சமயங்களில் குறிப்பாக வைணவத்தில் பகவான் என்றும், பக்தன் என்றும் குறிப்பிடப்படுகின்றனர். இவ்வாறு பக்தி என்பது பொருட்களைப் பங்கிடுவதிலிருந்தே உண்டானது என்பது இங்கு தெளிவு. மேலும் 'அம்ச' என்பது பகவானுக்குரிய நைவேத்தியத்தினையும், 'பாக' என்பது அதனைப் பக்தர்களுக்குப் பிரித்து வழங்குவதையும் குறிக்கும் சொற்களாகும். வைணவத் திருக்கோயில்களில் காணக்கிடக்கும் இம்முறைமை பண்டைய வழக்கின் தொடர்ச்சியே என்பதும் இங்கு நினைவுகூரத்தக்கது.

இறைக்கொள்கையின் அடிப்படையில் பண்டைத் தமிழ்ச்சமூகத்தில் பால், முறை என்ற சொற்கள் கையாளப்படவில்லை. மனித ஆற்றலைத் தாண்டி ஒரு நிகழ்வு நடைபெற காரணமாகச் செயல்படும் இயற்கையின் தன்மை பற்றிய நம்பிக்கையில் அச்சொற்கள் பரிணமித்தன. பங்கீடு என்னும் அடிப்படையில் எழுந்த "பால்" மரபு சமூகத்தில் அவரவர்க்குக் கிடைத்ததைக் கொண்டும், கிடைக்காமற்போனது பற்றியும் எழுந்த கருத்தியல் தத்துவ உணர்வில் வரையறுக்கப்பட்டது. அப்பொழுது பால் "ஊழ்" கொள்கையாக முகிழ்த்தது எனலாம். "யானை வேட்டை மேற்கொண்டு சென்றவன், தான் சென்றவினையைத்

தப்பாது முடித்து, யானையோடு வருதலும், யார்க்கும் எளிதாய சிறிய பறவை வேட்டை மேற்கொண்டு சென்றவன், அதில் தோற்றுப் பறவை பெறமாட்டாமல் வறிதே வருதலும் உலகில் உண்டு. ஆகவே எண்ணும் எண்ணமெல்லாம் மிக உயர்ந்த எண்ணமாகக் கொண்ட பெரியோர்க்கு ஆகும் காலம் உண்டாயின், அவர் எண்ணியன எல்லாம் எளிதே கைவரப்பெறுதல் உண்டாம்." என்னும் கோப்பெருஞ்சோழனின் புறநானூற்றுப் பாடல் அவரவர்க்குத் தக்கனவாகக் கிடைத்ததைப் பற்றிய யதார்த்தப் போக்கினை ஊழாக வரையறை செய்கிறது.

சோழன் நலங்கிள்ளிக்கு அரசப்பதவி ஊழினால்தான் கிடைத்தது என்னும் கருத்துடைய ஒரு பாடல் "பால் தரவந்த பழவிறல் தாயம்" என்ற புறநானூற்று வரிகளால் அறியலாம்.

"மூத்தோர் மூத்தோர்க் கூற்றம் உய்த்தெனப்
பால்தர வந்த பழவிறல் தாயம்
எய்தினம் ஆயின் எய்தினம் சிறப்புஎன" *புறம்.75:1-5*

முதுமையால் முன்னோர்களைக் கூற்றம் கொண்டு செல்ல முறைப்படி (விதிப்படி) வந்த பழைய அரசுரிமையைத் தான் அடைந்ததாகச் சோழன் நலங்கிள்ளி கூறும் மேற்கண்டப் பாடலில், 'பால்தர வந்த பழவிறல் தாயம்' என்பதில் தாயம் என்பது 'உரிமை' என்ற பொருளிலும், பால் என்ற சொல் 'விதி' என்ற பொருளிலும் இங்கு கையாளப்படுகின்றன. விதியால் ஒருவருக்கு வாய்த்தது தாயத்தால் பங்கிடப்பட்ட முறைமையை இது காட்டுகிறது.

மானுட வளர்ச்சிப்படிநிலைகளில் ஒரு சாரார் பெறுவதும், மற்றோர் வேண்டுவதுமான நிலைக்குப் பால்வரை தெய்வம் காரணமாகக் கருதப்பட்டது. ஆயின் பால்வரை தெய்வம் தானுமறியாது தான் ஒருவருக்குப் பகிர்ந்தளிப்பது என்பது தான் விந்தையானது. ஏனெனில் இது அவரவர் நிலையறிந்து வழங்கப்படல் என்பதாம். இதுவே இங்கு எழுதப்பட்ட, வகுக்கப்பட்ட, நியதியாக்கப்பட்ட ஒன்றை வகுத்தவனும் மாற்றவியலாது என்பதாக பிற்கால இலக்கியங்களும், புராணங்களும் கூறும் விதி என்பதாகும்.

பாலதாணை
"ஒன்றே வேறே யென்றிரு பால்வயின்
ஒன்றி யுயர்ந்த பால தாணையின்
ஒத்த கிழவனுங் கிழத்தியுங் காண்ப" *(களவியல்-2)*

இத்தொல்காப்பியச் சூத்திரத்தில் முதலில் வரும் 'பால்'-இடம் என்று பொருள்படும். 'பாலதாணை' என்பதற்குப் 'பால்வரை தெய்வத்தின்' ஆணையாலே' என்பது பொருள். ஒருவரையொருவர் கண்டுழி எல்லாம் புணர்ச்சி வேட்கை தோன்றாது. அங்ஙனம் தோன்றுவதற்கும் விதியினது ஆணை தேவை எனவே 'பாலது ஆணையின்' என்று கூறினார் தொல்காப்பியர். இங்கு 'பால்' என்ற சொல்லிற்கு ஊழ்வினை என்று பொருள் கொள்ளப்படுகிறது. 'பாலது ஆணை' என்ற சொல் ஊழின் ஆணை, விதியின் ஆணை, என்ற பொருளைக் குறிப்பதாக உள்ளது. ஒத்த தலைவனையும் தலைவியையும் விதி கூட்டி வைக்கிறது என்ற நம்பிக்கை சங்க இலக்கியப் பாடல்களில் சுட்டப்படுகிறது. பால்வரைத் தெய்வத்தின் விருப்பத்தின் பேரில் தான் ஒரு ஆணும் பெண்ணும் சந்தித்து உறவு கொள்கின்றனர் என்பது பழந்தமிழர் நம்பிக்கை.

தலைவனும் தலைவியும் பாலை நிலத்தில் உடன்போக்கு மேற்கொண்ட வழியில் அவர்களைக் கண்டோர், "இவர்கள் இளமையில் ஒருவரோடு ஒருவர் கலகம் விளைத்திருந்தனர். இப்பொழுதோ இணை பிரியாத துணைவர் ஆயினர். ஊழின் வலி தான் என்னே!" எனத் தம்முள் கூறிக்கொண்ட புலவரின் பாடல் வரிகள் சிந்திக்கத்தக்கவை.

> "இவனிவ ளைம்பால் பற்றவும் இவளிவன்
> புன்றலை யோரி வாங்குநள் பரியவும்
> காதற் செவிலியர் தவிர்ப்பவுந் தவிரா
> தேதில் சிறுசெரு வுறுப மன்னோ
> நல்லைமன் றம்ம பாலே மெல்லியல் 5
> துணைமலர்ப் பிணைய லன்னவிவர்
> மணமகிழ் இயற்கை காட்டி யோயே." *குறுந்தொகை-229*

இவன் இவளது கூந்தலைப்பிடித்து இழுக்கவும் இவள் இவனது புல்லிய தலைமயிரை வளைத்து இழுப்பாளாய் ஓடவும் அன்புடைய செவிலித் தாயார் இடைமறித்துத் தடுக்கவும் ஒழியாமல் அயன்மையை உடைய சிறிய சண்டையை முன்பு பொருந்துவார்கள்; இப்பொழுது மலரைப் பிணைத்த இரட்டை மாலையைப் போன்ற இவர்கள் மணம் புரிந்து மகிழும் இயல்பை உண்டாக்கினாய்; ஆதலின் ஊழ்வினையே நீ நிச்சயமாக நன்மையையுடையாய். ஊழ்வினையின் வலியால் இவர்கள் தலைவனும் தலைவியும் ஆயினர் என்பதாகப் பாலின் தெய்வம் வகுத்த நியதியால் தான் அவர்கள் மணவாழ்வில் பிணைந்தனர் என்ற கருத்து இப்பாடலில் வெளிப்படுகிறது. ஊழ்வினையின் அடிப்படையிலேயே தலைவனைச் சந்திப்பதும், திருமணம்

நடைபெறுவதும் அமைகின்றன என்ற நம்பிக்கை சங்ககால மக்களிடையே நிலவி இருந்திருக்கின்றது. இதற்கு அரண் சேர்க்கும் வகையில், "ஒத்த் அன்பினராகிய ஆடவரும், மகளிரும் நல்லூழின் தூண்டுதலால் ஒருவரை ஒருவர் எதிர்ப்பட்டு நட்பினராகி மணம் செய்வர்" என்ற கூற்றும் அமைந்துள்ளது. சங்ககால மக்கள் காதலும், அதன் பிரிவும் தங்களை வருத்தும் போது அதற்குக் காரணம் பழவினையின் பயன் என்றே கருதியிருக்கின்றனர்.

"நிலத்தினும் பெரிதே வானினும் உயர்ந்தன்று
நீரினும் ஆரள வின்றே சாரல்
கருங் கோற் குறிஞ்சிப் பூக்கொண்டு
பெருந்தேன் இழைக்கும் நாடனொடு நட்பே"
குறுந்தொகை - 3,

கரிய கொம்புகளில் பூத்துள்ளன குறிஞ்சி மலர்கள். அவற்றில் இருந்து வண்டுகள் தேனைச் சேர்த்துத் தேன்கூடுகளைக் கட்டுகின்றன. இத்தகு இனிமை நிறைந்த மலை நாட்டினன் என் தலைவன். அவனிடம் நான் கொண்ட நட்பானது நிலத்தைவிட அகலமானது; வானத்தைவிட உயர்ந்தது; கடலைவிட ஆழமானது. குறிஞ்சிமலரில் உள்ள தேனை மலையுச்சியில் தேன்கூட்டில் சேர்க்கின்றது தேனீ என்னும் வண்டு. அதுபோல் வெவ்வேறு இடங்களைச் சேர்ந்த எங்கள் உள்ளங்கள் இனிமையாய் ஒன்றுபட்டன. பால்வரைத் தெய்வம் என்ற விதி எங்கள் இருவரையும் இணைத்துள்ளது,' இது தோழியிடம் தலைவி கூறுவது.

"யாயும் ஞாயும் யாரா கியரோ
எந்தையும் நுந்தையும் எம் முறைக் கேளிர்
யானும் நீயும் எவ் வழி அறிதும்
செம் புலப் பெயல் நீர் போல
அன்பு டை நெஞ்சம் தாம் கலந்தனவே" குறுந்தொகை-40

முன்பின் தெரியாத ஒருவனிடத்து உள்ளத்தைப் பறிகொடுத்தாள் தலைவி. இவன் நம்மை மணப்பானோ அல்லது விட்டுவிடுவானோ என உள்ளம் கலங்குகிறாள். அவளைத் தேற்றுகிறான் தலைவன். "என் தாயும், உன் தாயும் உறவினர் அல்லர்; என் தந்தையும் உன் தந்தையும் உறவினர் அல்லர்; இதற்கு முன் நாம் ஒருவரை ஒருவர் சந்தித்ததும் இல்லை. ஆனால் நம் நெஞ்சங்கள் அன்பினால் செம்புலப் பெயல் நீர் போல ஒன்று கலந்துவிட்டன." செம்மண் நிலமும், எட்டாத உயரத்து வானமும் ஒன்றையொன்று நெருங்காத தூரத்தில் உள்ளவை. வானம்

மழையைப் பொழிகிறது. நிலம் அதனை ஏற்கிறது. சிறிது நேரத்தில் ஒன்றின் பண்பு இன்னொன்றுடன் இணைந்து விடுகிறது. இஃது முறைமையால் நிகழ்ந்த தன்மையாகும். அது போன்றே காதலரிருவர் கருத்தொருமித்ததுவும் பாலின் நியதியாலே தான் என்பதை இப்பாடல் குறிப்பிடுகிறது.

இப்பாடலில் உற்று நோக்கத்தக்க மற்றொரு செய்தியுமுண்டு. தொடக்ககாலத்தில் தொல்குடிகளின் மண உறவுமுறை இரத்தஉறவுள்ள அகமணமுறையைக் கொண்டிருந்தது. அகமணமுறையென்பது தாயார் வழியிலோ தந்தை வழியிலோ இரத்தஉறவு முறையில் தொடர்புடையோரே தம்முள் மணஉறவு கொள்வது. இது பழந்தமிழ் சமூகத்தில் வழக்கத்தில் இருந்த மரபாகும். மேற்கண்ட பாடல் இந்த மரபினை மீறியதான ஒரு சூழலையும், அவ்வாறான சூழல்களில் விளைந்த சமூகக் கட்டமைப்பையும் படம் பிடிக்கிறது. தாய் வழியிலோ தந்தை வழியிலோ நாம் உறவினர் அல்லர் என்பதுவும், "யானும் நீயும் எவ் வழி அறிதும்" என்ற வரிகளில் இருவரும் அருகருகே இருந்த இனக்குழுவைச் சார்ந்தவர்கள் கூட அல்லர் ஏனெனில் அவர்கள் இதுவரை சந்தித்ததுவுமில்லை. ஓர் ஊரில் இருந்தவர்களாயின் தம்முள் சிறுபிராயத்தில் விளையாட்டுச் சண்டையிட்டுக் கொண்ட தலைமக்களும் அல்லர். எனவே பாலின் ஆற்றலே அவர்களைக் கூட்டுவித்தது என்ற பொருளும் இப்பாடலின்வழி காட்டப்படுகிறது.

அகப்பொருள் குறித்துப் பேசும் அகநானூற்றில் ஒரு பாடல் பழவினைப் பயன்குறித்துப் பேசுகின்றது. பாலை நிலத்துத்தலைவன் தலைவியைப் பிரிந்து செல்கின்றான். இந்தப் பிரிவுத்துயர் தாங்காமல் தலைவி புலம்புவதாகக் காணப்படும் ஒரு பாடலில், "அனைத்தால் தோழி! நம் தொல்வினைப்பயனே" எனக் கூறப்பட்டுள்ளது. பழைய தீவினையின் பயனால் இப்பிறப்பில் தலைவனைப் பிரிந்து துன்பப்பட நேர்கிறது என்னும் கருத்தினை இப்பாடல் புலப்படுத்துகிறது.

அப்பாடல்களின் வரையறை இலக்கண உரையாக தொல்காப்பிய நூற்பாவும் ஒத்த ஆணும் பெண்ணும் பாலது ஆணையாலேயே தக்க காலத்தில் சந்தித்து உறவு கொள்கின்றனர் என்பதைத் தெளிவுபடுத்துகிறது. பால் எனும் சொல் பல பொருள் தருகின்றது. சங்க நூல்கள் விதியைக் குறிக்க "பால்" என்னும் சொல்லைப் பயன்படுத்தி உள்ளன. "வினை, விதி என்று சுட்டப்படுவதற்கு இணையான சொற்களாகப் பண்டைத் தமிழரிடம் பால், முறை, ஊழ், எனும் சொற்கள் வழக்கில் இருந்துள்ளன. "ஒரு செயல் மனிதர்களின் துணையின்றி

வெற்றியடையும் என்றால் அவ்வெற்றிக்குப் பால் துணை நின்றதாக ஒரு நம்பிக்கை சங்க கால மக்களிடம் இருந்துள்ளது என்பது குறிப்பிடத்தக்கது.

தாயக்கட்டை ஒரு பங்கீட்டுக்கருவி

மகாபாரதத்தில் தாயக்கட்டையின் பங்கு இன்றியமையாததாக அமைந்துள்ளது. அரசன் முதல் ஆண்டி வரை தாயம் உருட்டுதல் பொழுதுபோக்கு மட்டுமின்றி ஒரு பாரம்பரியச் சடங்கு அமைவாகவும் விளங்கியது. அரசன் பகைவனால் அல்லது மற்றவர்களால் தாயம் ஆட அழைக்கப்படும் போது மறுத்தல் சத்திரிய தர்மத்திற்கு எதிராகக் கருதப்பட்டு வந்தது. தாயத்தில் பங்கு வைத்து ஆடல் என்பது தவிர்க்க இயலாததாக விளங்கியுள்ளது. அந்த வகையில் நோக்குகையில் தாயக்கட்டை மூலம் நிலமும் பங்கிடப்பட்டுள்ளது என்பதை அறியலாம். பண்டைக்கால இந்தியச் சமூகத்தில் தாயக்கட்டை ஒரு இன்றியமையாத பங்கீட்டுக் கருவியாகத் திகழ்ந்துள்ளது. மேலும் அகழாய்வில் தாயக்கட்டைகள் - அழகன்குளம், பொருந்தல், கொடுமணல், கீழடி போன்ற தமிழக நகரங்களிலும் ஹரப்பா, மொகஞ்சதாரோ, லோத்தல், காலிபங்கன், குணால் ஆகிய சிந்துசமவெளி நாகரிகம் நிலவிய பகுதிகளிலும் கிடைத்துள்ளன.

தாயம் என்ற சொல் ஆயம் என்ற பொருளிலும் இலக்கியங்களில் பயின்று வந்துள்ளன. பண்டைய இலக்கியங்கள் பேசும் வல், வட்டு, கவறு, சோழி அல்லது சோகி, விபீதகக் கொட்டை, தாயம் ஆகியவற்றை சூது என்று பொருளுரைக்கப்பட்டுள்ளது. ஆனால் இந்தக் கருத்து இந்தச் சொற்களுக்கு தொல்பழங்காலத்திலிருந்த பொருளுக்கு மாறுபட்ட பொருளாக அமைந்துள்ளது. தாயம் என்ற சொல் சூது என்றும், உரிமை என்றும் இருவகையான எதிரெதிர் பொருளைத் தருவதாகப் பயின்று வந்துள்ளது. உரிமைக்கும், சூதாட்டத்திற்கும் தாயம் என்ற சொல் பயன்படுகின்றது. ஆனால் சிந்தையும் மனமும் செல்லாக் காலத்தில் உரிமையை வகுத்தளிக்க தாயம் என்னும் பகடைகளைப் பயன்படுத்தினர். எனவே முதலில் உரிமைக்குப் பயன்பட்ட தாயக்கட்டை தனியுடைமை வந்த பின் சூது என்ற பொருளில் வழங்கப் பெற்றது. உரிமைக்கும், தாயக்கட்டைக்குமிடையில் உள்ள வரலாற்று ரீதியான தொடர்பு அறுந்து போன நிலையில், சமபங்கீடு அழிந்து, ஏற்றயிறக்க நிலை உருவானபோது தாயம் பங்கீட்டிற்குப் பயன்படுவது போய் தனி உரிமைக்குப் பயன்படும் விதமாய் சூது என்று பெயர் பெற்றது எனலாம். மகாபாரதம், நளசரித்திரம் போன்ற காவியங்களில் தாயம் சூதாக மாறியுள்ள தன்மையை இதற்குச்சான்றாகக்கூறலாம்.

சங்ககால தமிழ்மக்களும் தாயத்தினை மன்றில் ஆடுவதாக புறப்பாடல் புறம். 52:12-17 ஒன்று தெரிவிக்கின்றது. அதிலும் நரை மூதாளர்கள் கடவுள் தங்கியிருந்த தூண் அமைந்துள்ள மன்றத்தில் தாயம் ஆடியதாகக் கூறுகின்றது.

சங்க காலத்தில் முதியோர்கள் ஆடிய தாயம் பங்கீட்டிற்கான ஒரு பண்டைய வழிமுறை என்பதும், சூது என்ற பொருளில் பிற்பாடு அது தனியுடைமைச் சமூகத்தில் மாறியுள்ளது என்பதும் தெள்ளத்தெளிவாகப் புலனாகும்.

> "முத்துறழ் மணலெக்க ரளத்தக்கான் முன்னாயம்
> பத்துருவம் பெற்றவன் மனம்போல நந்தியா
> ளத்திறத்து நீநீங்க வணிவாடி யவ்வாயம்
> வித்தத்தாற் றோற்றான்போல் வெய்துய ருழப்பவோ"
> கலி. 136:1-5

மேற்கண்ட கலிப்பாடலில் தலைவனைக் கண்ட தலைவியின் மனம் தாயத்தில் பத்துருவம் அதாவது விருத்தமாக எண்கள் விழப்பெற்றவன் மனம் போல மகிழ்ச்சி கொண்டதாக ஒப்புமைக் கூறப்படுவதை நோக்குகையில், பண்டையத் தமிழ்ச்சமூகத்தில் தாயம் என்னும் கருவி கொண்டு தமக்கு என்ன கிடைக்கும் என்பதை மறைந்து நின்று வகுத்தளிக்கக் கூடிய தெய்வத்தின் கூற்றாக, யாதொருவருக்கும் ஏற்றத்தாழ்வின்றி முறைமையில் வகுத்தளிக்க வேண்டிய கடமையின் வழிகாட்டியாக உணவு, பொருட்கள், நிலம் ஆகியவற்றைச் சமமாகப் பங்கிடுவதற்குப் பயன்படுத்தப்பட்டது என அறிய முடிகிறது. தாயத்தின் அடுத்தகட்டமாக திருவுளச்சீட்டுகள் (Lots) பயன்படுத்தப்பட்டு நிலம் உள்ளிட்டவை பாரபட்சமின்றி பிரிக்கப்பட்டன. கரையீடு, கரையாண்மை எனப்படும் நிலத்தைப் பிரிக்கும் வகைமைகள் தாயத்தின் பிற்பாடுகளாகும். பேரரசுகள் எழுச்சியுற்ற காலத்தில் உத்திரமேரூர் உள்ளிட்ட மகாசபைகளுள் நடைபெற்ற குடவோலை முறை தேர்தல் என்பது பண்டு நிலத்தினைப் பகிர்ந்தளிக்க நடத்தப்பெற்ற முறையேயாகும். இச்சபையின் தலைவராகப் பங்கீடு செய்பவராக விஷ்ணு (பகவான்) இருந்துள்ளார். ஏனெனில் உத்திரமேரூர் குடவோலைக் கல்வெட்டு விஷ்ணு கோயிலிலேயே உள்ளது. இது போலப் பல மகாசபைகள் பேரரசுக் காலத்தில் விஷ்ணு கோயில்களாகவே இருந்துள்ளன என்பது இங்கு உற்று நோக்கத்தக்கது. சபையின் நாயகராக முதலில் அவர் விளங்கியுள்ளார். பின்பு அந்நிலை சிவனுக்கு வாய்த்தது. சபாநாயகராக அவர் அருளுகிறார். பெருந்தெய்வங்களாகப் பேரரசுகள் காலத்தில் மேலெழுந்த இரு பெருஞ்சமயங்களின் முதன்மைக்கடவுளரான சிவனும் விஷ்ணுவும் இந்தச் சபையின்

தலைவர் பதவியைத் தமிழகத்தில் அய்யனார் என்னும் வேட்டுவக்கடவுளிடமிருந்து பெற்றனர் என்பது ஆராயத்தக்கது.

அய்யன் என்பவன் தலைவன். வீரன். இளமையானவன். பகிர்ந்தளிக்கும் நற்பண்புகள் வாய்க்கப்பெற்றவன் எனப் பொருள்படுவதால், அவனே இத்தமிழ்ச் சமூகத்தில் ஆண் தலைமையில் அரசுருவாக்கம் எனும் கோட்பாடு மேலெழுந்தபோது எழுச்சி பெற்று, அப்போது வழிபாட்டிலிருந்த கொற்றவை என்னும் அணங்கின் திருமகனாக, அய்யன் என்னும் சாத்தனாக,இச்சபையின் முதல் நாயகனாக, இப்பங்கீட்டின் தலைவனாக வீற்றிருந்திருக்க வேண்டும் என்பதை அய்யனார் திருவுடை மன்னனின் திருக்கோலத்தில் இராஜலீலாசனத்தில் அமர்ந்திருக்கும் கலைப்பாணியைக் கொண்டு கணிக்கலாம். மேலும் பழையோள் குழவியாக, கொற்றவைச் சிறுவனாக "வேள்" கூறப்படுவது போன்று, பழையோளாகிய கொற்றவையின் மீது காளியின் தாக்கம் ஏற்பட்ட பின்பு இயற்றப்பட்ட தக்கயாகபரணியில் சாத்தன் காளியின் மகனாக கருதப்படுவதுவும் இங்கு கவனிக்கத்தக்கது. இந்நிலையானது கூற வருவது யாதெனின் பெண்தெய்வம் தலைமையேற்று பகிர்ந்தளித்த மன்றின் செயல்பாடுகள், அடுத்த கட்ட வளர்ச்சி நிலையில், ஆண் தலைமையேற்ற சமூகத்தில் அவளின் மகவுக்கு அந்த தலைமைப் பொறுப்பு அளிக்கப்பட்டமைத் தெரிகிறது. எனவே முதலில் பகிர்ந்தளிந்த பால்வரை தெய்வம் தாய்த்தெய்வமே என கருத இடமுண்டு.

பால்வரை தெய்வம் – தாய்த்தெய்வமா?

தென்னாட்டுச் சிவன் கோயில்களில் 'படிநெல் திருவிழா' எனும் நிகழ்ச்சி நடைபெறுவது வழக்கம். திருவையாற்றில் இந்நிகழ்ச்சி ஆண்டுதோறும் நடைபெறுகிறது. தென்மாவட்டங்களில் படியளத்தல் என்னும் பெயரில் இந்நிகழ்வு தேரோட்டத்தின் போது நடைபெறுகிறது. இறைவனும் இறைவியும் எழுந்தருளி உலக உயிர்கட்கு உணவினை அவரவர் தகுதிக்கேற்ப வழங்குதல் என்ற கோட்பாட்டில் இந்நிகழ்வு நடைபெறுகிறது. மனிதர்கள் கானகங்களில் கனிகளையும், கிழங்குகளையும் உணவாக உட்கொண்டு வருவதைப்பார்த்த தாயானவள், சிவனிடம் மக்களின் உணவுக்காக தானியங்களை உற்பத்தி செய்து தரும்படி கேட்டுக்கொண்டபோது, சிவபெருமான் அன்னையிடம் 'இரு நாழி' தானியத்தை அளந்து கொடுத்து, உலகிலுள்ள மனிதர்கள் உண்டு வாழ வழிவகுத்தாராம். அந்த இரு நாழி தானியத்தை அன்னை தன் மக்களிடம் கொடுக்க, அவர்கள் அதனைப் பூமியில் விதைத்து ஒன்றைப் பத்தாக நூறாகப் பெருக்கி இன்று வரை உணவாக உண்டு வருகிறார்கள் என்பதாகத் தலபுராணங்கள் உரைக்கின்றன.

பக்தி காலத்திய இலக்கியங்களில் 32 வகையான அறங்களைச் செய்து மக்கள் குறைவின்றி வாழ வழி வகுத்ததாகத் தாய்த்தெய்வம் போற்றப்பட்டு "அறம் வளர்த்த நாயகி" எனும் அரும்பெயர் பெற்றாள்.

"வாரி ருங்குழல் வாள்நெ டுங்கண்
மலைம கள்மது விம்மு கொன்றைத்
தாரி ருந்தட மார்பு நீங்காத்
தைய லாள்உல குய்ய வைத்த
காரி ரும்பொழிற் கச்சி மூதூர்க்
காமக் கோட்டம் உண்டாக நீர்போய்
ஊரி டும்பிச்சை கொள்வ தென்னே
ஓண காந்தன் தளியு ளீரே. "

என்று சுந்தரர் ஏழாந்திருமுறையில் கச்சிமூதூரில் காமக்கோட்டத்து அன்னையாகிய இன்றைய காமாட்சி வளர்த்த பசிப்பிணிப் போக்குதல் உள்ளிட்ட அறங்கள் இருக்க, சிவன் ஊரிடும் பிச்சை ஏற்பதேன்? என்று வினவுகிறார். 'அபிராமி அந்தாதி'யில், திருக்கடவூர் அன்னை அபிராமியைப் போற்றி பாடும்போது "ஐயனளந்த படியிரு நாழி கொண்டு இவ்வண்டமெல்லாம் உய்ய அறம் செய்யும் உன்னையும் போற்றி ஒருவர் தம்பால் செய்ய பசுந்தமிழ்ப் பாமாலையும் கொண்டு சென்று பொய்யும் மெய்யும் இயம்ப வைத்தாய் இதுவோ உன்றன் மெய்யருளே" என்று குறிப்பிடப்படுவது இங்கு நோக்கத்தக்கது. உணவிற்கும் அதன் உள்ளிட்ட மக்கள் வாழ்விற்குமான அறங்களை என்றும் குறைவின்றி செய்பவளாகவும், அதனை வழிநடத்துபவளாகவும் பெண்தெய்வம் போற்றப்பட்டமை இங்கு புலனாகிறது.

கருத்துமுதல்வாத போக்கில் பால்வரைத்தெய்வம்

ஒருவனது பழவினையின் அடிப்படையிலேயே அவனிடம் செல்வம் சேரும் என்பதை விளக்கும் வகையில்,

"கிழவர் இன்னோர் என்னாது பொருள்தான்
பழவினை மருங்கின் பெயர்பு பெயர்பு உறையும்" என்ற பாடலடியும்,

"நெடிய மொழிதலும் கடிய ஊர்தலும் செல்வம் அன்று தன் செய்வினைப்பயனே" என்ற அடிகளும் விளக்குகின்றன.

பால்வரை தெய்வமென்பது சைவசித்தாந்தத்தின்படி உலக உயிர்கட்கெல்லாம் இன்பதுன்பத்திற்குக் காரணமாகிய இருவினையையும் வகுக்கும் தெய்வம் என்பது பொருள். (தொல். சொ.54.சேனா) அதாவது வினை தானே பலனையூட்டாது. வினை செய்தானையும் வினையையும் வினை செய்தவனையும் அறிந்து அவ்வினைக்கும் மேலாம் தெய்வம் பலனை வகுத்து ஊட்டும் என்பது பண்டைத் தமிழர் கருத்து. திருவள்ளுவரும் "வகுத்தான் வகுத்த வகையல்லால் கோடி, தொகுத்தாருக்கும் துய்த்த லரிது" (377) என்றார். தெய்வம் வகுத்த வகையானல்லது ஒருவனுக்கு நுகர்தலுண்டாகாது. அத்தெய்வம், ஓருயிர் செய்த வினையின் பயன் பிறிதோருயிரின்கட் செல்லாமல் அவ்வுயிர்க்கே வகுத்தலின், வள்ளுவர் அதனை 'வகுத்தான்' என்று அறுதியிடுவது இங்கு குறிப்பிடத்தக்கது. அதனையே தொல்காப்பியர், "பால்வரை தெய்வம் வினையே பூதம்" (தொல்.சொல்.58) என்கிறார்.

தொல்காப்பியரும் சைவ சித்தாந்தமும் கூறும் பால்வரை தெய்வம் என்பது யாதெனின் உலகத்தின் எல்லாவுயிர்க்கும் இன்பத் துன்பத்திற்குக் காரணமாகிய இரு வினைகளையும் வகுத்து, அவ்வினைகளின் வழியே வாழ்வை நுகர்விப்பதாகிய பரம்பொருளே. பால்வரை தெய்வம் என்னும் இத்தொடர்க்கு ஆணும் பெண்ணும் அலியுமாகிய நிலைமையை வரைந்து நிற்கும் பரம்பொருள் எனத் தெய்வச்சிலையார் பொருளுரைக்கிறார்.

சமணம், பௌத்தம், ஆசிவகம் உள்ளிட்ட தத்துவ சமயங்கள் வினையே பலனைத் தரும் என்ற கருத்துடையனவாக இருக்க, சைவசித்தாந்தம் வினை வகுத்தான் வகுத்த வழியே சென்று செய்தானைச் சாரும் என்ற கருத்தினை முன்வைக்கிறது. இது சைவ சித்தாந்தத்தில் வினைக்கோட்பாடாகும்.

இதனைத் தெய்வச் சேக்கிழார்,

"செய்வினையுஞ் செய்வானும் அதன்பயனும்
கொடுப்பானும்
மெய்வகையால் நான்காகும் விதித்தபொருள்
எனக்கொண்டே
இவ்வியல்பு சைவநெறி அல்லவற்றுக் கில்லையென
உய்வகையாற் பொருள்சிவ னென்றருளாலே
உணர்ந்தறிந்தார்" (சாக்கிய 5) என்கிறார்.

குறிப்புதவி நூல்கள்:

1. எட்டுத்தொகை நூல்கள்: அகநானூறு, புறநானூறு, குறுந்தொகை, ஐங்குநூறு, நற்றிணை, கலித்தொகை, பதிற்றுப்பத்து

2. சுவிராஜ் ஜேஸ்வால், வைணவத்தின் தோற்றமும் வளர்ச்சியும்

3. தேவிபிரசாத் சட்டோபாத்தியாயா, உலகாய்தம்

4. க.கைலாசபதி, பால்வரைத்தெய்வம் - இரண்டாம் உலகத்தமிழ் மாநாடு சிறப்பிதழ் கட்டுரை

4. நீத்தார் வழிபாடு

மனித வாழ்வில் சடங்குகளும் வழிபாடுகளும் நம்பிக்கைகளின் அடிப்படையில் எழுந்தவை. இச்சடங்குகள் ஐம்பூதங்களோடு தொடர்புபடுத்தி செய்யப்படுகின்றன. பழங்குடிகளின் தன்மைகளாக அடையாளங்களாகத் திகழ்வன - மாறாத போக்கு, மணமுறை, வழிபாடு ஆகியனவாகும். மேற்கண்ட இம்மூன்றும் சடங்குகளால் அக்குடிகளில் சிறப்புப்பெறுவதோடு, அச்சமூகப் பிணைப்பிற்கும் துணை செய்கிறது. இச்சடங்குகளில் நிலம் மற்றும் நீரின் தொடர்பு இன்றியமையாதது. மானுடப்பண்பாட்டில் மண் மற்றும் நீர்த்தொடர்பான சடங்குகள் உலகெங்கிலும் பழங்குடிமக்களால் செய்யப்பட்டு வருகின்றன. பிறப்பு, இறப்புச் சடங்குகள், வளமைச் சடங்குகள், விழவுச் சடங்குகள் என அவை வகைமைப்படுத்தப்பட்டன.

இவற்றுள் இறப்புச் சடங்குகள் அதிகளவில் பழங்குடிகளால் மேற்கொள்ளப்பட்டிருக்க வேண்டும் என்பதை உலகெங்கிலும் பரவலாகக் காணப்படும் தொல்லியல் ஈமச்சின்னங்களான தாழி முதல் பிரமிடு வரையிலான இறந்தோர் நினைவுச் சின்னங்கள் நமக்குக் காட்டுகின்றன. உலகெங்கிலும் பன்னெடுங்காலமாகப் பிறப்பினை விட மனிதர்கள் வாழ்வில் இறப்புச் சடங்குகள் முக்கியத்துவம் பெறுகின்றன. இறப்பிற்குப் பின் இறந்தவர்கள் கடவுளாக வந்து, உயிரோடு இருப்பவர்களை வழிநடத்திச் செல்வர் என்ற நம்பிக்கையும் நிலவி வருகின்றது. உயிர் நீத்தவர்களுக்காக ஈமச்சின்னங்களை ஏற்படுத்தி வழிபட்டு வந்துள்ளனர். வாழ்விடங்களை விட ஈமச்சின்னங்களுக்கே அதிக முக்கியத்துவம் கொடுக்கப்பட்டுள்ளன. அந்த வகையில், இப்பண்பாட்டின் சில கூறுகளை மட்டும் சங்க இலக்கியங்கள் பதிவு செய்துள்ளன. பெருங்கற்காலப் பண்பாட்டு ஈமக்குழிகளில் தமிழகத்தில் பல ஊர்களில் அகழாய்வுகள் மேற்கொள்ளப்பட்டிருந்தாலும், தொன்மை வாய்ந்த, சங்க இலக்கியங்களில் குறிக்கப்படும் ஊர்களே மிகுதியும் தொல்பொருள் சான்றுகளைத் தன்னகத்தேக் கொண்டுள்ளன. இறந்தவர்களை அடக்கம் செய்யும் முறையை முதன்முதலில் புதிய கற்கால மக்கள் கொண்டிருந்தனர். இத்தகைய

மரபு பெருங்கற்காலத்தில் நினைவுச்சின்னங்களை அமைக்கும் வழக்கமாக வளர்ச்சி பெற்றுள்ளது. இறந்தவர்களை அடக்கம் செய்யும் முறையில் பெருங்கற்கால மக்கள் தனித்தன்மையை உருவாக்கியுள்ளனர். குறிப்பாகத் தென்னிந்தியாவில் பெரிய பெரிய கற்களைக் கொண்டு நினைவுச்சின்னங்களை அமைத்துள்ளனர்.

பெருங்கற்கால ஈமச்சின்னங்கள் இறந்தோரின் நினைவாக வைக்கப்படுதல் அக்குடிகளின் வளமையை வேண்டியே ஆகும். குடிகள் தங்களுக்கான ஊர் எல்லையை வரையறுக்க அவ்வாறு ஈமச்சின்னங்களை அமைத்தனர் என்ற கருத்தும் அறிஞர்களால் முன்வைக்கப்படுகிறது. ஆண்டிப்பட்டி, மோதூர், கொடுமணல், ஆதிச்சநல்லூர், பொருந்தில், திருத்தங்கல் ஆகிய இடங்களில் கிடைத்துள்ள தாழிகள், மட்பாண்டப் பொறிப்புகள் குறிப்பிடத்தக்கன. இவைகளில் சிலவற்றை மட்டும் சான்றாகக் கொண்டு மானுடவியல் கூறான ஈமச்சடங்குகள் எவ்வாறு பழங்குடி மக்கள் வாழ்வில் பின்னிப் பிணைந்திருந்தன என்பதை மெய்ப்பிக்கலாம்.

நீத்தார் யார்?

செயற்கரிய செய்வார் பெரியர் சிறியர்
செயற்கரிய செய்கலா தார். *குறள்:26*

செய்வதற்கு அருமையான செயல்களைச்செய்ய வல்லவரே பெரியோர். செய்வதற்கரிய செயல்களைச் செய்யமாட்டாதவர் சிறியோர் என்னும் பொருளமைந்த இந்த குறட்பா நீத்தாரின் பெருமையைக் குறிப்பிடுகிறது. நீத்தார் என்ற சொல் இறந்தவரைக் குறிப்பிடாது, செயற்கரியன செய்து நிலமிசை நீடு வாழ்ந்து மறைந்தவரைக் குறிப்பிடும். குறிப்பாக வீரப்பண்புகளையும், ஆற்றலையும் செயற்கரிய செயல் என்பர். அத்தகு செயற்கரிய செயல் செய்து இறந்தோருக்கு மட்டுமே பெருங்கற்காலத்தில் ஈமச்சின்னங்கள் எடுப்பிக்கப்பட்டுள்ளன என்பது தொல்லியல் அறிஞர்கள் கருத்து. தங்கள் குடி, ஊர், இனம் ஆகியவற்றிற்காக உயிர் நீத்தவர்கள் கடவுட்தன்மை பெற்றவர்களாக வணங்கப்பட்டனர். அத்தகையோரின் ஈமச்சின்னங்கள் இடுதுளைகளுடன் கற்களால் அமைக்கப்பட்டன. ஏனெனில் அந்த இடுதுளைகள் மூலம் இறந்தோருக்கான படையல்கள் அளிக்கப்பட்டிருக்கலாம் என்பதாக தொல்லியலாளர் கருதுகின்றனர்.

“இருமை வகைதெரிந்து ஈண்டுஅறம் பூண்டார்
பெருமை பிறங்கிற்று உலகு.”

பிறப்பு வீடு என்பன போல் இரண்டிரண்டாக உள்ளவைகளின் கூறுபாடுகளை ஆராய்ந்தறிந்து அறத்தை மேற்கொண்டவரின் பெருமையே உலகத்தில் உயர்ந்தது என்னும் மேற்கண்ட நீத்தார் பெருமை அதிகாரத்தில் அமைந்த குறளின் பொருளமைதிக்கேற்ப இவ்வுலகத்தில் சிறந்தன செய்து, தமக்கென வாழாது, தமருக்காக உயிர் நீத்த உயர்ந்தோருக்கான நினைவுச் சின்னங்கள் கற்பதுக்கை, கற்திட்டை, கற்குவை, கல்வட்டம், தாழி, நெடுங்கல், குத்துக்கல், நடுகல் ஆகிய பெருங்கற்கால பண்பாட்டுச் சின்னங்களாகத் தென்னகத்தில் பரவிக் கிடக்கின்றன. குறிப்பாகத் தமிழகத்தில் இப்பெருங்கற்காலப் பண்பாடு ஆற்றங்கரைகளில் தாழியிற் புதைத்தல், குறிஞ்சி மற்றும் முல்லைப் பகுதிகளில் கற்களால் ஈமச்சின்னங்கள் அமைத்தல் ஆகியவனவாக கிடைக்கின்றன.

நீத்தார் வணக்கம்

வீரனைத்தெய்வமாக வழிபடுகின்ற வழக்கம் இனக்குழு நம்பிக்கையின் அடிப்படையில் வளர்ச்சியடைந்ததாக ஆய்வாளர்கள் கருதுகின்றனர். இதனைக் க.கைலாசபதி அவர்கள் தம்முடைய “பண்டைத் தமிழர் வாழ்வும் வழிபாடும்” என்னும் நூலில் குறிப்பிடுகையில்,

“புராதன மனிதன் இறப்பையும், பிறப்பையும் தொடர்புடையனவாகவே நோக்கினான். ஒன்று மற்றொன்றாகவும் கருதப்பட்டது. இத்தகைய நம்பிக்கைக்கும் உயிர், கன்மம், மறுபிறவி ஆகியன குறிக்கும் எமது பிற்காலத்தத்துவத்திற்கும் ஒரு பெரும் வேறுபாடுண்டு. உடலுக்கும் உயிருக்கும் வேறுபாடு கூறினர் பிற்காலத்திலே சிலர்; உடல் அநித்தியமானது என்றும் ஆன்மா, அல்லது உயிர் நிரந்தரமானது என்றும் கூறினர். எனவே அழியும் உடலைப்பற்றிக் கவலைப்படுவதில்லை. இதுவே கருத்து முதல்வாதத்தின் அடிப்படையாகும். ஆனால் புராதன மனிதனோ, அந்தளவிற்குப் பொருள் முதல்வாதி. பிரக்ஞை பூர்வமாக அல்ல. நடைமுறை அனுபவத்தின் அடிப்படையில், அவன் உடம்பு வேறு உயிர் வேறு என்று பிரித்தறியும் நிலையிலில்லை. எனவே உடலையே உயிராகவும் மதித்தான். அதன் காரணமாகவே, தாழி, கல்லறை முதலியவற்றுள் ஆயுதங்கள், உணவுப்பொருட்கள், கலங்கள் ஆகியனவற்றை வைத்தான். இவ்வாறு பார்க்கும் பொழுது புராதன அடக்கமுறைக்கும் மூதாதையர் வழிபாட்டிற்கும் நிரம்பிய தொடர்பிருப்பது புலனாகும். இவற்றுடன் சம்மந்தப்பட்டதே வீரவணக்கம் எனலாம். பொதுவாக இறந்த மூதாதையரைப் போற்றி அவருக்கு ஆவன செய்யும் முறையிலிருந்தே சிறிது பிற்பட்ட காலத்தில் போரிலே பட்ட வீரரை வழிபடும் முறை தோன்றியது” என்று கூறுகின்றார்.

இதன் மூலம், சமூகத்திற்காக, தன் குடிகளுக்காக இரத்தம் சிந்தி உயிர் நீத்த சான்றோரின் (சான்றோன் என்றால் வீரன் என்று பொருள்) புதைவிடங்கள் வழிபாட்டிலிருந்தன. மேலும் இல்லில் உறையும் தெய்வமாகவும் நெல்லும் முல்லையும் தூவி மாலை நேரத்தில் வணங்கப்பட்டன என்ற சங்க இலக்கியச் செய்தி உறுதிப்படுகிறது.

நீத்தார் நினைவுச் சின்னங்கள்

ஒரு மனிதன் இறந்ததும் அத்தோடு தொடர்பு அற்றுப்போகவில்லை என்று பழங்குடிகள் நம்பியதால் இறந்தோரின் ஈமச்சின்னங்களில் அதிக சிரத்தை எடுக்கப்பட்டது. மேலும் ஈமத்தாழிக்குள் வைக்கப்படும் பல்வேறு மட்பாண்டங்களில் நெல் உள்ளிட்ட தினை வகைகளும், மணிகள் முதலான மதிப்புறு பண்டங்களும் வைக்கப்பட்டுள்ளன. பெருங்கற்படைச் சின்னங்களைக் கற்பதுக்கை, கற்குவை, கற்கிடை நெடுநிலைக்கல். குடைக்கல். தொப்பிக்கல் , நடுகல், ஈமத்தாழிகள் என வரிசைப்படுத்தலாம். இந்த வடிவங்களைச் சவக்காடு, தாழிக்காடு, குரங்குப்பட்டடை, குரங்குப்படை, மதமதக்கத்தாழி, பாண்டவர் தாழி, பாண்டவர் குழி, பாண்டக்குழி, பாண்டுக்குழி, பாண்டவர் வீடு, வலையர் குடி, வலையர் வீடு என்றும் அழைப்பர். இந்த வடிவங்கள் ஒவ்வொரு இடத்திலும் சிற்சில வேறுபாடுகளுடன் காணப்படுகின்றன.

இறந்தவர்கள் மறுஉலகில் வாழ்வதாகக்கருதும் பழங்குடிமக்களின் நம்பிக்கையானது, இவ்வாறு தாழிகளில் அவர்களுக்கு வேண்டிய தினை போன்ற உணவுவகைகளும், அவர்கள் பயன்படுத்திய அணிகள்-ஆயுதங்கள் போன்றவற்றையும் தாழியுள் வைத்து புதைக்கும் வழக்கத்திற்குக் காரணமானது. கற்பதுக்கைகளில் - சுற்றி வைக்கப்பட்ட நான்கு பெரிய பலகைக் கற்களில் தெற்கு அல்லது கிழக்குப்புறத்தில் வட்ட வடிவ இடுதுளை ஒன்று காட்டப்படுவது உண்டு. இது இறந்தோர்க்குப் படையல் அளிப்பதற்கான வழியாகவும், சூரிய ஒளி மற்றும் காற்று உட்செல்வதற்கான அமைப்பாகவும், இறந்தோரது ஆவி வெளிவருவதற்கான வழியாகவும் இருக்கலாம் என்று தொல்லியல் அறிஞர்கள் கருதுகின்றனர்.

> "நடுகல் பீலி சூட்டி, துடிப்படுத்து தொப்பிக்
> கள்ளொடு துரூஉ பலி கொடுக்கும்
> .... முனை ஆத் தந்து .
> முரம்பின் வீழ்த்த வில் ஏர்
> வாழ்க்கை விழுத் தொடை மறவர்
> வல் ஆண் பதுக்கைக் கடவுட் பேண்மார் " அகம். 35:5-12

இறந்தவர்களைப் புதைத்து, அங்கு கற்களைக்குவியலாக அமைத்து பதுக்கைகளாக்கி, அவ்விடத்தில் நெடுநிலை கல் நடப்பட்டது என்பதை அகநானூறு குறிப்பிடுகின்றது.

"ஈம விளக்கின், பேஎய் மகளிரொடு அஞ்சுவந் தன்று.
இம் மஞ்சுபடு முதுகாடு" புறம். 356:3-4

என்று புறநானூறு பதிவுசெய்துள்ளது. இதன் மூலம் இடுகாடுகளின் நிலையை அறிந்து கொள்ளவியலும். தமிழகத்தின் பல்வேறு ஈமக்காட்டில் திருவாலங்காடு தொல்பழங்காலத்திலிருந்து பக்திக் காலம் வரை ஈமக்காடாக இருந்து வந்துள்ளமையை அறியலாம். திருவாலங்காட்டிற்கு தெற்காக திருவாலங்காட்டிலிருந்து சுமார் 1 கி.மீ. தொலைவில் பழையனூர் அமைந்துள்ளது. இவ்விரு ஊர்களையும் ஒரு சாலை பிரிக்கிறது. வரலாற்றுக்கு முற்பட்ட காலத்தின் எச்சங்களையும் இவ்வூர் தன்னுள் கொண்டுள்ளது. பழங்கற்காலக் கற்கருவிகள் செய்யப்பயன்படும் மூலக்கற்களான கூழாங்கல் அமைப்புடைய படிகக்கல்வகை எனப்படும் குவார்ட்சைட் கற்கள் இங்கு பெருமளவில் கிடைக்கின்றன. மேலும் இங்குள்ள ஏரிப்பகுதியில் கற்கோடரி, முட்டைவடிவக் கற்கருவிகள், வெட்டுக்கத்திகள் ஆகியன கிடைக்கின்றன. கற்கிடை, கற்குவை, தாழிகள், ஈமத்தொட்டிகள் ஆகிய பெருங்கற்கால ஈமச்சின்னங்கள் இங்கு பரவலாகக் காணக்கிடக்கின்றன. இங்குள்ள ஈமத்தொட்டிகள் முட்டை வடிவம் உடையவை என்பது குறிப்பிடத்தக்கது.

மல்லசந்திரம் (மல்ல சமுத்திரம்) தமிழகத்தில் நன்கு பாதுகாக்கப்பட்ட நிலையிலுள்ள, சிறந்த ஈமச்சின்னங்களை உடைய பெருங்கற்கால ஊராகும். இவ்வூருக்கு அருகிலுள்ள மலையின் மீது இருநூற்றுக்கும் மேற்பட்டக் கல்திட்டைகளும், பிற ஈமச்சின்னங்களும் காணப்படுகின்றன. இவை பாண்டவர் கோயில் என்று அழைக்கப்படுகின்றன. இவை மலை மீது அமைந்து இப்பகுதிக்கு அழகூட்டுகின்றன. இங்கு காணப்படும் கல் திட்டைகள் மிகப் பெரியதாகவும், வடிவமைப்பில் வேறுபட்டும் காணப்படுகின்றன. இங்குள்ள கல்திட்டைகளைச் சுற்றிலும் கற்பலகைகள் வட்டமாக நடப்பட்டுள்ளன. இவற்றின் மேல்பகுதி அரைவட்ட வடிவில் செதுக்கப்பட்டுள்ளது. இது போன்ற அரைவட்ட வடிவ கற்பலகைகள் அரிதாகவே காணப்படுகின்றன.

இந்த வகை ஈமச்சின்னங்கள் பெருங்கற்காலத்தைச் சேர்ந்தவையாகும். இங்குள்ள கல் திட்டைகளில் சில சேதமடைந்துள்ளன. இவற்றுள் இடுதுளைகள் உள்ளன. இக்கற்திட்டைகள் 1மீ முதல் 2.6 மீ உயரத்துடனும் காணப்படுகின்றன. நான்கு புறமும் கற்பலகைகளை

வைத்து, மேலே ஒரு மூடுகல் வைக்கப்பட்டு இவை உருவாக்கப்பட்டுள்ளன. இவற்றைச் சுற்றியுள்ள கல்வட்டம் மிக அழகாகக்கட்டப்பட்டுள்ளது. இங்குள்ள கல் திட்டைகள் சிறிய பெரிய அளவில் உள்ளன. இவற்றின் சில பலகைகளில் ஓவியங்கள் காணப்படுகின்றன. சிலவற்றில் இடுதுளைகள் உள்ளன. இவை பொ.ஆ.மு.1000லிருந்து பொ.ஆ.மு.500 வரையான காலத்தைச் சேர்ந்தவையாக இருக்கலாம் என ஆய்வாளர்களால் கருதப்படுகின்றது.

தாழியும் குயவனும்

தாழிகளில் அரசர்களைப் புதைத்த செய்தியை "துளங்கு நீர் வியலகம் ஆண்டு, இனிது கழிந்த மன்னர் மறைந்த தாழி வன்னி மன்றத்து விளங்கிய காடே" (பதிற். 44:21-23) என்ற பாடலால் அறியமுடிகிறது.

இறந்த பின்னர் தாழி செய்யக் குயவனை வேண்டுவர் என்பதையும் இப்பாடலடிகள் உணர்த்துகின்றன.

"கலம்செய் கோவே! கலம்செய் கோவே!
அச்சுடைச் சாக்காட்டு ஆரம் பொருந்திய
சிறு வெண் பல்லி போல , தன்னொடு
சுரம் பல வந்த எனக்கும் அருளி, வியல் மலர் அகன் பொழில் ஈமத் தாழி
அகலிதாக வனைமோ நனந் தலை மூதூர்க் கலம்செய் கோவே! (புறம். 256:1-7)

இறந்த அரசனின் உடலைப் புதைப்பதற்குத் தாழி செய்வதற்குக் குயவனை வேண்டுவதாக இப்புறப்பாடல் அமைந்துள்ளது.

சங்க இலக்கியங்களான அகநானூறு, புறநானூறு இவற்றின் பல பாடல்கள் மட்பாண்டங்களைச் செய்யும் குயவர்களைக் குறிப்பிடுகின்றன. இக்குயவர்களே பண்டு சமூகத்தில் நடைபெறும் விழாக்களை ஊருக்கு அறிவிப்பவராகவும், வாழ்வியல் தொடர்பான பல சடங்குகளைச் செய்பவராகவும் அடையாளங்காட்டப்படுகின்றனர். இறந்தவர்களுக்கு ஈமச்சடங்குகளைச் செய்பவர்களும் இவர்களே. குயவர்கள் செய்யும் மட்பாண்டங்கள் பிறப்பு, இறப்பு, வளமை ஆகிய சடங்குகளுக்குப் பயன்படுத்தப்பட்டன. திருமணத்தின்போது மங்கல முதுபெண்டிர் மணமகளைப் புதுக்குடத்து நன்னீரால் நீராட்டல், இறப்பில் நீர்க்குடம் உடைத்தல், வளமைச்சடங்குகளில் வைக்கப்படும் கும்பநீர் முதலியன மட்குடங்களைப் பயன்படுத்தி மக்கள் செய்த சடங்குகளைக் காட்டுகின்றன. இதனால் குயவர்கள் குடி பண்டு சமூகத்தில் மிகுந்த மதிப்புற்றிருந்தனர் எனலாம்.

இவ்வாறு அரசர்களும் குடியில் உயர்ந்தோரும் தாழியில் புதைக்கப்பட்டு நீத்தார் பெருமை பெற்று, வழிபடப்பெற்ற பண்பாட்டை தாழி கவிப்பு என்னும் சொற்கள் பொருந்திய சங்கப்பாடல்கள் நமக்கு காட்டுகின்றன.

தாழியும் பெண்ணின் வயிறும்

தமிழகத்தின் ஈமச்சின்னங்களுள் பெரிய குடம்(பானை) போன்ற வடிவமைப்பையுடைய தாழியானது இறந்தோரை உள்ளே வைத்துப்புதைப்பதற்கு இன்றியமையாததும், பெரும்பான்மையாகப் பயன்படுத்தப்பட்டதுமான ஒன்றாகும். குடத்தை தாயின் வயிறு அதாவது உயிர்களைச் சுமக்கும் கருப்பை என்பதன் குறியீடு என்கிறார் டி.டி.கோசாம்பி. உயிர்கள் தாயின் வயிற்றிலிருந்தே தோன்றுகின்றன. அவ்வாறே இறந்த பின் மீண்டும் தாயின் வயிற்றுக்குள் அவ்வுடல் புகுவதாகக் கருதப்பட்டு தாழிக்குள் புதைக்கும் வழக்கம் தோன்றியது. இக்கருத்தின் குறியீட்டு வடிவானது பொருந்தல் அகழாய்வில், பெருங்கற்காலக் கற்பதுக்கையில் வைக்கப்பட்டிருந்த தாழியின் கழுத்துப்பகுதியில் வளையங்கள் கோர்த்தவாறு சங்கிலி போன்ற அமைப்பு காட்டப்பட்டுள்ளது. இச்சங்கிலி தாழியின் கழுத்துப்பகுதியைச் சுற்றி வந்து ஆனால் இணைப்பில்லாது பிரித்துக் காட்டப்பட்டுள்ளது. இவ்வமைப்பு தாய்க்கும் குழந்தைக்கும் உள்ள உறவுத்தொடர்பினைக் காட்டும் தொப்புள்கொடியை ஒத்ததாகும். தாழியில் இச்சங்கிலி இணையாது பிரித்துக் காட்டப்பட்டிருப்பது தாயின் வயிற்றிலிருந்து மகவு வெளியேறியதைக் குறிக்கிறது.

வளமையைக்குறிக்கும் சுவஸ்திகக்குறியீடு வரலாற்றுக்கு முந்தைய காலத்தில் பழங்குடி மக்களால் அவர்களின் வழிபாட்டிடமான குகைகளில் வரையப்பட்டது. சுவஸ்திகம் மங்கலக்குறியீடு. இக்குறியீடு வளமைக்காக வீடுகளின் முகப்புகளிலும், தானியங்களைச் சேமித்து வைக்கும் களஞ்சியங்களில் இடப்பட்டிருக்கிறது. தென்னார்க்காடு மாவட்டம் சித்தர்வரை என்ற ஊரில் இம்மங்கலக்குறியீடு மலைப்பாறைகளில் காணப்பட்டது. மேலும் இறந்தவர்களைப் புதைக்கும் தாழியில் இக்குறியீடு கெபஸ்திக் எனப்படும் குறியீடாக அதாவது சுவஸ்திக சுழற்சி மாறுபட்டதாக (அதாவது வலமிருந்து இடமாக) உள்ள குறியீடாக பொறிக்கப்பட்டுள்ளது. இது அவ்வுயிர் பிரிந்து சென்ற நிலையைக் காட்டுவதற்குச் செய்யப்பட்ட சடங்குகளில் ஒன்றாகும். தமிழக அகழாய்வுகளில் சுவஸ்திகக் குறியீடு பொறிக்கப்பட்ட பானையோடுகள் கிடைக்கின்றன. தாழியிற்புதைத்தல் என்பது பெரும்பாலும் மருதநிலப்பகுதியான ஆற்றங்கரையோர ஊர்களில் அதிகமாகக் காணப்படுகின்றது.

பாண்டிய நாட்டில் காணப்படும் ஆதிச்சநல்லூர் உள்ளிட்ட முதுமக்கட்தாழிகள் காலத்தால் முந்தியவை. தாழியிற்புதைக்கும் மரபு மருதத்திணையில் சமூகம் முழு வளர்ச்சி பெற்ற நிலையில் பின்பற்றப்பட்ட பண்பாடாகும். இத்தாழி வயிற்புதைக்கும் பண்பாடு பேரரசுகளின் காலம் வரை தொடர்ந்துள்ளது. அதன் பின்பு இறந்தவர்களின் உடலைச் சுடுதல் என்னும் எரியூட்டில் ஈமக்கிரியைகள் செய்யப்பட்டன. எனவே தாழிப் பண்பாடு நின்று போனது என்று கொள்ள வாய்ப்புண்டு.

“சங்க இலக்கியத்தில் பாலைத்திணைப்பாடல்களில் மட்டும் பெருங்கற்சின்னங்கள் (கல்லரண் , கற்பதுக்கை. கற்குவை) நடுகல் ஆகியவை பற்றிக் குறிக்கப்பெறுகின்றது. பாலை என்பது குறிஞ்சி, முல்லை ஆகிய திணைகளின் திரிபு என்று கொண்டால் பெருங்கற்சின்னங்கள் உண்மையில் குறிஞ்சி, முல்லைத் திணைகளில் வைக்கப்பட்டிருக்க வேண்டும். அல்லது சங்ககாலத்தில் பிற (மருத) திணைச் சமூக வளர்ச்சியால் பெருங்கற் சின்னங்கள் வைக்க வேண்டிய அவசியம் இல்லாமல் போயிருக்க வேண்டும். குறிஞ்சி முல்லைத்திணைகளில் சமூக வளர்ச்சியில்லா நிலை என்ற அமைப்பிலேயே மக்கள் வாழ்ந்தனர். அல்லது குறுவளர்ச்சி என்ற நிலையும் இருந்துள்ளது. அதனால் பெருங்கற்சின்னங்கள் முல்லை, குறிஞ்சி திணைகளில் மட்டும் இருப்பதாகப் பேசப்படுகின்றது போலும்’ (தமிழக வரலாற்றுக் கண்ணோட்டங்கள்:2008:33-34)“

மேற்கண்ட ர.பூங்குன்றன் அவர்களின் ஆய்வுக் கருத்தினை நோக்கும் பொழுது குறிஞ்சி முல்லையும் முறைமையில் திரிந்து வளமற்று பாலை எனும் படிவம் கொண்டதால் அந்த வறண்ட நிலத்தில் வளத்திற்காக இந்த பெருங்கற்படைச் சின்னங்கள் வழிபடப்பட்டதாகவும் கொள்ள வாய்ப்புண்டு.

பெருங்கற்படைச் சின்னங்கள் நீத்தார் வழிபாட்டிற்காக அமைக்கப்பட்டன என்றாலும் அவை ஒரு குடியால் இரத்த உறவுள்ள மனிதர் குழாமால் உருவாக்கப்பட்டவையாகும். இவை ஒருகுடியைச்சார்ந்ததாகவோ அல்லது பல்குடியைச்சார்ந்ததாகவோ இருக்கலாம். ஏனெனில் இந்தச் சின்னங்களில் கிடைக்கும் பானையோடுகளில் பல்வேறு குலத்தைச் சார்ந்த குறியீடுகளும் காணப்படுகின்றன. எனவே பெருங்கற்படைச் சின்ன வழிபாடு குடிகளுக்குப் பொதுமையானதாகும். இந்த வழிபாட்டிலிருந்து இல்லுறைத் தெய்வ வழிபாடு சற்று வேறுபட்டது. இல்லில் உறையும் தெய்வத்திற்கு மாலைப்பொழுதில் நெல்லுடன் முல்லை மலரைத் தூவி வழிபடும் சங்கப்பாடல் ஒன்று இந்த இரண்டு வழிபாடுகளின் தன்மையை உணர்த்துவதாக அமைந்துள்ளது.

5. நெல்லுகுத்து பரவும் கடவுள்

சங்க இலக்கியங்களில் முருகன், கொற்றவை, மாயோன் ஆகியோருக்கான வழிபாடு பற்றி குறிப்பிடப்பட்டுள்ளன. இவை தவிர முல்லைத்திணை மக்களுக்கான நடுகல் வீரன் வழிபாடும் குறிப்பிடத்தக்கதாக சங்க இலக்கியங்களில் காணப்படுகின்றன. நடுகல் எனப்படும் நினைவுக்கல் ஈமச்சின்னங்களில் ஒன்றாகும். நடுகல் வீரன் வளத்தினையும், மகப்பேற்றினையும் கொடுக்கும் சக்தியுடையவன் என்ற நம்பிக்கை பண்டை நாளிலிருந்து பயின்று வருவது. ஆகையால் இந்த உருவத்தினை வளமை வழிபாட்டுருவம் என்றும் கருதலாம். பழந்தமிழ்ச் சமூகத்தில் வீரம் முதன்மையாகப் போற்றப்பட்டது. ஆகையால் ஆகோள், ஊர்க்கொலை இவற்றில் உயிர்நீத்த வீரர்களின் நினைவாக நடப்பட்ட நடுகல்-தெய்வமாக முல்லைத்திணை கோவலர், ஆயர், இடையர், மறவர், மழவர், எயினர் ஆகியோரால் வழிபடப்பெற்றது. கோவலர்கள் நடுகல்லினை வழிபட்டனர் என்பது நடுகல்லுக்கும், முல்லைக்கும் இடையிலான தொடர்பினை எடுத்துக்காட்டும். மாடுபிடி சண்டையில் தம் புகழ் நிறுத்தி மாய்ந்த மறவர்கள் குடியை மூதில் என்று கூறுவது மறவர்களின் பெருமையையும், பழமையையும் காட்டுகின்றது.

சங்க இலக்கியங்களில் நிரைகோடல் பற்றி புறநானூற்றிலும், அகநானூற்றிலும் மிகுந்து காணப்பெறுகின்றன. இந்தப் பாடல்களில் மழவர் நிரை கவர்ந்ததைப் பற்றிப் பேசப்படுகின்றன. மறவர்கள் நிரை கவர்ந்தமை பற்றிச்சில பாடல்கள் குறிப்பிடுகின்றன. மறவர்கள் நிரைமீட்டலிலும் ஈடுபட்டுள்ளனர். ஆனால் மழவர்கள் ஒருபோதும் நிரைமீட்டலில் ஈடுபட்டதில்லை. நிரைகவர்தல், மீட்டல் பாலைத்திணைப் பாடலில் மட்டும் பேசப்பெறுகின்றன. மாட்டுச்செல்வம் நிறைந்த முல்லைத்திணையில் ஒரேயொரு அகப்பாடல் மட்டுமே ஆகோள் பூசல் பற்றி பேசுகின்றது. சங்ககால முல்லை வாழ்க்கையில் கால்நடை வளர்ப்பே முதன்மை பெற்ற செல்வம். மாட்டிற்குப் பெற்றம் என்று பெயர் வந்ததும் கூட அது அங்கே பேறு (செல்வம்) என்று கருதப்பெற்றதால் ஆகும். இந்தச் செல்வத்தைக் காப்பதற்கு மறவர்கள் காவலாக நிறுத்தப்

பெற்றிருந்தனர். சங்க இலக்கியம் மழவர்களைக் கள்வர்களாகக் காட்டினாலும் தொல்பழங்காலத்தில் அவர்கள் சேர்ந்த குடிக்குரிய மாட்டுமந்தையைப் பாதுகாப்பிலும் ஈடுபட்டவர்கள். மழவர் வாழ்க்கை அப்போது இரண்டு நிலையையும் பெற்றிருந்தது.

தொல்குடி வாழ்வில் நடுகல் வழிபாடு சிறப்புற்றிருந்தமையைச் சங்க இலக்கியம் மற்றும் தொல்லியல் சான்றுகள் வழி அறியலாம். அகம், புறம் ஐங்குறுநூறு போன்ற நூல்கள் நாணுடை மறவர்களுக்கு நடப்பட்ட நடுகற்கள் பற்றி விவரிக்கின்றன. அகத்தில் பாலைத்திணைப் பாடல்களும், புறத்தில் வெட்சி, கரந்தைப் பாடல்களும் நடுகல் பற்றி விவரிக்கின்றன. இப்பாடல் அனைத்திற்கும் கொடுமுடி போல் அமைந்திருப்பது புறம் 335-ஆம் செய்யுள். அச்செய்யுளின் இறுதி அடிகள் நடுகல் வழிபாட்டின் பன்முகத் தன்மையைக் காட்டுகின்றன.

முல்லை நிலமக்களுக்கு நடுகல் வழிபாடு அன்றிப் பிற வழிபாடு இல்லையென்பதை ஒரு பாடல் குறிப்பிடும்போது,

‘ஒன்னா தெவ்வர் முன்னின்று விலங்கி
ஒளிறேறிந்து மருப்பிற் களிறெறிந்து வீழ்ந்தெனக்
கல்லே பரவின் அல்லது
நெல்லுகுத்துப் பரவும் கடவுளும் இலவே’ *புறம்.335*

என்று கூறுகிறது. முல்லை நிலத்து மக்கள் மாயோனை வழிபடுவர். ஆனால் இங்கு வழிபடு கடவுள் என்று கூறும் நிலையில் நடுகல் தவிர நெல்லைச் சொரிந்து வழிபடும் வேறு கடவுள் இல்லை என்கிறார் புலவர். பாடலில் களிறெறிந்து பட்ட வீரர்களுக்குக் கல்நடப்பட்டது என்று கூறிய போதிலும் நடுகல் வீரர்கள் மாடுபிடி சண்டையில் இறந்தவர்கள் என்பது இங்கு குறிப்பிடத்தக்கது. சங்க இலக்கியத்தில் மன்றத்தில் உள்ள பொதியிலில் நாட்டப் பெற்றிருக்கும் கந்து நடுகல் வழிபாட்டின் ஒருவடிவம் என்று கொண்டால் மன்றம் மன்னர்களைப் புதைக்குமிடமாகவும் நிலைபெற்றிருந்தது எனலாம். புறநானூற்றிலும் (52), அகநானூற்றிலும் (307) கந்து வழிபாடு பற்றிய செய்திகள் உள்ளன. அவை மன்னர்க்கு நடப்பெற்றவை என்று கொள்வதில் தவறில்லை.

நிரைமீட்ட வீரர்கள்

நிரைமீட்ட வீரர்களைக் கரந்தையர் என்று சங்க இலக்கியம் குறிப்பிடும். நிரை மீட்டவர்களைக் குறிக்க மறவர், ஆடவர், தறுகண் ஆளர் போன்ற சொற்கள் பயன்படுத்தப் பெற்றுள்ளன. அகநானூற்றில் 11 பாட்டுகள் நடுகற்களைப் பற்றிப் பேசியுள்ளன. அந்த நடுகற்கள் எல்லாம் கரந்தை வீரர்களுக்கு எடுக்கப்பெற்றவை

என்பது குறிப்பிடத்தக்கது. அந்தப் பாடல்களில் மழவர்கள் நிரை கவர்ந்தபோது கொல்லப்பட்ட மறவர்களுக்கு நடுகல் எடுக்கப்பெற்ற செய்தி கூறப்பெறுகின்றது.

'ஈன்று புறந்தந்த எம்மும் உள்ளாள்,
வான் தோய் இஞ்சி நல் நகர் புலம்ப
தனி மணி இரட்டும் தாளுடைக் கடிகை,
நுழை நுதி நெடு வேல், குறும் படை, மழவர்
முனை ஆத் தந்து, முரம்பின் வீழ்த்த
வில் ஏர் வாழ்க்கை விழுத் தொடை மறவர்
வல் ஆண் பதுக்கைக் கடவுட் பேண்மார்,
நடுகல் பீலி சூட்டி, துடிப்படுத்து,
தோப்பிக் கள்ளொடு துரூஉப் பலி கொடுக்கும்
போக்கு அருங் கவலைய புலவு நாறு அருஞ் சுரம்
துணிந்து, பிறள் ஆயினள் ஆயினும், அணிந்து அணிந்து,
ஆர்வ நெஞ்சமொடு ஆய் நலன் அளைஇ, தன்
மார்பு துணையாகத் துயிற்றுகதில்ல
துஞ்சா முழவின் கோவற் கோமான்
நெடுந்தேர்க் காரி கொடுங்கால் முன்துறை,
பெண்ணை அம் பேரியாற்று ஐண் அறல் கடுக்கும்
நெறி இருங் கதுப்பின் என் பேதைக்கு,
அறியாத் தேஎத்து ஆற்றிய துணையே' அகம். *35*

இப்பாடலில் கள்ளும், ஆட்டுப்பலியும் தரப்பெறுவது சுட்டப்பெறுகின்றது. மற்றொரு அகப்பாட்டில் உயரமான நடுகல் நிழலில் செந்நாய் தன்துணையுடன் தங்கும் எனக் கூறப்பட்டுள்ளது.

விழுத் தொடை மறவர் வில் இட வீழ்ந்தோர்
எழுத்துடை நடுகல் இன் நிழல் வதியும்
அருஞ் சுரக் கவலை நீந்தி, என்றும்
'இல்லோர்க்கு இல்' என்று இயைவது கரத்தல் அகம். *53*

இந்நடுகல் பாட்டில் மறவர்களைக் குறிப்பிடும்போது விழுத்தொடை மறவர் என்று கூறுகின்றது. நோய் பாடியார் என்ற புலவர் அகப்பாடல் ஒன்றில் நாணுடை மறவர் என்று கூறுகின்றார். அந்த நடுகற்கள் பெருவழிகளில் நிறுத்தப் பெற்றிருந்தன என்ற குறிப்பும் கிடைக்கின்றது.

'நல் அமர்க் கடந்த நாணுடை மறவர்
பெயரும் பீடும் எழுதி, அதற்தொறும்
பீலி சூட்டிய பிறங்கு நிலை நடுகல்
வேல் ஊன்று பலகை வேற்று முனை கடுக்கும்
மொழி பெயர் தேஎம் தருமார், மன்னர்   அகம். 67

இப்பாடலில் பீலி சூட்டிய பிறங்குநிலை நடுகல் என்று கூறப்பெறுவது எடுத்துக்காட்டத் தக்கது.

அகநானூறு 179-ஆம் பாட்டு மறவர்களைச் 'செங்கணை ஆடவர்' என்று கூறும். இங்கு செங்கணை என்பது விழுத்தொடை என்பதற்குப் பதிலாக ஆளப்பெற்றுள்ளது.

வான் வாய் திறந்தும் வண் புனல் பெறாஅது
கான் புலந்து கழியும் கண் அகன் பரப்பின்
விடு வாய்ச் செங்கணைக் கொடு வில் ஆடவர்
நல் நிலை பொறித்த கல் நிலை அதர.
அரம்பு கொள் பூசல் களையுநர்க் காணாச்
சுரம் செல விரும்பினிர் ஆயின் இன் நகை   அகம்.179

அகநானூறு 269-ஆம் பாட்டு 'நட்டபோலும் நடா நெடுங்கல்' என்று கூறுகிறது. புடைப்புச் சிற்பம் வடிக்கும் பழக்கம் சங்ககாலத்திலேயே வந்துவிட்டதென்பதை இது உறுதிப்படுத்துகிறது. உருவ வழிபாட்டின் முன்னோடி நடுகல் என்பது இதன் மூலம் புலனாகிறது. நடுகல் புடைப்புச் சிற்பங்கள் அதற்கு முன்னோடியாகும்.

'ஏறுடை இன நிரை பெயர, பெயராது
செறி சுரை வெள் வேல் மழவர்த் தாங்கிய
தறுகணாளர் நல்இசை நிறுமார்
பிடி மடிந்தன்ன குறும்பொறை மருங்கின்
நட்ட போலும் நடாஅ நெடுங் கல்
அகல் இடம் குயின்ற பல் பெயர் மண்ணி
நறு விரை மஞ்சள் ஈர்ம் புறம் பொலிய'   அகம். 269

எயினந்தை மகனார் இளங்கீரனார் பாட்டு நடுகல்லை நெடுநிலை நடுகல் என்று கூறுகின்றது. மேலும், அத்தலைவி நடுகல்லைக் கண் பனிப்ப, கண்ணீர் மார்பில் வீழத் தலைவனுக்கு வெற்றி கிடைக்கவும், அவன் உயிருக்கு தீங்கு நேராதிருக்கவும், மிகுந்த செல்வம் கிடைக்கவும் வணங்கி வேண்டுகிறாள்.

‘சிலை ஏறட்ட கணை வீழ் வம்பலர்
உயர் பதுக்கு இவர்ந்த ததர் கொடி அதிரல்
நெடு நிலை நடுகல் நாட் பலிக் கூட்டும்
சுரனிடை விலங்கிய மரன் ஓங்கு இயவின்
வந்து, வினை வலித்த நம்வயின், என்றும்
தெருமரல் உள்ளமொடு வருந்தல் ஆனாது
நெகிழா மென் பிணி வீங்கிய கை சிறிது
அவிழினும், உயவும் ஆய் மடத் தகுவி
சேண் உறை புலம்பின் நாள் முறை இழைத்த
திண் சுவர் நோக்கி, நினைந்து, கண் பனி,
நெகிழ் நூல் முத்தின், முகிழ் முலைத் தெறிப்ப,
மை அற விரிந்த படை அமை சேக்கை
ஐ மென் தூவி அணை சேர்பு அசைஇ
மையல் கொண்ட மதன் அழி இருக்கையள்
பகுவாய்ப் பல்லி படுதொறும் பரவி
‘நல்ல கூறு’ என நடுங்கி
புல்லென் மாலையொடு பொரும்கொல் தானே?’
அகம்.289

நடுகல்லில் எழுத்து இருந்தமை பற்றி அகப்பாட்டு 297 குறிப்பிடுகின்றது. இவ்வெழுத்து நடுகல் வீரனின் பெயரையும், அவன் பெருமைமிகு வீரச்செயலையும் குறிப்பிடுவனவாக அமைக்கப்பட்டன.

...
கடுங்கண், மறவர் பகழி மாய்;த்தென
மருங்குல் நுணுகிய பேஎம் முதிர் நடுகல்
பெயர் பயம் படரத் தோன்று குயில் எழுத்து
இயைபுடன் நோக்கல் செல்லாது, அசைவுடன்
ஆறு செல் வம்பலர் விட்டனர் சுழியும்.........
.. *அகம். 297*

‘மரம் கோள் உமண் மகன் பேரும் பருதிப்
புன் தலை சிதைத்த வன்தலை நடுகல்
கண்ணி வாடிய மண்ணா மருங்குல்
கூர் உளி குயின்ற கோடு மாய் எழுத்து, அவ்
ஆறு செல் வம்பலர் வேறு பயம் படுக்கும்’ *அகம். 341*

இப்பாட்டில் வருகின்ற குயின்ற கோடுமாய் எழுத்து என்று கூறுவதால் இங்கு எழுத்து என்பதற்கு தற்காலத்தில் வழங்கப்பெறும் ளஉசipவ என்ற பொருளிலேயே இருந்திருக்க வேண்டும்.

புறநானூற்றில் கரந்தை

நடுகற்கள் வெட்சி, கரந்தை வீரர்களுக்கு மட்டுமின்றி நாடாண்ட மன்னர்களுக்கும் எடுக்கப்பெற்றன. தகடூர் ஆண்ட அதியமான் என்ற மன்னனுக்கு எடுக்கப்பெற்ற நடுகல் பற்றி அவ்வையார் பாடியுள்ளார்.

'இல்லா கியரோ காலை மாலை
அல்லா கியர்யான் வாழும் நாளே
நடுகல் பீலிசூட்டி நார் அரி
சிறுகலத்து உகுப்பவும் கொள்வன் கொல்லோ
கோடுஉயர் பிறங்குமலை கெழீஇய
நாடுஉடன் கொடுப்பவும் கொள்ளா தோனே'. புறம்.232

மல்லி நாட்டக் காரியாதி என்பவனுக்கு நடுகல் நடப்பெற்றதைப் பற்றி மற்றொரு புறப்பாடல் (புறம்.261) பேசுகின்றது. பாடலாசிரியர் ஆவூர் மூலங்கிழார் என்ற புலவர் மூலம் வெற்றி கொள்ளும் வேலையுடைய வீரன் நடுகல் ஆகிவிட்டான் என்ற செய்தியை அறிகிறோம். வடமோதங்கிழார் என்ற புலவர் கரந்தை வீரனைப் பற்றி நேரில் பார்த்ததைப் போல விவரித்துள்ளார். அவர் ஊர் நிரையைப் பாம்பின் வாய்ப்பட்ட நிலா மீண்டு வருவது போல் (எதிரிகள்) பகைவர்கள் கொண்டு சென்ற நிரைகளை மீட்டு வந்தான். அவன் மீட்டல் போது பகைவர் விட்ட அம்புகள் ஆற்றங்கரை இலக்குக் கம்பத்தின் மீது தைத்த அம்புகளைப் போல தைத்து நிற்கின்றன. பாம்பின் உடலிலிருந்து தோல் உரிந்து விழுவது போல அவன் உயிர் பிரிந்தது. பிரிந்த உயிர் ஆனிலை உலகம் சென்றடைந்தது. அவனுக்காக எடுக்கப்பெற்ற நடுகல்லில் அவன் புகழ்பொறிக்கப் பெற்றது. அதற்குப் பந்தல் போட்டுப் பூச்சூடி வழிபடுகின்றனர்.

'உயர்இசை வெறுப்பத் தோன்றிய பெயரே
மடஞ்சால் மஞ்ஞை அணிமரிர் சூட்டி
இடம்பிறர் கொள்ளாச் சீறுவழிப்
படஞ்செய் பந்தர்க் கல்மிசை யதுவே'. புறம்.260.12-28

இலக்குக்கம்பத்தில் அம்புகள் தைத்துக் கொண்டிருப்பது போல் வீரனுடைய உடம்பில் அம்புகள் தைத்திருந்தன. செங்கம்-தருமபுரி நடுகற்கள் சிலவற்றில் வீரர்களின் உடலில் அம்புகள் தைத்திருப்பதைக் காணலாம்.

மற்றொரு புறப்பாடல் உடன் வந்த வீரர்கள் நீங்கிய பின்னும் தனியே நின்று போரிட்டு நிரைமீட்டு மாண்டவீரனுக்கு நடுகல் நடப்பட்டதைக் குறிப்பிடுகிறது. நடுகல் வீரனை வணங்கிச் செல்லுமாறு பாணனுக்குப் புலவர் கூறுகிறார்.

'பல்லாத் திரளநிரை பெயர்தரப்பெயர் தருது
கல்லா விளையார் நீங்க நீங்கான்
வில்லுமிழ் கடுங்கணை மூழ்கக்
கொல்புனற் சிறையன் வலிங்கியோன் கல்லே' புறம். 263
............பரலுடை மருங்கிற் பதுக்;கை சேர்த்தி
மரல்வகுத்து தொடுத்த செம்பூங் கண்ணியொடு
அணிமயிற் பீலி சூட்டிப்பெயர் பொறித்து
இனிநட்டனரே கல்லும்' புறம். 264

என்று பாடுகிறார். மயிற்பீலி சூட்டப்பட்ட செய்தியுடன் பதுக்கை அமைக்கப்பட்ட செய்தி இதில் கூறப்பட்டுள்ளது. நடுகல்லினைக் காலந்தோறும் வணங்கி விருந்தெதிர் பெறல் வேண்டும் என்றும், தன் கணவருக்கு நாடு தரு விழுப்பகை எய்தல் வேண்டும்' என்றும் ஒரு மனைவி வேண்டுவதை அள்ளூர் நன்முல்லையார் பாடுகிறார்.

'ஒலிமென் கூந்தல் ஒன்றுதல் அரிவை
நடுகல் கைதொழுது பரவும்' புறம். 306

நடுகல்லை மக்கள் நீராட்டி நெய் விளக்கேற்றிப் பலியூட்டியதைப் புறநானூற்றில் உள்ள ஒரு பாடல் சுட்டுகிறது.

'இல்லடு கன்னின் சில்குடிச் சீறூர்ப்
புடைநடு கல்லின் நாட்பலியூட்டி
நன்னனீரா ட்டி நெய்ந்நறைக்கொளீ இய
மங்குல் மாப்புகை மறுகுடன் கமழும்' புறம்.329

வல்லார் என்னும் ஊர்த்தலைவனான பண்ணன், பகைவரிடமிருந்து ஆனிரை மீட்டுத் தந்து கரந்தைப்போரில் இறந்து போனான்; அவனுக்கு நடுகல் நாட்டிச் சிறப்பு செய்தனர். இதனை முரம்பு நிலமாகிய முதிர்ந்த பறந்தலை இடத்து உயர்ந்த நிலையையுடைய வேங்கையின் ஒளி பொருந்திய கொத்தாகிய நறுமலரைப் புனைந்து சூட்டி, கோவலர் வழிபடும்படி கல்லாயினையே; என்று சிறு கருத்தும்பியார் என்ற புலவர் கழிவிரக்க நிலையில் பாடுகிறார்.

'ஓங்குநிலை வேங்கை யொள்ளிரன் நறுவீப்
போந்தையந் தோட்டிற் புனைந்தனர் தொடுத்துப்
பல்லான் கோவர் படலை சூட்டக்
கல்லாயினையே கடுமான் தோன்றல்' புறம்.265

நாடு காவல் செய்து நல்லறம் பேணி நானிலம் போற்ற வாழ்ந்த கோப்பெருஞ்சோழன் வடக்கிருந்து உயிர் துறந்து நடுகல் ஆன செய்தியைப் பொத்தியார் என்ற புலவர் பாடுகிறார்.

நனந்தலை யுலக மரந்தை தூங்கக்
கெடுவில் நல்லிசை சூடி
நடுகல் லாயினன் புரவலன் எனவே' புறம்.227

மேலும் புறம்.223ஆம் பாடல் கீழ்க்கண்டவாறு நடுகல்லைக் குறிப்பிடுகிறது.

'பலர்க்கு நிழலாகி உலகமீக் கூறித்
தலைப்போ கன்மையிற் சிறுவழிமடங்கி
நிலைபெறு நடுகல் ஆகியக் கண்ணும்
இடங்கொடுத் தொளிப்ப மன்ற'

மேலும் புறம்.314-ல்,

'முனைக்குவரம் பாகிய வெள்வேல் நெடுந்தகை
நடுகற் பிறங்கிய உவலிடு பறந்தலை' -

என நடுகல் இருப்பிடம் பற்றிக் கூறப்படுகிறது. நடுகல் வழிபாடு - வளம் பெறவும், மழை வேண்டியும் பண்டு முதல் இன்று வரை வழிபடப்பட்டு வருகின்றது. வேடியப்பன் என்ற பெயரில் நடுகல் வீரன் இன்றும் செங்கம், தருமபுரிப் பகுதியில் பல்வேறு இனத்தாருக்கும் குலதெய்வமாக விளங்கிவருவது கண்கூடு.

குறிப்புதவி நூல்கள்:

1. புறநானூறு மூலமும் உரையும், கழக வெளியீடு. சென்னை.
2. அகநானூறு மூலமும் உரையும், கழக வெளியீடு, சென்னை.
3. இரா. நாகசாமி, செங்கம்-தருமபுரி நடுகற்கள், தமிழ்நாடு அரசு தொல்லியல் துறை, சென்னை.
4. ர. பூங்குன்றன், தொல்குடி-வேளிர்-அரசியல், புதுமலர் பதிப்பகம், கோவை.
5. கேசவன், தென்னிந்திய நடுகற்கள், நியூசெஞ்சுரி புக் ஹவுஸ், சென்னை.

6. கொற்றவை

தமிழ்ச்சமூகத்தில் தாய்த்தெய்வ வழிபாடு தொன்று தொட்டு இருந்து வரும் பழமையான மரபாகும். தமிழ்ச்சமூகம் ஒரு தாய்வழிச் சமூகம் என்பது நாம் அறிந்ததே. பண்டைத் தமிழ் இலக்கியங்கள் ஐந்திணைக்கும் கொற்றவையை முதன்மைத்தெய்வமாகக் கொண்டுள்ளமையைக் காட்டுகிறது. குறிஞ்சித் தெய்வமான சேயோன் பழையோள் குழவி என்று அழைக்கப்படுவதிலிருந்து அந்த ஆண் தெய்வத்திற்கு முன்பு வரை புராதன காலத்தில் கொல்கின்ற குணமுடைய அவ்வையே தெய்வமாக இருந்தாள் என அறியமுடிகிறது. மலை சார்ந்த இடமான குறிஞ்சித்திணையில் கொல்லிமலைப்பாவையும், அயிரை மலை அணங்கும் பெண் தெய்வங்களாக காட்டப்படுகின்றனர். கொல்லிப்பாவை ஒரு பெண் தெய்வம். அது குறிஞ்சி மக்கள் நம்பிய அணங்காகவும் இருக்கலாம். தொல்பழங்கால மனிதன் ஓவியம் வரைவதை மாந்திரிகச் சடங்காகக் கருதினான். அவன் தாய் வழியாகவே எல்லாவற்றையும் கண்டறிந்தான். அதனால் தாயையே தெய்வமாகப் போற்றினான். ஆனால் தாய்த் தெய்வத்தை ஓவியமாகவும், சிற்பமாகவும் வரைந்தும், செய்தும் வழிபட்டான். வேதங்கள் ஆண் தெய்வங்களைப் போற்றின. இதற்கு மாறாக சிந்து வெளியில் பெண் தெய்வ உருவங்கள் மிகுதியாகக் கிடைக்கின்றன.

ஐந்து நிலத்தின் தலைவி

குறிஞ்சி நிலத்தின் தலைவனான முருகனுக்கு முன்பு குறிஞ்சி நிலத் தலைவியாகக் கொற்றவை இருந்ததை இளம்பூரணார் கூறுகிறார். மலையும் மலை சார்ந்த இடத்தில் உறைபவளாகக் கொல்லிப்பாவை அணங்கு என தெரிவிக்கிறது.

கொல்லிப்பாவை – தொல்பழங்கால ஓவியம்

கொல்லிப் பாவையைப் பற்றி சங்க இலக்கியத்தில் பரவலாகப் பேசப் பெறுகின்றது. குறுந்தொகையில் 89,100 ஆகிய பாடல்களில் கொல்லிப்பாவை பற்றிக் குறிக்கப் பெறுகின்றது. முதல் பாட்டில்,

"பெரும்பூண் பொறையன் பேஎம் முதிர் கொல்லிக்
கருங்கட் தெய்வம் குடவரை எழுதிய
நல்இயல் பாவை.... " *(குறுந்.89)*

அடுத்த பாட்டில்,
"காந்தள் அம் சிலம்பில் சிறுகுடி பசித்தென
கடுங்கல் வேழத்துக் கோடு கொடுத்து உண்ணும்
வல்வில் ஓரி கொல்லிக் குடவரை பாவை..." *குறுந்.100*

முதற்பாட்டில் பொறையன் பேம் முதிர் கொல்லி என்றும், இரண்டாவது பாட்டில் வல்வில் ஓரிக் கொல்லி என்றும் குறிக்கப் பெறுகின்றது. கபிலர் காலத்தில் ஓரிக்குரியதாக கொல்லி இருந்தது. பரணர் காலத்தில் பொறையன் (சேரன்) கொல்லி என்று அழைக்கப் பெறுகின்றது. கபிலரும் பரணரும் சமகாலத்தவர்கள். ஆகையால் இந்த மாற்றம் எப்போது நிகழ்நதது என்று கூறுவது கடினம். இது தனியே ஆய்வு செய்யப் பெற வேண்டும். இங்கு நமக்கு கொல்லிப் பாவையைப் பற்றிய ஆய்வு முதற் தேவை. முதல் பாட்டில் "கருங்கட் தெய்வம் குடவரை எழுதிய நல்லியல் பாவை" என்று கூறுவது எடுத்துக் காட்டத்தக்கது. கொல்லிப் பாவையை கரிய கண்ணை உடைய தெய்வம் வரைந்து வைத்தது என்பது இதன் பொருள். இந்த ஓவியம் சங்க காலத்திற்கு முன் பலவாயிரம் ஆண்டுகட்கு முன் வரையப்பெற்றிருக்க வேண்டும். அதனால் தான் சங்கப் புலவர்கள் தெய்வம் வரைந்த பாவை என்று பாடினர். இந்தக் கருத்தினை வலியுறுத்தும் வகையில் நற்றிணைப் பாடல் ஒன்று அமைந்துள்ளது.

"பயம் கெழு பலவின் கொல்லிக் குடவரைப்
பூதம் புணர்ந்த புதிதியல் பாவை
விரிகதிர் இளவெயில் தோன்றி அன்ன" *(நற்.192)*

இந்தப் பாடலில் பூதம் புணர்ந்த புதிதியல் பாவை என்று கூறுவது எடுத்துக் காட்டத்தக்கது. தொல் பழங்கால ஓவியம் வரையப் பெற்று பலவாயிரம் கடந்த நிலையில் பூதம் வரைந்த ஓவியம் என்று கூறும் நிலை ஏற்பட்டது.

முல்லைத்திணை காடும் காடு சார்ந்த இடம் என்பதை வரையறுக்கும் பொழுது அத்திணையிலும் காடுகிழாள், கானமர்செல்வி, கொற்றி என பெண் தெய்வமே அங்கும் நிலவுகிறது.

மருதம் வேளாண்மை சார்ந்தது. இதில் வேளாண் சடங்குகள் அனைத்தும் பெண்ணை மையமாக வைத்து நடப்பதால் இதிலும் கொற்றவையேத் தலைவி ஆவாள். அதாவது வேளாண்மையைக் கண்டுபிடித்தது பெண் என்பதால் விதை விதைத்து அறுவடை

செய்வது போன்ற வேளாண்மை சார்ந்த அனைத்தும் பெண்ணைச் சார்ந்தே அமையும். மணிமேகலையில் மணிமேகலா என்ற கடல் தெய்வம் கோவலனுக்குக் குலதெய்வம் என்பதை குறிப்பதால் நெய்தல் நிலத்திலும் பெண்ணேத் தலைவியாகவும் தெய்வமாகவும் கருதப்படுகிறாள். குறிஞ்சியும் முல்லையும் முறைமையில் திரிந்த பாலை எனுமோர் படிவத்திற்குக் கொற்றவை முதற்தெய்வமாவாள் என இலக்கணம் வரையறுத்துள்ளது. பாலை நிலத்திற்கு கொற்றவையே முதன்மைத் தெய்வம் என்பதை சுட்டிக்காட்டுவதாக வணிகர்கள் தங்கள் வழியெல்லாம் கொற்றவையை வணங்கியும் அவளுக்கு பலியிட்டுப் போவதும், பொருள் தேடத்தலைவன் செல்லும் பாலைநிலத்தின் தலைவியாகக் கொற்றவை கூறப்படுவதும் இலக்கியம் எடுத்துக்கூறும் செய்திகளாகும்.

இந்நிலையில் இடைப்பட்ட மருத நிலமானது முழுவதும் வேளாண்மை சார்ந்த, நீரோடு தொடர்புடைய திணையாதலின் அங்கு பெண் தெய்வ வழிபாடே ஓங்கியிருந்தது எனலாம். தாமிரபருணி ஆற்றங்கரையோர ஊரான ஆதிச்சநல்லூர் அகழாய்வில் பானையோட்டில் கிடைத்த புடைப்புச் சிற்பம் இங்கு குறிப்பிடத்தக்கது. இப்பானையோட்டில் ஒரு பெண் நின்று கொண்டிருக்கிறாள். அவளது வலப்புறம் தோகைகளோடு கூடிய கரும்பும், கரும்பின் தோகையின் மேல் கொக்கு ஒன்று வாயில் மீனைக் கவ்வியபடியும் நின்று கொண்டிருக்கிறது. இடதுபுறம் நீண்ட கொம்புகளோடு கூடிய மான் ஒன்றும், அதற்கு கீழே பல்லியும், பல்லியின் தலைக்கருகே ஆட்டின் தலையும் காட்டப்பட்டுள்ளது. இப்பொறிப்பில் காட்டப்பட்டுள்ள பெண்ணுருவம் தாய்த்தெய்வமாகிய கொற்றவையே. கொற்றவைக்கு வாகனமாக மான் காட்டப்படுவதாகிய சிற்பங்களுக்கு இப்பானையோடு முன்னோடியாகும். தமிழ்ச்சமூகம் ஆதியில் பொதுவுடைமைச் சமூகமான தாய்வழிச் சமூகமாகும். தாய்தான் வேட்டைச் சமூகத்தைத் தலைமை தாங்குகிறாள். வேட்டையாடி கொண்டு வந்து தரும் பொருட்களைப் பகிர்ந்து கொடுக்கிறாள்.

வேட்டைச் சமூகத்தின் தலைவியான கொற்றவை தன் கையில் வேட்டை சமூகத்திற்கான கருவிகளான வில், அம்பு, கத்தி, கோடரி, வாள் முதலியவற்றை வைத்திருக்கிறாள். வேட்டையில் எருமை, புலி, சிங்கம் போன்ற கொடூர மிருகங்களைக் கொல்வதால் அவற்றை அடக்கியதால் அதை வாகனமாக வைத்திருக்கிறாள். அதாவது தோற்றவற்றைத் தன் காலுக்குக் கீழே வைப்பது பழங்குடி மரபு. இதில் வாகனம் என்பது அடக்கப்பட்ட, தோற்றுப்போன குலத்தைக் குறிப்பதாகும். ஆதியில் வேட்டையாடப்படும் மிருகமாக மான் இருந்துள்ளது. எனவே மானைக் கொன்று அதை வாகனமாக வைத்துள்ளாள்.

தொல்லோவியத்தில் தாய்த்தெய்வம்

மறையூர், வெள்ளருக்கம்பாளையம், கரிக்கையூர் போன்ற இடங்களில் தாய்த்தெய்வத்தின் உருவங்கள் வரையப்பெற்றுள்ளன. அண்மையில் கண்டுபிடிக்கப்பெற்ற திருவண்ணாமலை மாவட்டத்து ஓவியங்களில் பெண் தெய்வ உருவங்கள் காணப்பெறுகின்றன. கொடைக்கானல் ஓவியம் ஒன்றில் அம்மனுக்குப் பலியிடுவதற்கு ஊர்வலமாக அழைத்துச் செல்வதைப் பார்க்கலாம். அது மட்டுமின்றி ஆதிச்சநல்லூர் பெருங்கற்சின்னங்களில் தாய்த்தெய்வத்தின் வெண்கலச்சிலையும், தாழியின் மேல் வரையப் பெற்ற கொற்றவையின் உருவமும் குறிப்பிடத்தக்கவை. ஆதிச்சநல்லூர் தாழி ஒன்றில் பெண்ணின் மார்பகங்கள் காட்டப் பெற்றுள்ளன. மோட்டூர் (திருவண்ணாமலை), உடையாநத்தம் ஆகிய ஊர்களில் உள்ள பெருங்கல் பலகைச் சிற்பங்கள் தாய்த்தெய்வம் என்று கருதப் பெறுகின்றது.

இந்தக் கருத்தினை உறுதிப்படுத்தும் வகையில் ஆந்திரத்தில் கிடைத்த பலகைச் சிற்பங்களில் மார்பகங்கள் காட்டப் பெற்றுள்ளன. தொல்பழங்கால ஓவியங்களில் காட்டப் பெறும் பெண்ணுருவங்கள் தாய்த்தெய்வத்தைக் குறிக்கின்றன. சில குகைகளைக் கன்னி ஆத்தா என்று பெயரிட்டு அழைப்பது குறிப்பிடத்தக்கது. தாய் வழிபாடு இருநிலையில் உருவாவது. முதல் நிலையில் தாயை மட்டுமே மனிதன் அறிந்த நிலையில் உருவானது. இரண்டாவது பெண் வேளாண்மையைக் கண்டுபிடித்தபின் உருவானது.

தொல் பாழங்கால ஓவியங்களில் காணப்பெறும் தாய் வழிபாடு மனிதன் தாயை மட்டுமே அறிந்த காலத்தில் உருவானது. ஆதிச்சநல்லூர் கொற்றவை வேளாண் சமூகத்தில் எழுச்சி பெற்றது. பொதுவாக இந்திய சமூகத்திலும் குறிப்பாகத் தென்னிந்திய சமூகத்திலும் தாய் வழிபாடு மேலோங்கி நிற்பதற்குக் காரணம் சாதி அமைப்பில் புதைந்து கிடக்கும் பழங்குடித் தன்மையும் வேளாண்மையுமே ஆகும்.

அணங்கு

சங்க இலக்கியத்தில் அணங்கு பற்றியக் குறிப்புகள் நிறைய வருகின்றன. அந்தக் குறிப்புகளில் அணங்கு என்பது வருத்தும் தெய்வம் என்று கொள்ளப்பெறுகின்றது. அணங்கு குறிஞ்சித் திணைப்பாட்டில் பயின்று வருகின்றது. சில பாடல்கள் முல்லை, நெய்தல், பாலை, மருதம் ஆகிய திணைகளைச் சேர்ந்தவை.

'முப்புடை முதுபதி தாக்கணங்கு உடைய
காப்பும் பூண்டிசின் கடையும் போகலை' *அகம்.7: 3-4*

தலைவிக்கு எச்சரிக்கை செய்யும் தாயின் கூற்று இது. அணங்கு என்பதற்கு இங்குப் பெண்களை வருத்தும் தெய்வம் என்று பொருள் கொள்ளலாம். கால அடைவில் வருத்தும் பெண் தெய்வம் என்ற பொருளும் உருவாயிற்று. பெண்ணுக்கு அணங்கை உவமித்தலால் வந்த நிலை இது.

'ஆய்நர் நாட்டு அணங்குடைச் சிலம்பு' *அகம்.158-8*

என்று கூறும்போது மலையில் உறையும் தெய்வம் என்று பொருள் கொள்ளப்பெறுகின்றது.

'சூருடைச் சிலம்பின் சுடர்ப்பூ வேய்ந்த
தூம்வேண்டு உருவின் அணங்குமார் வருமே' *அகம்.158:8-9*

மேலும் 'அணங்குடை வரைப்பு' (அகம்.372-3) என்றும் 'அணங்குடைப் பொருப்பு' (338-6) என்றும் 'அணங்குடை நெடுங்கோடை' (272-3) என்றும் அகநானூற்றுப் பாடல்கள் கூறும்போதும் அணங்கை மலையுடன் தொடர்பு படுத்திக் கூறுகின்றன.

கொற்றவை பெயர்க் காரணம்

கொற்றவை பெண் தெய்வம் பண்டு இனக்குழு வாழ்க்கையில் வளத்திற்குரிய தாய்த்தெய்வமாகக் கருதப்பட்டு வந்தது. தமிழக ஐந்திணைகளில் கொற்றவை வேட்டைக்குரியக் கடவுளாகக் குறிஞ்சிநிலத் தெய்வமாகத் தொல்காப்பியம் குறிப்பிடும் சேயோனுக்கு முன்பாக வழிபடப்பட்டாள். வேளாண்மைக் காலத்தில் நிலப்பங்கீடு ஏற்பட்டு, நாடுபிடிக் கொள்கையில் வீரர்கள் வாழத்தலைப்பட்ட போது வீரமுள்ள இத்தாய்த்தெய்வம் தலைவனின் வெற்றிக்காக வேண்டிக் கொள்ளப்பட்டாள். கொற்றவை வெற்றித்தெய்வமானாள். கொற்றவையை வழிபட்டால் எதிரிகள் கொல்லப்படுவர். ஏதிரிகளைக் கொல்வதற்குத் துணை புரிபவள் கொற்றவை. எனவே அவள் கொல்லிப் பாவை எனப்பட்டாள்.

கொல்லிமலை அவள் உறையுமிடங்களில் ஒன்றாக பண்டு வழிபடப்பட்டு வந்தது. எதிரிகளை வருத்துவதால் அவள் அணங்கு ஆவாள். கொல் + தவ்வை = கொற்றவை என்றாகும். தவ்வை என்பது மூத்தவளைக் குறிக்கும். எதிரிகள் கொல்லப்படுவதால் கொற்றம் அதாவது வெற்றி உண்டானது. தலைவன் கொற்றவன்

ஆனான். கொற்றம்; அவ்வை ஸ்ரீ கொற்றவை. கொற்றவை என்ற பெயருக்கு வெற்றியைத் தரும் தாய் எனவும், வெற்றியைக் கொண்டுள்ள அணங்கு எனவும் பொருள் கொள்ளுதல் இங்கு சிறப்புடையது. கொற்றவை வெற்றிக்கான குறியீடு ஆவாள்.

தொல்காப்பியம் காட்டும் கொற்றவை

“மறங் கடைக் கூட்டிய குடிநிலை சிறந்த
கொற்றவை நிலையும் மத்திணை புறனே”
– தொல்.புறத்திணை நூற்பா.

மதிற்போர் பற்றிக்கூறும் உழிஞைத் திணையில், வெற்றியடைந்தோர் வெற்றிக்குக் கொற்றவையே உதவியதாகக் கருதினர். எனவே கொற்றவை உருவச்சிலை மேல் வீரர்கள் தங்கள் போர் ஆயுதங்களை நீராட்டி நிறுத்தி வழிபட்டனர். இதனை ‘வென்ற வாளின் மண்’ (தொல்.புறத்.13) என்ற வரியால் அறியலாம்.

சங்க இலக்கியங்களில் கொற்றவை

‘விடர் முகை அடுக்கத்து விறல் கெழு சூலிக்குக்
கடனும் பூணாம்; கைகந்நூல் யாவாம்
புள்ளும் ஓராம், விரிச்சியும் நில்லாம்
உள்ளலும் உள்ளாம் அன்றே...’ குறுந்தொகை. 218

கொற்றவை போர்த்தெய்வம் ஆனதால் சூலத்தைக் கொண்டிருந்தாள். எனவே சூலி எனப்பட்டாள். சூலியாகிய கொற்றவை வழிபாட்டில் மறவர் தங்கள் உயிரையேக் கொடுத்தனர். இவ்வாறாக வீரர்கள் தங்கள் உயிரை தாங்களே சூலிக்குப் பலி கொடுப்பதை வெறியாட்டு என்று அக்கால மக்கள் குறிப்பிட்டனர்.

‘நிறம்படு குருதி புறம்படி னல்லது
முடை யெதிர் கொள்ளா அஞ்சவரு மரமபிற்
கடவுள் அயிரையின் நிலைஇ’
பதிற்றுப்பத்து.79-16-18

மேற்கண்ட பாடல் வாயிலாக உயிர்கள் கொற்றவைக்கு பலியிடப்பட்டதை அறியமுடிகிறது. பலியால் கொற்றவை திருப்தியுறுவாள் என்றும், வெற்றியைத் தருவாள் என்றுமிருந்த நம்பிக்கையின் வளர்ச்சியால் கொற்றவைக்கு உயிர்ப்பலி இடப்பட்டது எனலாம்.

‘அழல் திகழ்ந் திமைக்கும்
அஞ்சு வரு நெடுவேல்

சுழல் தொடித் தடக்கைக்
காரியும் நிழல் திகழ்' *சிறுபாணாற்றுப்படை.94-96*

கொற்றவையின் போர்க்கருவியாக சூலம் மட்டுமன்றி நெடுவேல், வாள், வில் கூறப்படுகிறது. மேலும் இவ்வாயுதங்களில் கொற்றவை உறைவதாகவும் மக்கள் நம்பினர். போரில் வெற்றிபெற வேண்டிக் கொற்றவையை வழிபட்ட மருதநில மக்கள் போலவேப் பாலைநிலக் கள்வர்களும் அவளை வழிபட்டனர். கொற்றவை பாலைநிலத் தெய்வமாக விளங்கியதைச் சிலப்பதிகாரமும் பெருங்கதையும் தெரிவிக்கின்றன. இது கொற்றவை வழிபாட்டின் பிற்பட்ட கால நிலையாகும். பாலைநிலத்து மக்கள் கொற்றவையை வழிபட்டதை அகப்பாடல் (63,337) தெரிவிக்கிறது.கொற்றவையின் உறைவிடமாகக் கானகம் கூறப்பட்டது. அவள் கானமர்ச் செல்வி, காடுகிழாள், காடுகிழத்தி, பழையோள், பெருங்காட்டுக்கொற்றி எனப்பல பெயர்களால் அறியப்படுகிறாள். கானகத்தின் நடுவே கொற்றவைக்குக் கோயில் அமைந்தது என அறிகிறோம்.

'கடவுள் பெயரிய கானமொடு கல்லுயர்ந்து'
பதிற்றுப்பத்து.9.8
'கானமர் செல்வி'
அகம்.89.8

'எல்லாம்வல் எல்லா பெருங்காட்டுக்
கொற்றிக்கு பேய்நொடித்தாங்கு'
கலித்தொகை.மரு.கலி.24

'கானமர் செல்வி அருளலின் வெண்காற்
புல்படைப் புரவி எய்திய தொல்லிசை
நுணங்கு நுண் பனுவற் புலவன் பாடிய'
அகம்.345

'வலை வலந்தன்ன மென்னிழன் மருங்கிற்
காடுறை கடவுட் கடன் கப்பிய பின்றைப்'
பொருநராற்.41.42

மேற்கண்ட சங்கப்பாடல்களால் கொற்றவையை மக்கள் கானகத் தெய்வமாக வழிபட்டனர் என்று அறியமுடிகிறது. இங்குக்கானகம் என்பது சுடுகாட்டைக் குறிக்கிறது. சுடுகாட்டில் உறைபவளாகக் கொற்றவை வழிபடப்படுகிறாள்.ஏனெனில் கொல்லும் பாவையான கொற்றவை தன்னால் கொல்லபட்டு இறந்தோரைப் புதைக்கும் இடமான சுடுகாட்டையே தன் வாழ்விடமாகக் கொண்டாள் எனலாம். எனவே அவள் அச்சந்தரும் அணங்கு ஆகிறாள். பலி

வேண்டுகிறாள். குருதி இறைத்து வழிபடுவோரின் நம்பிக்கைக் கடவுள் ஆகிறாள்.

மலையும் மலைசார்ந்த வாழ்விடங்களிலும் கொற்றவை உறைவதாக பழந்தமிழ்ப் பாடல்கள் தெரிவிக்கின்றன.

'விடர் முகை யடுக்கதத்து விறல்கெழு சூலி'
குறுந்தொகை.218

'மலைமகள் மகளை மற்றோர் கூற்றே'
திருமுரு.257

'உருகெழு மரபின் அயிரை'
பதிற்றுப்பத்து.88.2

'நிறம் படு குருதி புறம்படின் அல்லது
முடையெதிரி கொள்ளா வஞ்சு வருமரபிற்
கடவுள் அயிரை யினிலை இக்
கேடிலவாக பெருமரின் புகழே'
பதிற்றுப்பத்து.8-9

'குருதி விதிர்த்த குலவுச் சோற்றுக் குன்றோ
குருகெழு மரபின் அயிரை பறைஇ'
பதிற்றுப்பத்து.88.2

அயிரை மலை காவிரியாற்றின் தென்கரையில் திருச்சிராப்பள்ளிக்கு மேற்குப் பகுதியில் அமைந்துள்ளது. இம்மலை தற்போது அய்யர் மலை என்று அழைக்கப்படுகிறது. இம்மலையில் கொற்றவைக்கென தனிக்கோட்டம் ஒன்று பண்டு இருந்தது. இத்தெய்வத்தைப் பல்யானை செல்கெழு குட்டுவன் வழிபட்டான் என்பதை பதிற்றுப்பத்து கூறும் 'அயிரை பறைஇ' என்ற வரியால் அறியலாம். கொல்லிமலையிலும் கொற்றவை உறைந்ததால் கொல்லிப்பாவை எனப்பட்டாள்.

சிலப்பதிகாரம் காட்டும் குச்சரக்குடிசை என்பது கொற்றவைக்குரிய கோயிலே ஆகும். இது நாகரபாணியில் அமைந்த கட்டடக் கலையாகும். இது ஊருக்கு புறத்தே அதாவது சுடுகாட்டருகே இருந்தது என மணிமேகலையின் சக்கரவாளக்கோட்டக்காதை கூறுகிறது. சுடுகாட்டில் உறையும் வருத்தும் பெண் தெய்வமான கொற்றவை 'வடவாயிற் செல்வி' என அழைக்கப்படுகிறாள். ஏனெனில் ஊரின் வடக்குப்பக்கம் பண்டு சுடுகாடு நிலைபெற்றிருந்தது. வடக்கிருந்து உயிர்துறத்தலை இங்கு உற்றுநோக்குதல் வேண்டும்.

குறிஞ்சிநிலத் தெய்வமான கொற்றவை சேயோனுக்குத்தாயாகக் கருதப்பட்டாள். இந்நிலை வேட்டுவச்சமூகம் தாய்வழி சமூகத்திலிருந்து தந்தைவழிச் சமூகமாக மாறுவதைக் காட்டுகிறது. ஆண் முதன்மைப்படுத்தப்பட்டான். எனவே குறிஞ்சி நிலத்தெய்வமாகசேயோன் தொல்காப்பியத்தில்காட்டப்படுகிறான். எனினும் 'வெற்றி வெல்போர்க் கொற்றவை சிறுவ' என்றுதான் அவன் திருமுருகாற்றுப்படை(வரி.258)யில் அழைக்கப்படுகிறான். கொற்றவைக்குரிய ஆயுதங்கள் முருகனுக்கும் வழங்கப்பெற்றன. கொற்றவை இப்போது பழையோள் ஆனாள். ஆகவே 'இழையணி சிறப்பிற் பழையோள் குழவி'யாக திருமுருகாற்றுப்படையில் (வரி.259) முருகன் சுட்டப்படுகின்றான்.

கன்னி வழிபாடு

கன்னி வழிபாடு பற்றிக்கூறும் காலத்தால் முற்பட்ட இலக்கியம் சிலப்பதிகாரம் மட்டுமே. இந்தக் கொற்றவை வழிபாடு கன்னி வழிபாடு என்பதை எடுத்துக்காட்டியவர் இராமேந்திரநாத் நந்தி என்பவர் ஆவார். வேட்டுவ வரியில் குமரி என்று பல இடங்களில் கொற்றவை அழைக்கப் பெறுகிறாள். அவளது கன்னித்தன்மை மிகுந்த சக்தி வாய்ந்தது. கன்னிமை கற்புடைமையை விட உயர்ந்தது. கன்னியிடம் இதுவரையில் பயன்படாத சக்தி புதைந்துள்ளது. அவளை வழிபட்டால் பல அரும்பொருட்கள் கிடைக்கும், வெற்றி கிடைக்கும் என்ற நம்பிக்கையைப் பற்றி ஜியார்ஜிஸ் டுமிசில் கூறுகிறார்.

கொற்றவை நிலை

தொல்காப்பியம் வெட்சித்திணைத்துறைகள் பற்றிக்கூறும்போது கொற்றவை நிலை என்ற ஒரு துறை பற்றிக் கூறுகின்றது. இந்தத் துறையைப் பற்றி விளக்கும்போது இளம்பூரணர் கொற்றவையின் சிறப்புப் பற்றிக் கூறுவது என்றும் குறிஞ்சிக்கு முருகன் மட்டுமின்றி கொற்றவையும் தெய்வம் என்றும் கூறியுள்ளார். கொற்றவை தமிழ் மக்களின் காலத்தால் முற்பட்ட தெய்வம். கேரள மாநிலம் மூணாறுக்கருகில் உள்ள மறையூர் என்ற ஊரில் தொல்பழங்கால ஓவியம் ஒன்றுள்ளது. இந்த ஓவியம் சிவப்பு வண்ணத்தில் உள்ளது. கொற்றவையைச் சுற்றிலும் நூற்றுக்கணக்கான மான்கள் நிற்கின்றன. கொற்றவை-துர்க்கைக்கு வாகனமாக மான் காட்டப்பெறுவது தென்னிந்தியாவில் மட்டுமே. சிலப்பதிகாரத்தில் பாய்கலைப்பாவை என்று கூறுவது இங்கு எடுத்துக்காட்டத்தக்கது. மூவாயிரம் ஆண்டுகளுக்கு முன் வரையப் பெற்ற ஓவியம் இந்தக் கொற்றவை.

வெட்சித்திணை நிரைகவர்தல் பற்றியது. அத்திணையில் கொற்றவை நிலை ஒரு துறையாகக் கூறப்பெறுவதால் கொற்றவை வழிபாடு வெட்சி வீரர்களுக்குரியதாக எடுத்துக் கொள்ளலாம். நிரையை வெற்றியுடன் கவர்ந்த மழவர்கள் வேம்பில் (வேப்பமரம்) உறையும் தெய்வத்திற்குக் குருதிப்பலி இட்டு வழிபாடு செய்வர் என்று அகப்பாடல் ஒன்று கூறும்.

வயவாள் எறிந்து வில்லின் நீக்கி
புலநிரை தழீஇய கடுங்கண் மழவர்
ஆம்புகேண் படுத்து வன்புலத்து உய்த்தென
தெய்வம் சேர்ந்த பராரை வேம்பின்
கொழுப்பா வெறிந்து குருதி தூஉய்
புலவுப் புழுக்குஉண்ட வான்கண் அகலறை' *(அகம்.309:1-6)*

மறவர்களும் கொற்றவையை வழிபட்ட செய்தி சங்க இலக்கியத்தில் கூறப்பெறவில்லை. ஆனால் சிலப்பதிகாரத்தில் கூறப்படுகிறது.சிலப்பதிகாரம் வேட்டுவவரியில் கொற்றவை வழிபாட்டை விரிவாகப் பேசியுள்ளார் இளங்கோவடிகள்.

கொற்றவை வடிவத்தைப் பற்றிக் கூறும்போது வடநாட்டுத் துர்க்கையின் படிமக்கலை மரபுகள் கலந்துள்ளன. அவளுடைய அணிகலன்கள், ஆடைகள், கைகளில் வைத்துள்ள சின்னங்கள், எருமை மீது நிற்கும் நிலை ஆகியவை வடநாட்டு மரபிலிருந்து பெறப்பெற்றவை. வேட்டுவ வரி கூறும் கொற்றவை வடிவமும் வழிபாடும் புராண மரபு மிகுந்து காணப்பெறுவதொன்றாகும். சிவனுக்குரிய அடையாளங்களெல்லாம் கொற்றவைக்கு உரியதாகக் கூறுவது குறிப்பிடத்தக்கது. கொற்றவையைச் சிவனுடைய மனைவியாகக் காட்டும் முயற்சியின் தொடக்கநிலையை இது காட்டுகின்றது. இந்தச்செய்திகள் பழங்குடிக் கடவுளான கொற்றவையைப் பிராமணிய மயமாக்குதலுக்கு உள்ளாக்கும் நிலையையும் காட்டுகின்றன. பழமையும் புதுமையும் கலந்த வடிவத்தை இங்குக் காண்கிறோம். ஊர் மன்றத்தில் சாலினி தெய்வமேறிக் கூறும் செய்திகளும் இதனை வலியுறுத்தும்.

வழங்குவில் தடக்கை மறக்குடித் தாயத்துத்
தெய்வ முற்று மெய்ம்மயிர் நிறுத்துக்
கையெடுத் தோச்சிக் கானவர் வியப்ப
இடுமுள் வேலி எயினர்கூட் டுண்ணும்
நடுவூர் மன்றத் தடிபெயர்த் தாடிக்
கல்லென் பேரூர்க் கெனநிரை சிறந்தன

வல்வில் எயினர் மன்றுபாழ் பட்டன
மறக்குடித் தாயத்து வழிவளஞ் சுரவாது
அறக்குடி போலவிர் தடங்கினர் எயினரும்
சிலம்பு.12:8-16

இந்தப் பாடலடிகள் வேட்டுவர் வாழ்க்கையில் ஏற்பட்ட பாரதூரமான மாற்றங்கள் நிகழ்ந்து வந்ததையே காட்டுகின்றன. கொற்றவை பிராமணிய மயமாக்குதலின் கீழ் வந்தமையால் அத்தெய்வத்திற்குரிய பழங்குடித்தன்மையும் குறைந்து விட்டதையும் இது காட்டுகின்றது. கொற்றவை வழிபாட்டின் பழங்குடித்தன்மையைப் பின்வரும் அடிகள் உறுதிப்படுத்தும்.

'இட்டுத் தலையெண்ணு மெயினர்க் கல்லது
துட்டுத் தலைபோகா தொல்குடி' (12:20-21)

இந்த அடிகள் மூலம் தலைப்பலி கொடுக்கும் வழக்கம் வேட்டுவர்களிடம் இருந்துள்ளமை புலப்படுகின்றது. ஒருவகையில் தலைப்பலி பற்றி முதன்முதலாகக் கிடைக்கும் குறிப்பு என்று இதைக் கொள்ளலாம். தலைப்பலி கொடுக்கும் வழக்கம் தொல்பழங்காலம் முதல் வழக்கத்திலிருந்திருக்க வேண்டும் என்பதற்கு மேட்டுப்புத்தூர் (செங்கம்) உடையாநத்தம் (விழுப்புரம்) ஆகிய இடங்களில் உள்ள தலையற்ற முண்டங்களே சிறந்த சான்று. ஆனால் இலக்கியத்தில் முதன்முதலாகக் குறிக்கப்பெறுவது சிலப்பதிகாரத்திலிருந்து தான். சிலப்பதிகாரத்தில் காட்டப்பெறும் கொற்றவை வழிபாட்டில் பழங்குடிகள் வழிபாட்டு முறையும் பிராமணிய படிமக்கலையும் கலந்துள்ள தன்மையைப் பார்க்கலாம்.

ஏழு வயது வேட்டுவச் சிறுமியைக் கொற்றவை போல் அணியூட்டி ஊர்வலமாக அழைத்துச் செல்கின்றனர். அவளுக்கு அணிகலன்களாக அமைந்துள்ள சில அணிகள் சிவனுக்குரிய அணிகளாக உள்ளன. அவற்றுள் முக்கியமானதாகப் பிறை நிலா தலையில் அணிதல், யானைத் தோல் போர்த்தல் முதலியனவற்றைக் குறிப்பிடலாம்.

"அமரி குமரி கவுரி சமரி
சூலி நீலி மாலவற் கிளங்கிளை
ஐயை செய்யவள் வெய்யவாட் டடக்கை
பாய்கலைப் பாவை பைந்தொடிப் பாவை
ஆய்கலைப் பாவை யருங்கலைப் பாவை
தமர்தொழ வந்த குமரிக் கோலத்
தமரிளங் குமரியு மருளினள் "

இந்த அடிகளில் பாய்கலைப் பாவை என்று கூறுவது எடுத்துக்காட்டத் தக்கது. கொற்றவைக்கு மான் வாகனமாகக் காட்டுவது தமிழகத்தில் மட்டுமே. கரியை உரித்து, போர்வையாகப் போர்த்திய செய்தி சிவனுக்குரியது. ஆனால் இங்குக் கொற்றவைக்கு ஏற்றிக் கூறப்பெறுகின்றது. இது வியப்பிற்குரியது. மற்றோர் இடத்தில்,

> "விண்ணோ ரமுதுண்டுஞ் சாவா வொருவரும்
> உண்ணாத நஞ்சுண் டிருந்தருள் செய்குவாய்"

என்று கூறுகிறார். இந்த நஞ்சுண்ட வரலாறு சிவனுக்குரியது. ஆனால் இங்கு கொற்றவைக்குக் ஏற்றிக் கூறுகிறார். கொற்றவை வேட்டுவத் தெய்வமாக இருந்த நிலையில் இளங்கோவடிகள் பிராமணமயமாக்குதலின் செல்வாக்குக்குட்பட்டுக் கொற்றவை உருவத்தைக் காட்டுகிறார். வேட்டுவர்கள் இந்த வடிவத்தில் கும்பிட்டார்களா என்பது கேள்விக்குரியது. ஆனால் பண்டைய வழிபடு தெய்வம் பெற்றிருந்த வடிவம் பற்றிச் சங்க இலக்கியம் ஏதும் பேசவில்லை. 'பராரை வேம்பு அடியில் உறையும் தெய்வம்' என்று மட்டும் கூறப்பெறுகின்றது. பிராமணமயமாதலின் செல்வாக்கு வேட்டுவவரியில் காணப்பெற்றாலும் இங்குக் கூறப்பெறும் வழிபாடு கன்னிவழிபாடுஎன்றும்கருதப்பெறுகின்றது.சிலப்பதிகார ஆசிரியர் இளங்கோவடிகள் தம் காவியத்தில் பழங்குடி வாழ்க்கையில் நிலை பெற்றிருந்த வரிப்பாடல்களையும், குரவைப் பாடல்களையும் இணைத்து குடிமக்கள் காப்பியமாக்கியுள்ளார். கானல் வரி, வேட்டுவ வரி, ஊர்சூழ் வரி, ஆய்ச்சியர் குரவை, குன்றக் குரவை போன்ற நாட்டார் மரபுப் பாடல்களை காவியப்போக்கிற்கு ஏற்ப அமைத்துப் பாடியுள்ளார். இவற்றில் வேட்டுவ வரி காடுகாண் காதையை அடுத்து வருவது, வரிப்பாடலாவது பிறந்த நிலத்தைப் பற்றியும் வென்றிச் சிறப்பைப் பற்றியும் பாடப் பெறுவது என்று அடியார்க்கு நல்லார் உரை கூறியுள்ளார். இந்த பாடல்களில் சில அகத்திணை மரபினையும், சில பாடல்கள் தெய்வம் பரவுவதைப் பற்றியும் அமைந்துள்ளன. வேட்டுவவரி கொற்றவையைப் பற்றியும் அவள் வென்றிச் சிறப்புப் பற்றியும் கூறுகின்றது. காட்டில் வேட்டையாடித் திரிந்த எயினர்கள் (வேட்டுவர்) முல்லை நிலத்து மந்தைகளையும், வழிப்போக்கரையும் கொள்ளையடிக்காமலும் கொற்றவைக்கு அளிக்க வேண்டிய கடனை (பலி) அளிக்காமலும் வாழ்ந்தமையால் எயினர் குடி வளம் இழந்தது என்று சாலினி கூறுவார். சாலினி என்பவள் மீது கொற்றவை ஏறி கொற்றவைக்கு அளிக்க வேண்டிய கடனை அளியுங்கள் இல்லையேல் உங்கள் ஊர் பாழ்படும் என்று கூறுவாள்.

கொற்றவையை எயினர்கள் வழிபட முற்படுகின்றனர். ஓர் இளம் பெண்ணைக் கொற்றவை வேடமிட்டு குறிச்சி (வேட்டுவ ஊர்) வீதிகளில் ஊர்வலமாக அழைத்து வருகின்றனர். அந்தக் காட்சியை இளங்கோ அடிகள் அழகாக வருணித்துள்ளார். அது பிராமணியக் கோட்பாடுகளையும் பழங்குடி கோட்பாடுகளையும் இணைத்து உருவாக்கப்பெற்றுள்ளது. வேட்டுவ வாழ்வில் பயிலாத பல செய்திகள் கொற்றவை சிற்பக் கலையில் பிணைந்துள்ளன. வட தமிழகத்தில் கிடைத்துள்ளக் கொற்றவை உருவங்கள் கி.பி.5 ஆம் நூற்றாண்டைச் சேர்ந்தவை. சில கொற்றவை உருவங்கள் சிலப்பதிகாரச் சிற்பக்கலை வருணனையுடன் ஒத்துப் போகின்றன என்பது குறிப்பிடத்தக்கது.

ஆனைத்தோல் போர்த்துப்புலியி னுரியுடுத்துக்
கானத்தெருமைக் கருந்தலைமே னின்றாயால்
வானோர் வணங்க மறைமேன் மறையாகி
ஞானக் கொழுந்தாய் ஒடுக்கின்றி யேநிற்பாய்
வரிவளைக்கை வாளேந்தி மாமயிடற் செற்றுக்
கரியதிரிக் கோட்டுக் கலைமிசைமே னின்றாயால்
அரியரன்பூமேலோ னகமலர்மேன் மன்னும்
விரிகதிரஞ் சோதி விளக்காகி யேநிற்பாய்
சங்கமுஞ் சக்கரமுந் தாமரைக் கையேந்திச்
செங்களர் அரிமான் சினவிடைமே னின்றாயால்
கங்கை முடிக்கணிந்த கண்ணுதலோன் பாகத்து
மங்கை யுருவாய் மறையேத்த வேநிற்பாய்

இந்த மூன்று பாடல்களும் கொற்றவையின் சிற்பக்கலையை எடுத்துக் காட்டுகின்றன. மேலும் எயிற்றியர் குலத்துக் கன்னிப் பெண்ணை கொற்றவை கோலம் காணச் செய்கின்றனர்.

இட்டுத் தலையெண்ணு மெயினரல்லது
சுட்டுத் தலைபோகாத் தொல்குடிக் குமரியைச்
சிறுவெள் ளரவின் குருளை நாண் சுற்றிக்
குறுநெறிக் கூந்த னெடுமுடிக்கட்டி
இளைசூழ்படப்பையி ழுக்கிய வேனத்து
வளை வெண்கோடு பறித்து மற்றது (*சிலம்பு. 12:20-25*)

சிலம்புங் கழலும் புலம்புஞ் சீறடி
வலம்படு கொற்றத்து வாய்வாட் கொற்றவை
இரண்டுவேறுருவிற் றிண்டதோ ளவுணன்

தலைமிசை நின்ற தையல் பலர் தொழும்
அமரி குமரி கவுரி சமரி
சூழ்நீல் மாலவற் இளங்கிளை
ஐயை செய்யவள் வெய்யவாட் டடக்கைப்
பாய்கலைப் பாவை பைந் தொடிப் பாவை
ஆயகலைப் பாவை யருங்கலைப் பாவை
(சிலம்பு.16:63-1)

சிலப்பதிகார ஆசிரியர் கொற்றவைக் கோலத்தைப் பற்றி இன்னும் பல செய்திகளைத் தந்துள்ளார். கொற்றவைக்குப் பல அணிகலன்களை விவரித்துக் கூறுவார். எயின வீரர் தலையரிந்துப் பலி கொடுப்பது பற்றியும், கொழுத்த பசுவை வெட்டிப் பலியிடுதல் பற்றியும் கூறப் பெறுகின்றது. இளங்கோவடிகள் ஆசிவக சமணக் கோட்பாடுகளைப் பின்பற்றினாலும் கொற்றவைக்கு உயிர்ப்பலி தருவதைக் கூறுவார்.

பல்லவர் காலத்துக் கொற்றவை சிற்பங்கள்

சென்னை கார்னெட் கலைக்கூடம் மற்றும் விழுப்புரம் மாவட்டம் குஞ்சரம், மாதிரியூர், தருமபுரி மாவட்டம் தீர்த்தமலை ஆகிய ஊர்களில் ஏரிக்கரையிலும் பெருவழிகளிலும் கொற்றவைச் சிற்பங்கள் உள்ளன. இச்சிற்பங்களைச் செய்து வைத்தவர்கள் பெயர்களும் குறிக்கப்பெற்றுள்ளன. இச்சிற்பங்கள் வெட்சி மறவர், மழவர் ஆகியோர் வழிபடுவதற்கு வைக்கப்பெற்றவை. கார்னெட் கலைக்கூடச் சிற்பக்காலம் கி.பி.6-7ஆம் நூற்றாண்டாகலாம். குஞ்சரம் சிற்பம் கி.பி.7ஆம் நூற்றாண்டு. மாதிரியூர் கி.பி.7 ஆம் நூற்றாண்டு. சங்க இலக்கிய மரபில் கூறப்பெறும் கொற்றவையை மழவர்கள் வழிபட்டதாகக் கூறப்பெறுகின்றது. சிலப்பதிகாரத்தில் மறவர்கள் கொற்றவையை வழிபட்டதாகக் கூறப்பெறுகின்றது. இருவரும் வழிபடும் கொற்றவை, காட்டில் நிலைபெற்றிருந்த கொற்றவை. சிலப்பதிகாரக் கொற்றவைக்குக் கோவிலும் கட்டப்பெற்றிருந்தது. அக்கோவில் மாமல்லபுரத்துத் திரௌபதி ரதம் போல இருந்திருக்க வேண்டும்.

நான்கு கொற்றவை உருவங்களிலும் வட்டெழுத்துப் பொறிப்புகள் உள்ளன. முதல் உருவத்தில் பரம்மேட்டியார் வழிபாட்டிற்கு நெல் கொடை அளிக்கப்பட்டுள்ளது. இந்தக் கொற்றவை எருமைத்தலை மேல் நின்ற நிலையில் வடிக்கப்பெற்றுள்ளது. மான் ஊர்தி காட்டப்பெற்றுள்ளது. எட்டுக் கைகளில் வலக்கைகள் சக்கரம், வாள், அம்பு ஏந்திய நிலையிலும் இடக்கைகள் சங்கு, வில், கேடயம், மணி ஆகியவற்றை ஏந்திய நிலையிலும் காணப்படுகின்றன. மார்பில் கச்சை உள்ளது.

தலையில் கண்ணி காட்டப்பெற்றுள்ளது. அயன்குஞ்சரம் கொற்றவையின் எருமைத்தலைக்கு இருபுறமும் வட்டெழுத்துக் கல்வெட்டு பொறிக்கப் பெற்றுள்ளது. அது முதலாம் பரமேசுவரன் காலத்தது.

1. கோவிசைய பரமெ
2. ச்சுவர பருமற்கு யாண்
3. டேழாவது திருக்குன்றத்துரஞ்
4. சேந்தங்கோடன் செய்வித்தது
5. இச்சுர பெரு
6. மக்களுக்கும் இ
7. ளமக்களுக்குமே ருஒட்
8. டு

கல்வெட்டின் இறுதிப்பகுதி அழிந்துபட்டுள்ளது. பெருமக்கள் என்பது ஊர்த்தலைவர் குழுவைக் குறிப்பதாகலாம். நெடுங்கோடன் என்பவன் இந்தச் சிற்பத்தைச் செய்தவன் ஆகலாம்.

மற்றொரு கொற்றவை மாதிரி மங்கலம் என்ற ஊரில் உள்ளது. இது கி.பி. 8 ஆம் நூற்றாண்டைச் சேர்ந்தது. இந்தக் கொற்றவை உருவம் யாரால் செய்யப்பெற்றது என்ற செய்தியும் தரப்பெற்றுள்ளது.

1. கருப்பு
2. ழிரும
3. க்கள்
4. தீச்சா
5. த்தன்
6. சேவித்
7. தது

தீர்த்தமலைக் கொற்றவை கி.பி.8 ஆம் நூற்றாண்டைச் சேர்ந்தது. அச்சிற்பத்தில் உள்ள கல்வெட்டு பின்வருமாறு.

1. ஸ்ரீ பக
2. வதிகுறு
3. சூலி

இந்த நான்கு கொற்றவை உருவங்களும் நடுகற்கள். வீரர்கள் வழிபடுவதற்கென்று உருவாக்கம் பெற்றவை. அயன் குஞ்சரம் கல்வெட்டில் இச்சுரப் பெருமக்களும் இளமக்களும் ஓட்டு என்று கூறப்பெறுகின்றனர். செய்தவர் தீரன் சேந்தன் கோடன் என்பவர். இச்சுரத்துப் பெருமக்கள் என்பதை ஈசுவரன் கோயில் பெருமக்கள் என்று கொண்டுள்ளனர். இங்கு இச்சுரம் இந்த வழி அல்லது காடு என்று பொருள்படும். இங்குப் பாலை நிலத்தில் அல்லது காட்டில் வாழும் தலைவர்கள் என்று பொருள் கொள்ளலாம். இளமக்கள் என்பது வீரர்களைக் குறிக்கும். இந்த உருவத்தையும் அதற்குரிய கொடையையும் பாதுகாக்க ஒப்புக் கொண்டார் என்று இதற்குப் பொருள் கொள்ளலாம்.கொற்றவை நிலைக்கு உரையெழுதிய இளம்பூரணர் குறிஞ்சி நிலத்துக்கு முருகன் மட்டுமின்றிக் கொற்றவையும் கடவுள் என்று கூறுவார். முருகவழிபாடு நடுகல் வழிபாட்டின் எழுச்சி. குறிஞ்சிக்கலி 6ஆம் பாட்டில் ஐயனைப் பாடுவோம் என்று கூறப்பெறுகின்றது. இதற்கு நச்சினார்க்கினியர் முருகன் என்று பொருள் கூறுவார். இங்கு ஐயன் என்பது ஐயனாரையும் குறிக்கலாம். அதனால் முருகன், ஐயனார், கொற்றவை ஆகிய மூன்று தெய்வங்கள் குறிஞ்சிக்கடவுளர் எனலாம். ஐயனாருக்கு உயிர்ப்பலியிடும் வழக்கம் இன்று இல்லையானாலும் தக்கயாகப்பரணியில் மிக்கக் கள்ளும் மிடாக்கறியும் உண்ணும் காளியின் மகன் என்று கூறுவார். இவ்வாறு கள், கறி சாப்பிடுவதை 'வங்கிசத் தாழ்வால் வந்த குணமென்க' என்று உரையாசிரியர் கூறுவார். பழங்குடிகள் ஐயனார்க்கு உயிர்ப்பலியிட்டதையே இது காட்டுகின்றது. இன்றும் நாமக்கல் மாவட்டம் வலையப்பட்டியில் ஐயனார் கோவில் முன்பு சேவல்களை உயிருடன் கட்டித் தொங்கவிடுகின்றனர் என்பது இங்குக் குறிப்பிடத்தக்கது.

பெருங்காட்டுக்கொற்றியாக சுடுகாட்டுப் போர்த்தெய்வமாக கொற்றவை வழிபடப்பட்டதால், வடநாட்டு சுடுகாட்டுத்தெய்வமான காளி வழிபாடு பிற்காலத்தில் கொற்றவை வழிபாட்டில் இரண்டற கலந்தது எனலாம். காளியும் அணங்கு ஆவாள். காளியின் வருகையானது கொற்றவை வழிபாட்டை மறையச் செய்தது எனில் அது மிகையில்லை. கலிங்கத்துப்பரணியிலும், தக்கயாகப்பரணியிலும் போர்த்தெய்வமாக காளியே வணங்கப்படுகிறாள். இந்நிலைக்கு முன்னால் கொற்றவையின் நிலை இரண்டாக இருந்தது. அதாவது பல்லவர் காலத்தில் மகிஷனைக் கொல்லும் நிலையிலும், முற்காலச்சோழர் காலத்தில் மகிஷனின் தலைமேல் நின்று சங்கு சக்கரம் ஏந்திய துர்க்கையாகவும் காட்டப்படுகின்றாள். ஆனால் இந்நிலை கவனிக்கத்தக்கது. சங்கு சக்கரம் ஏந்திய நிலையை சிலப்பதிகாரமே முதன்முதலில் காட்டுகிறது. அவ்வாறே அவுணனின் தலைமேல் நிற்கும் அன்னையின் வடிவத்தினையும்

சிலம்பே படம் பிடிக்கின்றது. ஆனால் சங்கப்பாடல் ஏதொன்றிலும் மேற்கண்ட இருநிலைகள் சுட்டப்படவேயில்லை. சூலத்தைக் கையில் கொண்டவளாகவேக் கொற்றவை காட்டப்படுகிறாள். மேலும் பாய்கலைப் பாவையென்று அவளுக்கு மான் வாகனமாக காட்டப்படுகின்றது. மறையூர் தொல்பழங்கால ஓவியமும் அதை உறுதிப்படுத்துகின்றது. ஆதிச்சநல்லூர் பானையோட்டு தாய்த் தெய்வம் கொற்றவையே ஆவாள். அங்கு மான் நிற்கிறது. ஆனால் பல்லவ, சோழர் கால சிற்பங்களில் கொற்றவைக்கு சிங்க வாகனம் மற்றும் மான் காட்டப்படுகின்றது. இது வடநாட்டு பெண்தெய்வங்களின் வழிபாட்டு கலப்பேயாகும். எனவே இந்நிலையானது கொற்றவையின் வழிபாட்டில் பிற்காலத்தில் தான் ஏற்பட்டிருக்க வேண்டும்.

பல்லவர் காலத்தில் தென்னகத்தில் மகிஷமர்த்தினி வழிபாடு சிறந்தோங்கியிருந்தது. தென்னகத்தில் வாழ்ந்த எருமைக்குலம் ஒன்றினை வென்ற தாய்த்தெய்வ வழிபாடே மகிஷமர்த்தினி வழிபாடாகும். வடநாட்டில் சும்பநிசும்பர்களை வென்ற கோட்டைத் தெய்வமான துர்க்கையின் வழிபாட்டோடு மகிஷமர்த்தினி வழிபாடு இரண்டறக்கலந்தது. துர்க்கம் என்றால் கோட்டை. கோட்டையை ஆளும் பெண் தெய்வம் என்று அதனை பொருள் கொள்ளலாம். மகாராஷ்டிராவில் பெருங்கற்கால ஈமச்சின்னமொன்றில் மகிஷனின் தலைமேல் நிற்கும் தாய்த்தெய்வம் ஒன்றின் சுடுமண் உருவம் கிடைத்துள்ளது. இதுவே காலத்தால் முந்திய மகிஷமர்த்தினி சிற்பமாகும். இத்தெய்வம் தக்கணத்திற்கே உரிய தெய்வமாகும். இத்தெய்வம் பின்பு துர்க்கை வழிபாடானது.

சோழர்கள் காலத்தில் கோட்டையைக்காத்து நிற்கும் காவல் தெய்வமாகிய நிசும்பசூதனி என்னும் பெண் தெய்வம் எழுச்சி பெற்றது. வடவாயிற் செல்வி என்று பண்டைத்தமிழ் இலக்கியங்களில் பெயர் பெற்ற இத்தெய்வம் மன்னர்கள் அமைத்த பெருங்கோயில்களின் அர்த்தமண்டப வடபுற கோட்டத்தில் திகழும் கொற்றவை ஆவாள். இச்சிற்ப வடிவமைப்பில் பண்டைத் தமிழ் மரபு கொற்றவை, துர்க்கை, காளி ஆகிய இணைப்புகளைக் காணமுடிகிறது. இவ்விணைப்பானது ஆகமங்களிலும் விதிகளாக்கப்பட்டு உருவம் சமைக்கப்பெற்றமை தெளிவாகின்றது. கொல்லும் தெய்வமான கொற்றவை பகைவர்களை அழிப்பதற்கான ஆற்றலை மன்னர்களுக்கும் அவர்தம் வீரர்களுக்கும் வழங்கினாள் என்ற அடிப்படையில் பேரரசுகளின் காலத்தில் கொற்றவை தெய்வம் மகிஷமர்த்தினி என்ற போர்த்தெய்வமாக புராணப் பின்னணியோடு முன்னெழுந்தது எனலாம்.

இவ்வாறாக, கொற்றவை வழிபாடு வேட்டைச் சமூகத்தில் தொடங்கி அதாவது வேட்டைக்குரியப் பெண் தெய்வமாக

இருந்து வழிபடப்பட்டுப் பின்பு வேளாண்மைக் காலத்தில் வளத்திற்குரிய கடவுளாகவும், நிலம் பிடிக்கும் சங்ககாலத்தில் போர்த்தெய்வமாகவும் உருமாறி, பின்பு காப்பியக்காலத்தில் சிலம்பு காட்டும் சிவனின் மனைவியாகவும், திருமாலின் தங்கையாகவும் காட்டப்பட்டு, பல்லவர் காலத்தில் மகிஷமர்த்தினியாகவும், துணங்கையஞ்செல்வி துர்க்கையாகவும் வணங்கப்பட்டு, சோழர் காலத்தில் விஷ்ணு துர்க்கையாகவும், நிசும்பசூதனியாகவும், பிற்காலச் சோழர் காலத்தில் காளியாகவும் நிலைமாறி உருப்பெற்றது என உரைக்கலாம்.

எனவே, கொற்றவை வழிபாட்டை உற்றுநோக்கும் பொழுது மகிஷமர்த்தினி, காளி, துர்க்கை ஆகிய பெண் தெய்வங்கள் இரண்டறக் கலந்திருப்பதை நாம் அறியலாம். சிற்பக்கலையிலும் அவை ஒன்றொடொன்று பின்னிப்பிணைந்து விட்டன எனலாம். ஆகவே சங்க இலக்கியங்கள் காட்டும் தாய்த்தெய்வம் வீரர்கள் வழிபட்ட போர்த்தெய்வம் கொற்றவை கலப்பற்றவள் என்பதை பிரித்தறியலாம்.

துணை நூற்பட்டியல்

1. சங்க இலக்கியங்கள்

2. ஆவணம், தமிழகத் தொல்லியல் கழகம், தஞ்சாவூர்.

3. கல்வெட்டு காலாண்டிதழ், தமிழ்நாடு அரசு தொல்லியல் துறை, சென்னை.

4. நடுகல் வழிபாடு, ர.பூங்குன்றன்,சென்னை.

5. காளி வழிபாடு, அனந்தபுரம் கோ.கிருட்டிணமூர்த்தி, சென்னை.

6. பி.எல்.சாமி, தமிழ் இலக்கியங்களில் தாய்த்தெய்வம், நியூசெஞ்சுரி புக் ஹவுஸ், சென்னை.

7. வேள் – முருகன்

முருகு என்ற வேர் சொல்லிற்கு தமிழ்ப்பேரகராதி ஒளி மிகுந்த வீரம் செறிந்த இளமை மிக்க என்று பொருள் கூறுகிறது. முருகு என்ற சொல் சங்க இலக்கியத்தில் பல இடங்களில் பயின்று வருகிறது. அவ்விலக்கியங்களில் "முருகு" என்ற சொல் பெயர்ச்சொல்லாகவும், வினைச்சொல்லாகவும் பயன்படுத்தப்பட்டிருக்கிறது. சங்க நூல்களில் முருகனின் தோற்றத்தைப்பற்றிச் சொல்லும் செய்தியானது இரண்டு கைகளுடன் இருப்பதாக கூறுகிறது. அகப்பாடல் ஒன்றில் தலைவியை இரவுக்குறியில் காண வரும் தலைவன் கையில் வேலுடன் தலைவி வீட்டின் பின் கதவை தட்டும் பொழுது தாய்க் கதவைத் திறக்கிறாள். அவனைப் பார்த்ததும் வந்தது முருகனோ என்று எண்ணியதாகக் காட்டப்படுகிறது. அதாவது முருகன் இருகைகள் மற்றும் வேலுடன் இருப்பதை இப்பாடல் தெரிவிக்கிறது. இவ்வாறு கையில் வேலுடன் முருகன் இருப்பது தொல் பழங்கால மனிதன் பயன்படுத்திய கற்கருவிகளுள் முதன்மையானதும் முதலாவதுமான கூரிய முனையுடன் கூடிய கற்கோடரியையே கையில் ஆயுதமாக வைத்திருப்பதைக் காட்டுகிறது. இதிலிருந்து முருகன் தொன்மையான தெய்வம் எனத் தொல்லியல் சான்றுடன் கொள்ளலாம், அதாவது ஆதிக் கடவுள் முருகனே தமிழர்களின் தெய்வம் என்று கொள்ளலாம்.

முருகனின் வேர்ச்சொல் முரு என்பதாகும். "முரு" என்ற வேர்ச்சொல்லிலிருந்தே முருக்கிய என்றவினைச்சொல் தோன்றியது. அவை சங்க இலக்கியங்களில் குறிப்பிடப்பட்டுள்ளது. "ஞாலங் காவலர் தோள்வலி முருக்கி" "மைந்துடை மல்லன் மதவலி முருக்கி" "ஒன்னார் முன்னிலை முருக்கிப் பின்நின்று"போன்ற தொடர்கள் வீரத்தைக் குறிப்பதாக அமைகின்றன. "முரு" என்ற அடியிலிருந்து பிறந்த முருகன் என்ற பெயர்ச்சொல் வீரன் என்பதையே குறித்து நிற்கிறது.

முருகன் - சுப்பிரமணியன் இணைப்பு கி.பி.4 ஆம் நூற்றாண்டில் தமிழகத்தில் பல்லவர் ஆட்சிக்குச் சற்று முன்பு ஏற்பட்டிருக்க வேண்டும் என்று கருத வாய்ப்புகள் உள்ளன. பல்லவர்

ஆட்சியில் வடமொழிப் புராணங்களின் செல்வாக்கு தமிழகத்தில் மிகுந்திருந்தது என்பதைப் பல்லவர் கலைக்கோயில்கள் நமக்கு எடுத்தியம்புகின்றன. காஞ்சி கைலாசநாதர் கோயிலில் உள்ள முருகன்-தெய்வானை திருமணக்காட்சி சிற்பம் வடபுராணத்தில் உள்ள காட்சியாகும். அதே 7-8 ஆம் நூற்றாண்டில் எழுச்சிப் பெற்ற பாண்டியப்பேரரசில் மதுரையில் அமைந்துள்ள திருப்பரங்குன்றம், இலாடன் கோயில் ஆகியவற்றிலும் முருகன் தெய்வானையுடன் இணைந்த சிற்பங்களே கருவறையில் அமைக்கப்பட்டன. எனவே இந்த வடபுராணக் கலப்பு தோன்றுவதற்கு முந்திய முருக வழிபாடு சங்க இலக்கியங்களில் இருந்தே பெறமுடிகிறது. கந்து வழிபாடும், மர வழிபாடும், வேல் வழிபாடும் செவ்வேளாகிய முருகனின் முந்திய வழிபாடாக திகழ்ந்தது. ஆனால் வடபுராணங்களில் கார்த்திகேயன் பிறப்புப் பற்றிய புராணங்களின் அடிப்படையில் தோன்றிய முருகனைத் திருமுருகாற்றுப்படையும், பரிபாடலும், சிலப்பதிகாரமும் நமக்குக் காட்டுகின்றன. வட இந்தியாவில் குப்தர்கள் காலத்தில் தோன்றிய புராணங்களில் சிவபுராணம், ஸ்கந்த புராணம் குறிப்பிடத்தக்கவை. மௌரியப்பேரரசர்கள் தங்களைச் சிறந்த சேனாதிபதியான முருகனாகப் பாவித்துக் கொண்டனர் என்றும், முருகனின் வாகனமாக மயிலை நிறுவியதும் மௌரியர்களே என்றும் டி.டி.கோசாம்பி கூறுவது இங்கு நோக்கத்தக்கது. முருகனைப்பற்றிச் சங்க நூல்கள் வீரமிக்கவன், வலிமையுடையவன், சீற்றமுடையவன் என்று கூறுவது குறிப்பிடத்தக்கது.

வேள் ஆகிய முருகன் வீரன். அவனுக்கு யானையே வாகனமாக பண்டைய இலக்கியங்கள் காட்டுகின்றன. ஆனால் திருமுருகாற்றுப்படை முருகனை பெருங்கடவுள் தத்துவத்திற்கு இட்டுச்சென்றமை தெரிகிறது. “பழையோள் குழவி“, “கொற்றவை சிறுவ”, “ஆலமர்ச் செல்வன் புதல்வன்” என்று திருமுருகாற்றுப்படையில் முருகன் அழைக்கப்படுகிறான். ஆனால் இதில் ஆலமர்ச்செல்வன் புதல்வன் என்பது புராணத்தின் அடிப்படையில் தோன்றியதாகும். “செறிவளைக்கை நல்லால் இது நகைய இன்றே வெறிகமழ் வெற்பன் நோய் தீர்க்கவரும் வேலன் மடவன் அவனிறுக் தான்மடவன் ஆலமர் செல்வன் புதல்வன் வருமாயின்” (சிலம்பு குன்றக்குரவை -13) என்று முருகன் சிவனின் புதல்வனாக சிலப்பதிகாரம் குறிப்பிடுவது இங்கு எடுத்துக் காட்டத்தக்கது.

பல்லவர் காலத்தில் வட இந்திய புராண மரபின்படி மேலெழுந்த கார்த்திகேயனும், தமிழ்மரபிற்குரிய முருக வணக்கமும் ஒன்று கலந்து முழு வடிவம் பெற்றன. ஏற்கெனவே இங்கிருந்த தாய்த்தெய்வ வழிபாட்டோடு சிவவழிபாடு இணைந்து, பண்டிலிருந்த

பழையோள் குழவியின் இளையனான முருகனை நடுவில் வைத்து சோமாஸ்கந்த வடிவங்கள் கருவறையில் அமைக்கப்பட்டன. இவை சோழர்கள் காலத்தில் உலாப்படிமங்களாகவும் வழிபாட்டிற்கு வந்தன. காஞ்சி கைலாசநாதர் கோயில் கருவறையிலும், திருப்பரங்குன்றம் குடைவரை, மாமல்லபுரம் கடற்கரைக் கோயில் ஆகியவற்றில் உள்ள சோமாஸ்கந்தக் கலைவடிவங்கள் பெரும்புகழ் பெற்றன. ஆனால் இவை பற்றிய குறிப்புக்கள் சங்கநூல்களில் காணப்படவில்லை. சோமாஸ்கந்தரின் குமார உருவ அமைதி பற்றி ஸ்ரீஸாரஸ்வதிய சித்ரகர்ம சாஸ்திரத்தில் தெரிவித்து இருப்பது யாதெனில், ‘சுவாமி, அம்பாளுக்கு இடையில் அமர்ந்திருப்பார். சிறிது வணங்கி, வளைந்திருக்கும் கால்களை உடையவராக இருக்க வேண்டும்’.

சில்பரத்தினம் முருகனை வரைவது பற்றிச்சொல்லும்போது - ஒரு பட்டினத்தில் அல்லது சிறு கிராமத்தில் முருகனை வரையும் போது 12 கைகளுடனும், மலையடிவாரத்தில் உள்ள சிற்றூரில் ?? கைகளுடனும், கிராமத்திலும், காட்டிலும் 2 கைகள் உள்ளவராகவும் வரையுமாறு தெரிவித்துள்ளது. முருகனின் தோற்றமாகக் கையில் வேல், நெற்றியில் கண்ணி மாலை, மார்பில் சன்னவீரம், வெற்றிப் பூ மற்றும் வீரனுக்கு உரிய அரையாடை போன்றவை சங்க இலக்கியத்தில் காட்டப்படுகின்றன. முருகனின் இருப்பிடமாக வேங்கை மற்றும் கடம்பமரம் காட்டப்படுகிறது. முருகனின் கொடியாக மயில், கோழி, யானை ஆகியவை கூறப்படுகின்றன. அகநானூற்றில் “பல் பொறி மஞ்ஞை வெல்கொடி உயரிய” என்றும். திருமுருகாற்றுப்படையில் “கோழியோங்கிய வென்றடு விறற்கொடி“, “வாரணக் கொடியோடு வயிற்பட நிறீஇ” என்றும் தெரிவிக்கிறது.

> “சூருடை முழுமுதல் தடிந்த பேரிசைக் கடுஞ்சின
> விறல்வேள் களிறு ஊர்த் தாங்கு”

என்று பதிற்றுப்பத்து 11-5-6-இல் முருகனின் வாகனமாக யானை கூறப்படுள்ளது. அகநானூற்றில் முருகன் ஏறுவதற்குரிய வாகனமாக யானை கூறப்படுகிறது. முருகனின் ஆடை நிறம் பற்றிக் கலித்தொகை - 105, பரிபாடல் (19-97), குறுந்தொகை கடவுள் வாழ்த்துப்பாடலிலும் தெரிவிக்கப்பட்டுள்ளது.

> “ததூம்புசீர் இன் இயங் கறங்கக் கைதொழுது உருகெழு
> சிறப்பின் முருகு மனைத் தரீஇ கடம்புங்களிறும் பாடி
> நுடங்குபு” -அகம். 138

> “முருகன் அன்ன சீற்றத்துக் கடுந்திறல் எதையும் இல்லன்
> ஆக” -அகநானூறு-58

"அடுப்போர் மிஞிலி செருவிற்கு உடைஇ முருகு முன்பொடு பொருதுகளஞ் சிவப்ப" -அகநானூறு -18

"முருகு உறழ் முன்பொடு கடுஞ் சினம் செருக்கிப்
பொருத யானை வெண் கோடு கடுப்ப" -நற்றினை - 225

"முருகன் சீற்றத்து உருகெழு குரிசில்" - புறநானூறு -16

"கார்நறுங் கடம்பின் பாசிலைத் தெரியல் சூர்நவை முருகன் சுற்றத்து அன்ன நின்" - புறம் - 23

"முருகன் சீற்றத்துருகெழு குரிசில் தாய்வயிற்றிருந்து தாய மெய்தி" - பொருநராற்றுப்படை -131-132

"முருகுஉறழப் பகைத்தலை சென்று அகல் விசும்பி னார்ப்பிமிழ்" - மது.காஞ்சி 181-182

"முருகு டன்று கறுத்த கலியழி மூதூர்" - பதிற்றுப்பத்து 26

முருகன்-சூர்-அணங்கு

"அணங்குஉடை முருகன் கோட்டத்துக்
கலம்தொடா மகளிரின் இகழ்ந்துநின் றவ்வே." -புறம்.299

காதலனைப் பிரிந்து வாடும் பெண், உடல் மெலிந்து, பொலிவிழந்து காணப்படும் பொழுது, அவள் தாய் அவளை முருகன் வருத்துவதாகக் கருதி, வெறியாட்டு நடத்தி முருகனை வழிபடுவது சங்க கால மரபு. அம்மரபுக்கேற்ப, அணங்கு என்ற சொல்லுக்கு வருத்தம் என்று ஒருபொருள் இருப்பதால், "அணங்குடை முருகன் கோட்டம்" என்பதற்கு, "பெண்களை வருத்தும் முருகனின் கோயில்" என்று பொருள் கொள்ளலாம்.

"சூர் மருங்கு அறுத்த சுடர் இலை நெடு வேல்,
சினம் மிகு முருகன் தண் பரங்குன்றத்து,
அந்துவன் பாடிய சந்து கெழு நெடு வரை" - அகம்.59

மேற்கண்ட அகப்பாடலில் முருகனின் வேல் சுடர் இலை போன்ற வடிவமைப்பில் இருந்ததையும், அவன் சினம் மிகுந்தவன் என்பதையும், திருப்பரங்குன்றத்தில் உறைபவன் என்பதையும் இப்பாடல் விளக்குகிறது.

"கழனி உழவர் கலி சிறந்து எடுத்த
கறங்கு இசை வெரீஇப் பறந்த தோகை
அணங்குடை வரைப்பகம் பொலிய வந்து இறுக்கும்

திரு மணி விளக்கின் அலைவாய்ச்
செரு மிகு சேஎயொடு உற்ற சூளே!" அகம் -266

இப்பாடலில் முருகன் உறையும் அலைவாய் எனப்படும் செந்தில் தலத்தில் தலைவன் தலைவியின் கைத்தலம் பற்றி உரைத்த சூள் பொய்த்து விடுமோ என்று கூறுவதாக அமைகிறது. வருத்தும் அணங்கின் முன்னால் எடுத்த சூளுரையானது பொய்த்தால் தெய்வம் தண்டிக்கும் என்ற அச்சம் இருந்தமையை இப்பாடல் விளக்குகிறது. மேலும் இத்தலத்தில் மணங்கள் நடைபெற்றமையையும் இது காட்டுகிறது எனலாம்.

"வானத்து அன்ன வண்மையும் மூன்றும்
உடையை ஆகி இல்லோர் கையற
நீநீடு வாழிய நெடுந்தகை! தாழ்நீர்
வெண் தலைப் புணரி அலைக்கும் செந்தில்
நெடுவேள் நிலைஇய காமர் வியன்துறைக்
கடுவளி தொகுப்ப ஈண்டிய
வடுஆழ் எக்கர் மணலினும் பலவே! " புறம்- 55

மருதன் இளநாகனார் பாண்டியன் இலவந்திகைப் பள்ளித்துஞ்சிய நன்மாறனை முருகன் குடிகொண்டுள்ள செந்தில் கடலோர மணலின் எண்ணிக்கையைக் காட்டிலும் பல்லாண்டு காலம் வாழ்க என வாழ்த்துகிறார். பாண்டியர்களோடு தொடர்புடையதாக முருகவேள் பல பாடல்களில் போற்றப்படுவது இங்கு குறிப்பிடத்தக்கது. சீரலைவாயும், தண்பரங்குன்றும், நெடுங்குன்றமாகிய அழகர்மலையும் பாண்டியநாட்டில் அமைந்திருத்தலால் ஆகலாம்.

கீழ்வரும் அகப்பாடலில் எப்பொழுதும் விழவு நடைபெற்றுக் கொண்டிருக்கும் குன்றமாக மயில் உருவம் பொறிக்கப்பட்டக் கொடி பறக்கின்ற நெடியோன் குன்றம் காட்டப்படுகிறது. இங்கு நெடியோன் முருகன் ஆவான்.

"அருஞ் சமம் கடந்து, படிமம் வவ்விய
நெடு நல் யானை அடுபோர்ச் செழியன்
கொடி நுடங்கு மறுகின் கூடற் குடாஅது,
பல் பொறி மஞ்ஞை வெல் கொடி உயரிய,
ஓடியா விழவின், நெடியோன் குன்றத்து" அகம் -149

குமார தந்திரத்தில் முருகனின் பெயர்கள் சக்திதாரா, ஸ்கந்தா, சேனாபதி, சுப்ரமண்யா, கஜவாகனா, சரவணபவா, கார்த்திகேயா,

குமரா, சண்முகா, தாரகாரி, சேனானி, பிரம்ம சாஸ்தா, வள்ளி கல்யாண சுந்தரமூர்த்தி, பாலஸ்வாமி என்று உள்ளன. இதில் வீரமுடையவன், தாய்த்தெய்வத்தோடு இணைந்தவன், படைத்தலைவன், யானையை வாகனமாக உடையவன், குறிஞ்சி நிலத்தலைவியை மணம் புரிந்தவன், இளமையானவன் போன்ற பெயர்கள் தமிழ் நிலத்திற்குரியவை. மேலும் போர் ஆற்றல் வாய்ந்த முருகன் சங்க இலக்கியங்களில் சுடர்விடு இலை வடிவ வேலைத் தாங்கி நிற்பவன் என்றே காட்டப்படுகிறான். பல்லவர்கள் காலத்தில் பிரம்மசாஸ்தா என்ற முருகனின் திருக்கோலம் புகழ்பெற்றது. மாமல்லபுரம் திரிமூர்த்தி குகையில் பிரம்மனின் படைப்புத் தொழிலை முருகன் ஏற்ற பின்பு உருவான பிரம்மசாஸ்தா என்ற உருவ அமைதியில் அக்கமாலையும், கெண்டியும் கையில் கொண்டுள்ளமையும், சோழர் காலத்தில் சக்திப்படையும், வச்சிராயுதமும் கொண்டவனாகவும் சிற்பங்களில் காட்டப்படுவதுவும், பல்வேறு வடிவங்களுக்கு ஆகமங்களில் விதி கூறப்படுதலும் முருகன் தமிழ் நிலத்திலிருந்து பரந்து பட்ட நிலத்தின் தெய்வமானதைக் காட்டி நிற்கிறது.

வேள்–வேந்தன்–படை வீடுகள்

வெள்ளை, வெண்மை, வெள்ளி என்ற சொற்கள் எல்லாம் வெண்மை நிறம் அல்லது ஒளியுடைய என்ற பொருள் தரும் வெள் என்ற அடிச்சொல்லின் அடியாகப் பிறந்தன எனலாம். வேள் என்ற சொல்லும் இதனடியாகப் பிறந்தது எனக்கொண்டால் அச்சொல் புகழ்பெற்ற ஒளியராய் விளங்குவோர் என்ற பொருளைத் தருவதாலும் அல்லது பழங்காலத்தில் அரசர்களைப் பற்றிப் பொதுவாக நிலவிய நம்பிக்கையின்படி வேளிரிடத்துள்ள ஒளி அல்லது கடவுள் தன்மை என்ற பொருளைத் தருவதாகலாம். துரை.அரங்கசாமியின் ஆய்வு முடிவுகள் “வேள்” என்ற சொல்லின் உண்மைப் பொருளை விளங்கிக் கொள்ளப் பெரிதும் துணை நிற்பவை. வேள், ஒளி ஆகிய சொற்கள் ஒரு பொருள் நுதலியவை என்பதைக் கூறி மேற்கோளுடன் அவர் விளக்குவார்.

இளையர் இன முறையர் என்றிகழார் நின்ற
ஒளியோ டொழுகப் படும். (698)

இக்குறளுக்குப்பொருள் அரசரை இளையர், தமக்கு இன்ன முறையையுடையவர் என்ற அமைதியானது அவரிடத்தில் உள்ள ஒளியோடு பொருந்த ஒழுக்க வேண்டும் என்பதே. ஈண்டு பரிமேலழகர் ஒளியானது அரசர் உறங்கா நிற்கவும் தாம் உலகம் காக்கின்ற அவர் கடவுள் தன்மை என்று கூறுவார்.

வேள், ஒளி ஆகிய சொற்கள் ஒரு பொருள் நுதலிய சொற்கள். அவை ஒளியையும் தலைவனையும் குறித்து வந்தன. அகநானூற்றுப் பாடல்களில் தலைவனின் பண்பிற்கும், தலைவியின் அழகிற்கும் அன்றைய வேள் நகரங்களே அதிகமாக உவமையாகக் கூறப்பட்டிருக்கின்றன. முருகவேள் வழிபாடும் மதுரை, கரூர், காஞ்சிபுரம் ஆகிய நகரங்களில் அதிகமாக இருந்தமை குறிப்பிடத்தக்கது. முருகனும் வேள் என்றே குறிப்பிடப்படுகின்றான்.

"முருகன் நற்போர் நெடுவேள்ஆவி"   *(அகம்.1)*

முருகன் பெருவேள் என்று பெருங்கதையில் குறிக்கப் பெறுகின்றான். வேள் முதலில் குறிஞ்சி நிலத்தலைவன். எனவே கால்நடைகள் அவனது செல்வம். சங்க காலத்திற்கு முன்பும், சங்க காலத்திலும் ஆகோள் பூசல் தொடர்ந்து நடைபெற்றது. ஆகோள் பூசலில் ஈடுபட்டத் தலைவன் வேள் என்று கருதப் பெற்றான். ஆகோள் பூசலின் போது பூசல் தலைவர்களைத் தேர்ந்தெடுக்கும் வழக்கம் ஆப்பிரிக்கக் கால்நடை வளர்ப்பர்களிடையிலும், வேதகால மேய்ப்பவர்களிடையிலும் காணப்பட்ட இயல்பாகும். பின்னர் அமைதிக்காலங்களிலும் அவர்கள் மக்கள் தலைவர்களாக ஏற்றுக்கொள்ளப்பட்டார்கள். உலகம் முழுவதிலுமுள்ள கால்நடை வளர்ப்புச் சமூகத்தில் காணப்பட்ட தலைவர் முறை வேளிர் வரலாற்றிலும் நிலைபெற்றிருக்கவேண்டும் என்கிறார் ர.பூங்குன்றன். எனவே வேளுக்கும் கால்நடை வளர்ப்புச் சமூகத்திற்கும் இடையிலான தொடர்பு குறிப்பிடத்தக்கது. வேள் தொறுப்பூசலில் ஈடுபட்டான். பின்னாளில் பல்வேறு தொழில் செய்யும் மக்கள் கூட்டத்திற்குத் தலைவனாக வேள் உருவானபோது பல இனக்குழுக்களை அடக்கியாள வேண்டிய அரசுருவாக்க நியதி உருவானது. இந்த பரிணாமமே அடங்காத குடிகளை அடக்கிய வேளாக முருகவேள் அலைவாயில் தலத்தில் நிலைபெற்ற தன்மை எனலாம். இங்கு நடைபெறும் சூரசம்ஹார நிகழ்வு என்பது வேளின் ஆட்சிக்குக் கட்டுப்படாத இனக்குழுக்களை வேள் வென்றதேயாகும். ஏனெனில் பல இனக்குழுக்களையும் வென்றடக்கியே வேள் உருவாகிறான். அவ்வாறு தொடக்ககால அரசுருவாக்கத்தின் கட்டமைப்பிற்கு அடங்காத குலங்களின் குலச்சின்னங்களே சிங்கமுகாசுரனாகவும், கஜமுகாசுரனாகவும், பத்மாசுரனாகவும், மயிலாகவும், சேவலாகவும் குறியீடாகக் காட்டப்பட்டது இங்கு நோக்கத்தக்கது.

இது மேலும் ஆய்வுக்குரியது எனினும் இக்கருதுகோளை மறுப்பதற்கில்லை. வேந்தன் எதிரிகளை அழிக்கும் பொழுது படைவீடு அமைத்து அழிக்கச் செல்வான். அதாவது அடங்காத

குடிகளை ஒரு குடையின் கீழ் கொண்டு வருவதாக வடவேங்கடம் முதல் தென்குமரியாயிடை தமிழ் கூறும் நல்லுலகத்தின் எல்லைகளில் உள்ள முருகனின் படைவீடுகளாகிய தலங்கள் இவ்வாறாக முருகன் அடங்காத (தொல்குடி) சூரர்களை வென்ற நிகழ்விற்கான இடங்களாக நாம் கருதலாம்.

உலகம் முழுவதும் இனக்குழுக்களின் குடி ஆட்சியிலிருந்து வேள் ஆட்சிக்கு மாறும்போது வேள் ஆட்சியைப்புனிதம் என்று கருத வைப்பதற்கும், நிலை நிறுத்துவதற்கும் தொன்மை (மரபுத்தோற்றக் கதைகள்) படைத்துக் கொள்ளப்பெற்றன. தலைவன் ஆட்சியை நியாயப் படுத்துவதற்கும் பிறகுடிகளின் அங்கீகாரம் பெறுவதற்கும் மரபுத் தோற்றக்கதைகள் (தொன்மை) படைத்துக் கொள்ளப்பெற்றன. மேலும் வேள் (தலைவன்) கடவுள் தொடர்புடையவன் என்பதைக் காட்டவும் இக்கதைகள் உருவாக்கப்பெற்றன. தொன்மை தொல்காப்பியத்தில் ஓர் இலக்கிய வகையாகப் பேசப்படுகின்றது. இவ்வாறாக மரபின் அடிப்படையில் தமிழ் ஐந்திணையின் தலைவனாக செவ்வேள் முருகன் உருப்பெற்று, தமிழ் நிலத்தின் தனியொரு கடவுள் ஆனான். வடமொழியில் பயின்று வரும் ராஜா என்ற சொல் வேள் என்ற சொல் உருவான சமூகப் பின்னணியில் உருவாயிற்று என்பதை அண்மைக்கால ஆய்வுகள் வலியுறுத்துகின்றன.

ராஜா என்ற சொல் ரஜ் என்ற வேர்ச்சொல்லிலிருந்து உருவான சொல் என்பர். மேலும் அந்த வேர்ச்சொல்லின் விரிந்த பொருளாகத் தலைவன் என்ற பொருள் உருவாகியிருக்க வேண்டும் என்பர். வடமொழி ராஜாவைப் போலவே தமிழ்மொழி வேள் என்ற சொல்லும் உருவாகியிருக்க வேண்டும் என்பதும் வரலாற்றறிஞர் ரோமிலா தாபர் அவர்கள் கருத்து. தமிழகத்தில் வேந்தராட்சி (சேர, சோழ, பாண்டியர்) உருவாகி நிலைபெறுவதற்கு முன் வேள் ஆட்சி உருவாகி நிலைபெற்றது. தொல்குடிகளின் இரத்த உறவினால் வேள் குடித்தலைவன் எழுச்சி பெற்றான். சங்க காலத்திற்கு முன்பே வேளிர் உருவாகி விட்டனர். ஒவ்வொரு தொல்குடிக்கும் ஒரு வேள் இருந்திருக்க வேண்டும். தொல்குடிகளில் இருந்த மக்களுக்கும் வேளுக்குமிடையிலான உறவு இரத்த உறவின் அடிப்படையில் உறுதிப்பட்டு நின்றது.

மேற்கண்ட ஆய்வுக்கருத்துகள் வேளிர் வரலாற்றினைப் பற்றிய பூங்குன்றனின் ஆய்வுகளாகும். இதனை இலக்கியத்தோடும், புராணங்களோடும் ஒப்பிட்டுப் பார்க்கலாம். அவ்வகையில் இவ்வாய்வுக் கருத்துக்கள் முழுவதும் ஏற்றுக்கொள்ளத்தக்கதே. குறிஞ்சி நிலத்தின் தலைவனான முருகனுக்கு முன்பு குறிஞ்சி நிலத்தலைவியாகக் கொற்றவை இருந்ததை இளம்பூரணார்

கூறுகிறார். ஐந்து நிலத்திற்கும் தலைவியானவள் ஒரு நிலையில் தன் அதிகாரத்தைத் தன் மகனுக்கு அளிக்கிறாள். அதாவது அவளின் தலைமைப் பொறுப்பு, பாதீடு உரிமை, தாய உரிமை போன்றவற்றைத் தனக்கு அடுத்ததாக தன் பிள்ளைக்குக் கொடுக்கும் பொழுதே தாய்வழிச் சமூகத்திலிருந்து தந்தைவழிச் சமூகம் உருவாகிறது. தாய்வழிச் சமூகத்தின் தலைவியான அவள் தன் உரிமையை மகனுக்குக் கொடுக்கும் நிகழ்ச்சியாக அதாவது தன்னிடம் உள்ள வேல் போன்ற கருவியை மகனுக்கு வழங்கும் நிகழ்ச்சியை இன்றைய காலத்தில் சிக்கல் என்ற ஊரில் நடக்கும் பார்வதிதேவி முருகனுக்கு சூரனை அழிப்பதற்காகச் சக்தியிடம் வேல் வாங்குதல் என்னும் வழிபாட்டு மரபின் எச்சமாகக் கொள்ளலாம். இந்த வேலானது ஒரு கூர் முனையுடன் இருக்கும். இது தொல்பழங்காலத்தின் பழைய கற்காலக் கருவியாகும். இது முழுவதும் வேட்டைச் சமூகம் ஆகும். ஆனால் கால்நடை வளர்ப்பின் அடிப்படையில் எழுந்த தந்தைச் சமூக வழிபாட்டிற்கு மாறிய பின்பு மற்ற தெய்வங்களுக்குக் கொடுக்கப்பட்டுள்ள சூலம் அனைத்தும் முத்தலை சூலமாகவும் இரும்பு ஆயுதமாகவும் மாறுகிறது. இந்நிலை இரும்பின் பயன்பாடு அறிந்த பின்பு எழுந்த புதிய கற்காலத்தில் ஏற்பட்டதாகும். புதிய கற்காலத்திலேயே கால்நடைவளர்ப்புச் சமூகம் எழுச்சிப் பெற்றது.

பேரரசும் பிரம்மசாஸ்தாவும்

பல்லவர்களின் பேரரசுக் காலத்தில் முழுமையாக வளர்ச்சி பெற்ற முருக வடிவங்களில் ஒன்றாக பிரம்மசாஸ்தா சிற்பம் விளங்கியது. பல்லவர் காலத்தில் பிரம்மதேயமாக வழங்கப்பட்ட ஊர்களில் அமைந்துள்ள கோயில்களில் மட்டுமே குறிப்பாக இந்த பிரம்மசாஸ்தா திருக்கோலப்படிமம் அமைக்கப்பட்டுள்ளமை குறிப்பிடத்தக்கது. பிரம்மனின் தொழிலை ஏற்று நடத்தியதாக இக்கோலம் புராணங்களில் குறிப்பிடப்படுகிறது. பல்லவர்கள் தங்களைப் பிராமண சத்ரியர்கள் என்று செப்பேடுகளில் கூறிக்கொள்கின்றனர். எனவே வீரனான தமிழ்த் திணைகளின் கடவுளான முருகனும், வேதியர் குலத் தலைவனான பிரம்மனும் இணைந்ததாக உருவாக்கப்பட்ட இக்கோலம் பல்லவர்களின் கலைவடிவில் இடம் பெற்றமை குறிப்பிடத்தக்கது.

இவ்வாறாக சங்க காலத்திற்கு முன்னும், தொடர்ச்சியாகப் பேரரசுகள் காலத்திலும் முருகவழிபாடானது தமிழ் நிலத்தில் தனித்துவம் பெற்று விளங்கியமையும், தாதனைய தண்டமிழ்க் குடிகளின் ஆட்சியாளனாக வேள் என்றநிலையில் பெருங்கடவுளாக முருகன் திகழ்வதும், தமிழகத்தின் தந்தை வழிச் சமூகத்தின் முதல் தலைவன் முருகனே என்பதுவும் தெளிவாகின்றது.

துணை நின்ற நூல்கள்

1. சங்க இலக்கியங்கள்
2. பி.எல்.சாமி, சங்க நூல்களில் முருகன், சேகர் பதிப்பகம், சென்னை, 1990
3. ஜி.ஜான்சாமுவேல், செவ்வேளும் செந்தமிழும், ஆசியவியல் நிறுவனம், சென்னை, 1998
4. ர.பூங்குன்றன், வேளிர் வரலாறு, தடாகம் வெளியீடு, பனுவல் பதிப்பகம், சென்னை,
5. இராமலிங்கம், ந. கந்தபுராண ஆராய்ச்சி, 1988.

8. அய்யனார்

அய்யனார் தொல்பழங்காலத்திலிருந்து ஒரு வேட்டைக்கடவுள் ஆவார். வேட்டைச்சமூகத்தில் ஆண் தலைமையேற்ற காலத்தில் முதல் தலைவனாய் வேட்டைக்குப் புறப்பட்ட இளம் வீரனே அய்யன். வேட்டைச் சமூகம் பண்டு குறிஞ்சி நிலத்தையே பெரும்பாலும் சார்ந்திருந்தது எனலாம். குறிஞ்சி நிலத்தின் தலைவனான அய்யன் கால்நடை வளர்ப்புச் சமூகமாய் அச்சமூகம் மாற்றம் பெறும்பொழுது ஆநிரைகளைக் காப்பவனாய், தன் குடிகளுக்காகப் பிறரிடமிருந்து ஆநிரைகளைக் கவர்பவனாய், கவர்ந்தவற்றை பாதீடு செய்பவனாய்த் தந்தைவழிச் சமூகத்திற்கு அடிகோலுகிறான். அங்ஙனம் மேய்ச்சல் சமூகத்தின் வீரனான அய்யன் கால்நடைகளைச் சார்ந்து வாழும் சமூகத்தின் தலைவனாகவும் பரிணமிக்கிறான். கால்நடைகளுக்குத் தேவையான பரந்தவெளியின் நீர்நிலைகளின் காவல் தெய்வமாய் நிற்கிறான்.

அய்யன்–சாத்தன்–சாஸ்தா

அய்யனாரும் சாத்தனும் ஒருவரே எனினும் அதில் அய்யனார் வழிபாடு காலத்தால் முந்தியது. சாத்தன் வழிபாடு அரசு உருவாக்கத்தின் போது இருந்த பழங்குடி மக்களிடையேயும், வணிகத்தாராலும் வணங்கப்பட்ட தெய்வம். ஆனால் இத்தெய்வங்களின் கலப்பு அதன் வீரப்பண்பாட்டின் அடிப்படையில் ஒன்றிணைந்ததாகும். சாத்தன் என்ற சொல் ஆதன் என்பதாக சேரமன்னர்களின் பெயர்களாக அமைந்திருத்தல் குறிப்பிடத்தக்கது. திராவிட மொழிக்குடும்பத்தில் மத்தியப்பகுதிகளில் “ச”கரம், “அ”கரம் அல்லது இகரமாக திரியும் என்பது மொழியிலாளர் கருத்து. எனவே சாத்தன் என்ற தலைவனைக் குறிக்கும் சொல்லானது தமிழ் மொழியில் ஆத்தன் என்றாகி பின்பு ஆதன் என வழங்கப்பட்டதாகக் கொள்ளலாம். அத்தன் என தலைவனையும், தந்தையையும் அழைக்கும் சொற்கள் பக்தி இலக்கியங்களில் காணப்படுகின்றது. தந்தை என்ற சொல்லே தலைவனைத் தான் குறிக்கும். சாத்து என்பது வணிகக்குழு.

சாத்தின் தலைவன் சாத்தன் என்பது இராகவையங்கார் கூற்று. சாதவாகனர் காலத்தில் சாத்தன் என்ற தெய்வம் வீரவணக்கத்தின் அடிப்படையாகத் தோன்றியதென்று தெரிகின்றது என்ற பி.எல். சாமி அவர்களின் கருத்து ஆராயத்தக்கது. ஏனெனில் சாதவாகனர் காலத்தில் நன்கு கட்டமைக்கப்பட்ட அரசு தோன்றிவிட்டது.

அரசுருவாக்கத்தில் மிக முக்கிய பங்கு வணிகத்தைச் சேர்ந்ததாகும். எனவே வணிகக்குழுக்களின் தலைவன் வீரத்தால் இறந்துபட்ட போது தெய்வமாக வணங்கப்பட்டான். ஆனால் வணிகநிலைக்கு முன்பே இந்தத் தெய்வம் பழங்குடி மக்களின் வேட்டைத் தெய்வமாக இருந்து, பழங்குடி மக்களின் தாய்த்தெய்வத்தின் மகனாகவும் கருதப்பட்டான் என்ற அவரின் கருத்தே ஏற்புடையது. தொடக்கநிலையில் வேட்டைத்தெய்வமான அய்யனின் உருவ அமைதி ஆயுதங்களுடன் கூடியது. பின்பு வீரயுக காலத்தில் அது தொடர்ந்தது. வேட்டைக் காலத்திலும், வீரயுகக் காலத்திலும் அய்யன் தலைமையேற்கும் முன்பு அத்தலைமைப் பதவியை வகித்து வந்தவள் தாய்த்தெய்வமே. காரி என்பது கானகத்தை குறித்து நிற்கிறது. காரித்தாய் காடுகிழாள் ஆவாள். எனவே தான் காரியாகிய அய்யன் காரித்தாயின் மகனாகக் கருதப்பட்டான். ஆனால் இங்கு ஒன்று கவனிக்கத்தக்கது. பழையோள் குழவி என்றும் கொற்றவைச் சிறுவ என்றும் விளிக்கப்படும் முருகனும் அய்யனே. சிலப்பதிகாரத்தில் அய்யனைப் பாடுவோம் அய்யனைப் பாடுவோம் என்று குன்றக்குரவையில் பாடப்படுவது முருகனாகவும் இருக்கலாம் அல்லது அய்யனாகவும் இருக்கலாம். ஆனால் இரண்டும் ஒரு பொருள் குறித்த பெயர்களே. ஆக அய்யன், அய்யனார் என்பது பொதுப்பெயராக அமைவது இங்கு கண்கூடு. அய்யன் என்ற சொல் தலைவனைக் குறித்து நின்றதால் முருகனும், சிவனும், மாலும் அய்யனார்களாகவே கருதப்பட்டனர். இதில் சிவனும், மாலும் பெற்ற பிள்ளையாக சாஸ்தா கருதப்படுதல் புராண மரபு. ஆனால் பிரம்மசாஸ்தா என்று முருகனின் உருவ அமைதிகளில் ஒன்று புகழப்படுவது கண்டு பிரம்மம் என்றால் முதல் அல்லது தலைமையைக் குறிக்கும் என்பதால் பிரம்மசாஸ்தா என்பதில் முருகனே முதல் தலைவன் என்பதுவும், பின்பு பல சாத்தன்கள் தோன்றியுள்ளனர் என்பதுவும் தெரிகிறது.

பாசண்ட சாத்தன் என்று சிலப்பதிகாரம் கூறும் சாத்தன் வழிபாடு பௌத்த சமயம் ஏற்றுக்கொண்ட பழங்குடி மரபின் வீரவழிபாடாகும். இது புறம்பணையான் என்பதிலிருந்து ஊரின் வெளிப்புறத்தில் அல்லது காவில் உறையும் தெய்வமாகக் கூறப்படுவது இங்கு நோக்கத்தக்கது. "சாத்தனை மகனாக வைத்து" என்று அப்பர் பாடுவதிலிருந்து சைவ சமயத்தில் அய்யன் வழிபாடு

இணைக்கப்பட்டது தெரிகின்றது. இன்றைய ஐயனார் வழிபாட்டில் பழங்குடி மக்களின் வீரவழிபாடும், பௌத்த, சைனரின் சாத்தன் வழிபாடும், புராண மரபில் தோன்றிய சாஸ்தா வழிபாடும் இரண்டறக் கலந்துள்ளது. ஆனால் அய்யனார் தமிழ் நிலத்தின் ஐந்திணைக் கடவுளாக வணங்கப்பட்ட தெய்வம் ஆவார். குறிஞ்சி நிலத்தில் முதலில் தெய்வம் இருந்த நிலையை அணங்குடை நெடுவரை என்று கொள்கிறோம்.

வேட்டைச் சமூகத்தின் தெய்வமாகக் குன்றின் மேல் சாஸ்தாவாகவும், காவுகளில் காரியாகவும் வணங்கப்பட்டது. பின்பு நீர்நிலைகளில் இத்தெய்வம் காவல் தெய்வமாக இருந்தது. சுனை காத்து நின்றவராயும், கரை மேல் அழகராக ஏரி காத்தவராகவும் வழிபடப்பட்டார். விழுப்புரம், செங்கல்பட்டு, திருக்கோவிலூர் பகுதிகளில் நீர்நிலைகளின் கரைகளில் அய்யனார் வழிபாடு நடைபெறுகின்றது. தென்மாவட்டங்களைப் பொறுத்தவரை நீர்நிலைகளிலும், மலைகளிலும், மலையடிவாரங்களிலும், சிறு காடுகளிலும், எல்லைப்புறங்களிலும் அய்யனார் கோயில்கள் அமைந்துள்ளன. வில்லாயுதமுடையவராக நிற்கும் அய்யனார் சிற்பங்கள் நடுகற்களாகும்.

வீரவழிபாடாகிய வேள் வணக்கம் அல்லது முருக வணக்கம் பாண்டி மண்டலத்தில் அதிகமிருந்தது போலவே அய்யனார் வழிபாடும் நாட்டுப்புற மக்களின் முதன்மை வழிபாடாக அமைந்திருந்தது. அய்யனாரின் வாகனமாக யானை, குதிரை ஆகியன சுடுமண் சிற்பங்களாகச் செய்யப்பட்டு அய்யனார் கோயில்களில் வரிசையாக வைக்கப்படுதல் மரபு. முருகன், அய்யனார், இந்திரன் ஆகிய மூவருக்குமே யானை வாகனமாக இருக்கிறது. இதில் இந்திரன் புராணங்கள் காட்டும் வீரக்கடவுள். ஆனால் முருகனும் அய்யனாரும் தமிழ்நிலத்திற்குரிய தனிப்பெரும் வீரக்கடவுளர்கள்.

பாதீடு–அறப்பெயர்சாத்தன்–தர்மசாஸ்தா

இனக்குழுச் சமூகத்தில் தலைவன் தன் வீரத்தால் பெற்ற செல்வங்கள் அனைத்தையும் மன்றத்தில் அமர்ந்து பங்கீடு செய்வதே பாதீடு ஆகும். பாதீட்டில் இரத்த உறவுகள் மட்டுமின்றி மற்றையோரும் தங்களுக்கு இன்னதெனப் பெற்றார்கள். பகுத்துக் கொடுத்த தன்மையானது பொதுவுடைமையானது மட்டுமல்லாமல் அச்செயல் ஓர் அறத்தோடு செய்யப்பட்டது. யாருக்கும் பாதகமின்றி ஒப்பு நோக்காது பங்கிடப்பட்டது. இப்பங்கீடானது உணவு, நிலம், நீர், கால்நடைச் செல்வம், பொன், பொருள் என அனைத்துமாக நிகழ்ந்தது. மன்றில் தலைவன் முன்னிலையில் நடைபெற்ற இப்பங்கீட்டு நிகழ்வானது யாருக்கு

எது கொடுக்கப்பட்டது என்பதைத் திருவுளச்சீட்டாக (lot system) கொண்டிருந்தது. நிலமும் நீரும் இங்ஙனம் பகுக்கப்பட்டதையேப் பிற்காலங்களில் கரையீடு, கரையாண்மை, கரையோலை என்று கல்வெட்டுகள் சான்று பகர்கின்றன. இப்பகுத்தல் முறை பின்பு சபை உறுப்பினர்களைத் தேர்ந்தெடுத்தலிலும் பின்பற்றப்பட்டது. பேரரசுகளின் காலத்தில் நடைபெற்ற மகாசபைகளின் உறுப்பினர்கள் தேர்ந்தெடுக்கப்பட்ட இந்நிலையில் சபையின் இறைவனாக அய்யன் அமர்ந்திருந்தார். மகாசபைகள் அமைந்திருந்த உத்திதரமேரூர், திருநின்றவூர், புள்ளமங்கை ஆகிய ஊர்களின் சபைக்கல்வெட்டுகள் உள்ள இடங்களில் அய்யனார் வழிபாடு நிகழ்வது இங்கு குறிப்பிடத்தக்கது.

முதலில் சபையின் தலைவனாக, இறைவனாக அய்யனாரும், பின்புவடஇந்தியபண்பாட்டோடுஏற்பட்டகலப்பில்அய்யனாரின் இடத்தை இந்திரனும் அப்பதவியை வகித்தனர் எனலாம். ஆனால் இவ்விரண்டின் ஊடே சபைகளின் தலைவர்களாக விஷ்ணுவும், சிவனும் விளங்கினர் என்பதைத் தமிழகத்தில் பேரரசுகளின் காலக்கல்வெட்டுகள் குறிப்பிடுகின்றன. பல்லவ, சோழப் பேரரசுகளின் காலத்தில் இருந்த பல மகாசபைகள் விஷ்ணு கோயில்களாகவே உள்ளன. சான்றாக உத்திரமேரூர், திருமால்புரம், திருநின்றவூர், பிள்ளைப்பாக்கம் ஆகிய ஊர்களில் உள்ள விஷ்ணு கோயில்களே அவ்வூர் சபைகளாக விளங்கின என்பதை அக்கோயில்களிலுள்ள கல்வெட்டுகள் தெரிவிக்கின்றன. சபையின் நாயகனாக சபாபதியாக சிவபெருமான் விளங்கும் சிதம்பரம் உள்ளிட்ட பஞ்சசபைகளும், திருவண்ணாமலை, திருவாரூர், திருவையாறு போன்ற தலங்களும் பக்திக் காலத்திலிருந்தே சிவனின் இறைத்தலைமைப் பண்பை காட்டுகின்றன. அய்யனாரும், முருகனும், திருமாலும், சிவனும், இந்திரனும் வீரக்கடவுளர்கள். அடிப்படையில் வேட்டைச் சமூகத்தில் முகிழ்த்து, பின்பு கால்நடைச் சமூகத்தில் நிலைபெற்று, வீரயுக காலத்தில் பெருந்தெய்வங்களாய் வணங்கப் பெற்றவர்கள் என்ற அடிப்படையிலேயே இந்த வழிபாட்டு பண்பாடு கலந்தது. மேலும் ஒன்றின் இடத்தை மற்றொரு தெய்வமும் பிடித்துக் கொண்டது எனலாம். மேற்கண்ட இத்தெய்வங்களின் அடிப்படைப் பண்பியல் கூறுகளை, ஆகமநியதிக்குட்படாத இயல்புகளை அய்யனார் வழிபாட்டில் மட்டுமே இன்றளவும் காணமுடிகிறது.

வேதகாலத்தில் இந்திர சபையின் தலைவனாக இந்திரன் விளங்கினான் என்று புராணங்கள் தெரிவிக்கின்றன. வீரனாகிய இந்திரன் வழிபாடு சங்க காலத்தில் தமிழகத்தில் நடைபெற்றது. மேய்ச்சல் சமூகத்தின் தலைவனாக ரிக் வேதம் காட்டும் இந்திரனுக்குக் குதிரை வாகனமாகவும், இந்திர சபையின்

தலைவனாய் அவன் அமர்ந்த பொழுது ஐராவதம் என்னும் யானை வாகனமாகவும் காட்டப்படுகின்றது. வேதகாலத்தின் இந்திர வழிபாடு தென்னகத்தின் தொன்மை சான்ற அய்யன் வழிபாட்டோடு இணைந்த காலத்தில் பூம்புகாரில் இந்திரவிழா சிறப்பாக நடைபெற்றது. இருவரும் வீரக்கடவுளர்கள். தென்னகத்தின் முருக வழிபாட்டோடு வட புராணத்து கார்த்திகேயன் இணைப்பைப் போன்றதே இதுவும். வீர வழிபாட்டில் ஏற்பட்ட இக்கலப்பானது, சமூக மாற்றங்களினால் ஏற்பட்ட சமய எழுச்சிகளின் அடிப்படையில் ஏற்பட்டதே. தொல்குடி மக்கள் வணங்கிய அய்யனார் நாட்டுப்புறத் தெய்வமாய் இன்றளவும் வணங்கப்பட்டு வரும் நிலையில், இரு பண்பாடுகளின் கலப்பில் முகிழ்த்த சாஸ்தா வழிபாடு தனக்கென புராணத்தை உருவாக்கிக் கொண்டது. சைவ-வைணவ பெருஞ்சமயங்களின் இணைப்பில் தன்னைச் சாஸ்தாவாக வெளிக்காட்டிக் கொண்டது.

அய்யனார் உருவ அமைதி

அய்யனாரின் வடிவங்களில் யானை மேல் கையில் செண்டுடன் அமர்ந்த கோலத்தைக் காலத்தால் முந்தியதாகக் கருதலாம். அய்யனாரின் உருவ அமைதி இங்குக் குறிப்பிடத்தக்கது. அரசனுக்குரிய தோரணை, ஆடை, அமர்வு நிலை ஆகியன நோக்கத்தக்கன. இராஜலீலாசனம் அல்லது உத்குடிகாசனம் அய்யனின் அமர் நிலைக்குரிய காட்டுகளாகும். அய்யனார் கையில் இருக்கும் செண்டாயுதம் புராணப் பின்னணியைக் கொண்டதாக அமைகிறது. ஆனால் உண்மையில் வேட்டுவக்கடவுளான அய்யனார் கையில் வைத்திருக்கக்கூடிய செண்டாயுதம் வளைத்தடி போன்ற அமைப்பை உடையது. பாண்டியர்களின் அரசுச் சின்னத்தில் இந்தச் செண்டு உள்ளது சிறப்பாகும். பாண்டியர்கள் ஐவகை நிலங்களின் தலைவர்களாக முதலில் எழுச்சி பெற்றவர்கள் ஆவர். எனவே ஐந்திணைகளின் தெய்வமாக மேற்குறிப்பிட்டபடி அய்யனார் வழிபாடு பாண்டிய நாட்டில் தொண்டை மண்டலத்தைக் காட்டிலும் அதிகமிருந்தது எனலாம். இது முருக வழிபாட்டை ஒத்ததாகும். செண்டார் கையன் என்றும் செண்டலங்காரர் என்றும் இவருக்குப் பெயர்கள் உள்ளதாக உ.வே. சா எழுதியுள்ளார்.

ஐயனாரின் கையில் உள்ள நுனி வளைந்த ஆயுதமே செண்டாயுதம். ஐயனார் கையில் ஆயுதமாக வைத்திருக்கும் முனையில் மூன்று வளைவுகளைக் கொண்ட கழி. செண்டு இடையர் மேய்ச்சலில் ஈடுபடும் பொழுது கால்நடைகளுக்கு இலைதழையை உயரமான மர வாதுகளில் இருந்து கீழே இழுத்துத் தர உதவும் ஒரு கருவியாகும். இது நீண்ட கழி போன்றும்,

முனையில் உலோகத்தால் ஆன வளைந்த கொக்கி போன்றும் அமைந்திருக்கும். திருவிளையாடற்புராணத்தில் உக்கிரகுமாரன் கடல் வற்றச் செண்டெறிந்ததும், கரிகாலன் மேருவை வளைக்கச் செண்டு எறிந்ததும் தொன்மங்களாகும். எனினும் இக்கருவி காலத்தால் பழமையானது. வாழ்வியலோடு தொடர்புடையதாகி அரசுருவாக்கத்தில் நிலை பெற்றதாகும். ஆநிரைகளைக் காக்கும் முல்லைநில மாந்தரோடு தொடர்புடையது. எனவே முல்லை நிலமான பாண்டிய நாட்டின் அரசு சின்னத்தில் இடம் பெற்றது. அய்யனார் கையில் கொண்டுள்ள செண்டுவை நோக்க, அய்யனார் ஒரு இடையர் முல்லை நிலக்கடவுள் என்பதுவும் புலப்படுகிறது. சாத்தன் கையில் இருந்த குதிரை ஓட்டும் சாட்டையே பிற்காலத்தில் செண்டாகியது என்ற பி.எல்.சாமி அவர்களின் கூற்று மேலும் ஆராயத்தக்கது. குதிரையினைப் பற்றி அறியாத சிந்துவெளி மக்களிடத்திலும் செண்டு குறியீடு காணப்படுகின்றது. அய்யன் முதலில் குறிஞ்சி நிலத்தலைவனாய் வழிபடப்பட்ட போது யானை வாகனமாய் இருந்தது. எனவே யானையே தமிழகத்தைப் பொறுத்தவரை அய்யனாரின் முதல் வாகனமாகும். பின்பு வணிகத்தின் வளர்ச்சி கட்டத்தில் மேலேழுந்த சாத்துகளோடுத் தொடர்புடைய தெய்வமாய் ஆனபோது குதிரை வாகனமானது. குதிரை வீரன் உருவமாகிய சாதவாகனனே என்பதில் ஐயமில்லை. சாத்தனின் குதிரை உலவிவரும் இடம் செண்டு வெளி ஆயிற்று. யானையை வாகனமாய் உடைய சாத்தனைப் போன்று அங்குசம் கையில் பற்றிய பூதநாதனாய், சந்தியின் காவல் தெய்வமாய் கணபதி அமர்ந்ததுவும் இங்கு கருதத்தக்கது.

சாஸ்தாவாகிய அய்யப்பன் வழிபாடும் சைவ-வைணவ இணைப்பில் உருவான தொன்மம் மட்டுமல்லாது, இருபெருந்தெய்வங்களின் ஆகமமரபுகளைப் பின்பற்றியதாகும். சபரி அய்யப்பனின் யோக நிலையில், சின்முத்திரை காட்டி, குத்திட்டு அமர்நிலை கொண்டுள்ள படிமக்கலையானது சோழர்கால தென்முகக்கடவுளின் அமர்வு நிலையையும், பல்லவர்காலம் மற்றும் முற்காலச் சோழர் கால அய்யனார் சிற்பங்களின் வடிவங்களின் கலவையான உருவ அமைதியாகும்.

சங்ககாலத்தின் மூவேந்தர் ஆட்சி முடிவுற்ற பின்பு, தமிழகத்தில் நடைபெற்ற உள்நாட்டு வாணிகத்தில் குதிரை, ஆநிரைகள் ஆகிய கால்நடைகளின் வணிகமே செழித்திருந்தது எனலாம். இதில் குதிரை வணிகம் பெரும்பாலும் அயல்நாட்டு வணிகமாகவும், ஆநிரைகளின் வணிகம் உள்நாட்டு வணிகமாகவும் நடைபெற்றது. அயல்நாடுகளில் கிடைக்கும் பானையோடுகளில் உள்ள தமிழ்-பிராமி எழுத்துப் பொறிப்புகளில் சாத்து வேள், சாதன், சாதன் கணன், சாத்தன் ஆகிய பெயர்கள் காணப்படுகின்றமை இங்கு

குறிப்பிடத்தக்கது. உள்நாட்டு ஆநிரைகளின் மாட்டுச் சந்தைகள் நடைபெற்ற இடங்களான செங்கம், திருவண்ணாமலை, தகடூர் பகுதிகளில் நடுகற்கள் அமைந்துள்ளமை மேற்கண்டவற்றோடு ஒப்பு நோக்கி கருதத்தக்கது. ஆக, தமிழகத்தில் வணிகத்தின் தலைவனாய் சாத்தனாய் அய்யன் வணங்கப்பெற்றமையும், குதிரையை வாகனமாய் உடையவனாய் வழிபடப்பெற்றமையும் கி.பி.3 ஆம் நூற்றாண்டிற்குப் பின்பு என்று கொள்ள வாய்ப்புண்டு.

வணிகர்கள் பெரும்பாலும் ஆதரித்தசமண, பௌத்தசமயங்களும் சாத்தனை தமக்குள் உள்வாங்கின. அறச்சாத்தனாகவும், தர்மசாஸ்தாவாகவும் அய்யனார் வழிபாட்டை இணைத்துக் கொண்டது. இந்நிலையில் சாத்தன் பலிகளை ஏற்காத அறக்கடவுளாகிறார். மேலும் உயர்ந்த தத்துவங்களை விளக்கும் சான்றோனாய், சாத்திரங்களில் வல்லோனாய் வணங்கப்படுகிறார். பெரிய புராணத்தின் 'வெள்ளானைச் சருக்கம்' மூலம் அய்யனார் திருப்பட்டூரில் பிறந்தவர் என்றும். தொண்ணூற்றாறு வகை சாத்திரங்களிலும் வல்லவர் என்றும் அறிய முடிகின்றது. இவரே சேரமான் பெருமாள் நாயனாரின் திருக்கைலாய ஞான உலாவை எழுதியவர் என்றும் குறிப்பிடுகிறது. திருப்பட்டூரில் சாத்தன் கையில் ஓலைச் சுவடியை வைத்திருப்பது அதைக் குறிப்பிடுகிறது. பாசண்டச் சாத்தன் சாத்திரங்களை வைத்திருப்பதாகச் சிலப்பதிகாரம் கூறியதைப் பின்பற்றிச் சைவமும் மாசாத்தனார் சுவடியைக் கையிலே ஏந்தியிருப்பது போல சேக்கிழார் புராணம் கூறியபடி படைத்தனர் என்று தெரிகின்றது.

அய்யனார் சிற்பங்கள்

ஆகமங்களின் அடிப்படையில் நோக்குகையில் சாஸ்தாவாகிய அய்யப்பன் வழிபாடு பல பரிணாம வளர்ச்சியை அடைந்துள்ளது என்பது தெரிகின்றது. ஜடாபாரம் கொண்டவராய், இரு கைகளில் வலக்கையில் செண்டைப் பிடித்தபடி பீடத்தின் மீது அமர்ந்தவராய், வீரருக்குரிய அரையாடையும், மார்பில் சன்னவீரத்துடனும் காட்டப்பட்டிருக்கும் அய்யனார் சிற்பங்கள் காலத்தால் பழமையானவை. இச்சிற்பங்கள் பெரும்பாலும் புடைப்புச் சிற்பங்களாகவே அமைந்துள்ளன. அய்யனின் காலடியில் மதுக்கலயம் ஒன்று வைக்கப்பட்டிருக்கும். அவரின் வாகனமாக யானை அல்லது குதிரை காட்டப்பட்டிருக்கும். மேலும் வேட்டைக் கடவுளான அவருக்குக் கீழே நாய் உருவமும் பொறிக்கப்பட்டிருக்கும்.

அய்யனார் சிற்பங்கள் பூரணை, புட்கலை என்னும் உடனுறை தெய்வங்களோடு அமைக்கப்படுதல் பின்பு எழுந்த மரபெனக் கருத இடமுண்டு. இத்தாக்கம் ஆசிவகம் அய்யனார் வழிபாட்டை

தன்னுள் இணைத்துக் கொண்டதால் உண்டானதென்று சில அறிஞர்கள் கருதுகின்றனர். ஆனால் இத்தகு சிற்பங்கள் அமைக்கப்பட்டு வழிபடப்பெற்ற காலத்தில் தமிழகத்திலிருந்து ஆசிவகம் முற்றிலும் மறைந்துபோனது என்றே சொல்ல வேண்டும். வீரனுக்கான நடுகற்களில் பிற்காலத்தில் அவனோடு உடனுறைந்த அவன் பெண்டிரும் காட்டப்பட்டு வணங்கப்பட்டனர். இந்நிலையோடு அதனை ஒப்புநோக்கலாம். அன்றியும் முருக வழிபாடு, திருமாலாகிய கிருஷ்ணன் வழிபாடு ஆகியவற்றோடு ஒப்பு நோக்கியும் நிறைவுறலாம். பாதீட்டுத் தலைவனாய் மன்றில் அமர்ந்த அய்யனாரை பௌத்த சமயம் சாஸ்தா வழிபாடாகவும், அறப்பெயர் சாத்தன் வழிபாடாகவும் கொண்டது. புறம்பணையான் கோட்டம் என இவ்விரு சமயப் பெரியார்கள் ஊரின் புறவிடத்தே அமைந்திருந்ததை சிலப்பதிகாரம் தெளிவுபடுத்துகிறது. உறையூருக்குக் கிழக்கேயிருந்த பிடவூரில் 'அறப்பெயர் சாத்தன்' என்ற தெய்வம் இருந்ததாகப் புறநானூற்றிலிருந்து தெரிகின்றது.

"கீர் சான்ற விழுச்சிறப்பிற்
சிறுகண் யானைப் பெறலருந் தித்தன்
செல்லா நல்லிசை யுறந்தைக் குணாஅது
நெடுங்கை வேண்மா னருங்கடிப் பிடவூர்
அறப்பெயர்ச் சாத்தன் கிளையேம் பெரும" - புறம், 395.

"புறம்பணையான் வாழ்க்கோட்டம்" என்றொரு கோயிலும் குறிப்பிடப்பட்டுள்ளது. இது சாதவாகனன் கோயில் என்று அடியார்க்கு நல்லார் கூறியுள்ளார். புறம்பணையான் என்பதற்கு மாசாத்தன் என்றும், புறம்பு அணைந்தவிடம் புறம்பணையாயிற்று என்றும் உரை கூறப்பட்டுள்ளது. இது ஊருக்குப்புறம்பாக அணைந்துள்ள இடத்தில் காணப்பட்ட ஐயனார் கோயிலைக் குறிப்பது தெரிகின்றது. ஊருக்குப் புறம்பாக இருந்து ஊரைக் காக்கும் தெய்வமாகச் சாத்தன் இருந்தான் என்று கருதலாம். இன்றும் ஐயனார்காவு ஊருக்குப் புறம்பாகவே காணப்படுகின்றது. சூடாமணி நிகண்டு புறத்தவன் என்று அய்யனாரை குறிப்பிடுகின்றது. பாசாண்டம் என்பதனைத் தொண்ணூற்றாறுவகை சமய சாத்திரத் தருக்கக்கோவை என்று விளக்கியுள்ளனர். பௌத்த சமய நூலான வளையாபதியிலும் சாத்தன் தொண்ணூற்றாறுவகை கோவையில் வல்லவன் என்று கூறப்பட்டுள்ளதைக் காணலாம். ஆதலின் சிலப்பதிகாரத்தில் வரும் பாசாண்டச் சாத்தன் என்ற பௌத்தரின் சாத்தன் தெய்வமாகும்."

மேற்கண்டவாறு பி.எல்.சாமி அவர்கள் கூறுவதிலிருந்து பௌத்த சமயம் அய்யன் வழிபாட்டை ஏற்றுக்கொண்ட நிலையில் உயிர்ப்பலிகள் நிறுத்தப்பட்டன எனலாம். ஆனால்

புறம்பணையான் என்று கூறப்பட்ட அய்யன் கோயில் இன்று கிராமப்புறங்களின் அய்யனார் வழிபாடாக திகழ்கிறது என்ற கூற்று ஏற்றுக்கொள்ளத்தக்கது. கையில் நீண்ட பெரிய அரிவாளோடு உருட்டிய விழிகளும், முறுக்கிய மீசையுமாய், அமர்ந்த நிலையில் மிகப்பெரிய உருவமாகக் காட்சியளிக்கும் வண்ணந்தீட்டப்பட்ட சுதையாலான நாட்டுப்புறக்கடவுளாக வழிபடப்படும் அய்யனாருக்குப் பலிகள் கொடுக்கப்படுகின்றன. தக்கயாகப் பரணியில் ஒட்டக்கூத்தர்,

"மிக்கள்ளுங் கறிய நந்த மிடாப்பலவுந் தடாப்பலவு
மெக்கள்ளு மொருபிள்ளை மடுத்தாட வெடுத்துதியே'' -230

என்று கள்ளும், இறைச்சியும் உண்ட வேட்டுவ சமூக வீரத்தெய்வமான சாத்தனைப் படம் பிடிக்கிறார்.

வணிகர்களின் பண்டைய சாத்தன் வழிபாடு வைரவர் அல்லது பைரவர் வழிபாடாக இன்று திகழ்கிறது. இதில் சைவ சமயத்தின் முழுமுதற்கடவுளான சிவபெருமானின் 64 வடிவங்களில் ஒன்றான பைரவர் கோலம் அய்யனார் வழிபாட்டோடு இணைந்துள்ளமை தெரிகிறது. நடுகல் வணக்கமாகிய வேடியப்பன் கோயில் போன்றே அய்யனார் வழிபாட்டிலும் பெண் விலக்கு நடைமுறையில் உள்ளது. வீரர் வழிபாட்டில் பெண் விலக்கு தொன்மையானது எனினும் பௌத்த, சமண தாக்கத்தினால் இது நிகழ்ந்திருக்கக்கூடும் என்பது அறிஞர்கள் கருத்து.

அய்யனார் வழிபாடு வீரக்கடவுள் என்ற மூலத்திலிருந்து தொடங்கி, வீரர் வழிபாடு, வணிகச் சாத்துகளின் கடவுள், வேளாண் மக்களின் நீர்நிலைக் கடவுள், கால்நடை மேய்ப்பாளர்களின் காவல் தெய்வம் ஆகிய நிலையிலும், ஆகமத்திலும், சைவம், சமணம், பௌத்தம் ஆகிய சமயங்களின் தாக்கத்திலும் பல்வேறு இணைப்புகளைப் பெற்று செவ்வியல் வடிவமாக அய்யப்பனாகவும், பழமை வடிவாக அய்யனார் என்ற கிராமப்புறக் காவல் தெய்வமாகவும் இன்று திகழ்கின்றது.

9. காடுறை உலகத்து மாயோன்

தமிழ் இலக்கியங்களுள் காலத்தால் முற்பட்டதான சங்க இலக்கியத்தில் திருமாலின் பல பெயர்களும், அவதாரக் கதைகளும் குறிப்பிடப்பட்டுள்ளன. மாஅல், மாயோன், மாயவன், மாயவண்ணன், நெடியோன், நெடுவேள் ஆகிய பெயர்கள் திருமாலைக் குறிக்குமிடத்து காணப்படுகின்றன. சங்க நூல்களில் "மால்" என்ற சொல்லாட்சி பயின்று வருகிறது. ஆனால் "திரு" என்ற அடைமொழி இணைக்கப்படவில்லை.

"மன்னுயிர் முதல்வன்" என்று பரிபாடலும் (153), வேதமுதல்வன் என நற்றிணைக் கடவுள் வாழ்த்தும் திருமாலைக் குறிப்பிடுகின்றனு. "உலகாள் மன்னவ" என்று விளிக்கிறது. (பரி.3.85) ஆயர் குல தெய்வமென கலித்தொகை (107.33-35) சுட்டுகிறது.

தொல்காப்பியத்தில் திருமால்

ஆதித்தமிழ் இலக்கணமான தொல்காப்பியம் நானிலங்களுள் முல்லைக்குரிய தெய்வமாகத் திருமாலைக் குறிப்பிடுகின்றது. "மாயோன் மேய காடுறை உலகமும்" என்பது நூற்பா. இங்ஙனம் 'முல்லையின் தெய்வம்' என்று தொல்காப்பியம் சுட்டியபோதிலும் பின்னர் நிலம் கடந்த தெய்வமாய்த் திருமால் வணங்கப்பட்டத்தைச் சங்க இலக்கியங்கள் (கி.மு.500-கி.பி.300) காட்டுகின்றன. 'சங்கப் பாடல்களில் மிகுதியாகக் குறிக்கப்பெறும் தெய்வம் திருமாலே' என்பது அறிஞர் சிலரின் கருத்தாகும். மாநிலங்காக்கும் மன்னவர்க்குத் திருமாலை உவமை கூறும் மரபினைச் சங்க நூல்களிற் காணலாம்.

"மாயோன் மேய மன்பெருஞ் சிறப்பின்
தாவா விழுப்புகழ்ப் பூவை நிலையும்" (தொல்.புறத்: 5)

என்று தொல்காப்பியர் இலக்கணம் கூறுதல் எண்ணத்தக்கது. "மாயோனைச் சிறப்பித்து, ஏத்திய குறையாத சிறந்த புகழையுடைய பூவை நிலையும்" என்பது இதன் பொருளாகும். பூவை என்பது காயம் பூவைக் குறிப்பதாகும்.

திருமால் உறைவிடம்

நல்யாற்று நடுவில் திருமால் எழுந்தருளுவதாக பரிபாடல் (4.67-69) கூறுகிறது. கொள்ளிடத்தின் நடுவே பள்ளி கொண்டுள்ள திருவரங்கன் இப்பாடலின் விளக்கமாக அமைகிறார். “மாயோன் மேய காடுறை உலகமும்” என்று தொல்காப்பியம் மாயோனின் உறைவிடமாகக் கானகத்தைக் குறிப்பிடுகிறது. முல்லை நிலமான காடும் காடு சார்ந்த இடமும் மாயவனின் இருப்பிடமாக போற்றப்படுகிறது. முல்லை நிலக்கடவுளாகத் திருமால் வழிபடப்பெறுகிறான். மேலும் திருமால், “சிலம்பாறு அணிந்த சீர்கெழு திருவிற் சோலையோடு தொடர்மொழி மாலிருங் குன்றம்” (பரி.15.22-24) என்று குன்றிலும் குடி கொண்டதாகப் பாடல் குறிப்பிடுகிறது.“இருநிலங்கடந்ததிருமறுமார்பின் முந்நீர் வண்ணன் பிறங்கடை அந்நீர்த் திரைதரு மரபின் உரவோன் உம்பல்” எனப் பெரும்பாணாற்றுப்படை விளக்குகிறது. கடல் வண்ணன் ஆதலின் அவன் நீரைத் தன் இருப்பிடமாகக் கொண்டவன். இவ்வாறாகத் திருமால் காடு, மலை, ஆற்றிடைக் குறை ஆகியவிடங்களில் உறைவதாகச் சங்க இலக்கியங்கள் குறிப்பிடுகின்றன.

திருமாலைப் பற்றிய நான்காவது பரிபாடலில், “நல்யாற்று நடுவும் கால்வழக்கு அறுநிலை குன்றமும் பிறவும் அவ்வவை மேய வேறுவேறு பெயரோய்” (67 - 69) என்னும் பகுதி நல்யாற்று நடுவாகிற திருவரங்கமும், காலவழக்கை அறுத்து முக்தி அளிக்கும் குன்றமாகிற வேங்கடமும் திருமால் வெவ்வேறு பெயர்களுடன் எழுந்தருளியிருக்கும் இடங்கள் என்று பாடியிருப்பதிலிருந்து முற்கூறிய அகநானூற்றுப் பாடல்களில் வேங்கடத்திலும், திருவரங்கத்திலுமிருந்தது திருமால் கோவில்களே என்று தெளிவாகிறது. இதிலிருந்து சங்ககாலத்திலேயே மருதநிலத்திலும் திருமால் கோவில் கொண்டிருந்தான் என விளங்குகிறது. சிலப்பதிகாரத்திலும் இளங்கோவடிகளால் இவ்விஷயம் விரித்துரைக்கப்பட்டது. பதினைந்தாவது பரிபாடலில் திருமாலிருங்குன்றமாகிய குறிஞ்சி நிலத்திலும் திருமால் எழுந்தருளியிருந்தது விரிவாக வருணிக்கப்படுகிறது. பரிபாடல் திரட்டின் முதல்பாடலில் கூடல்மாநகரில் இருந்தையூர் என்னும் பகுதியில் திருமால் கோயில் கொண்டிருந்தது சிறப்பாக வருணிக்கப்படுகிறது. இதிலிருந்து மருதநிலத்திலும் சங்க காலத்தில் திருமால் கோயில் உண்டென்று தெரிகிறது.

சங்க இலக்கியத்தில் திருமால்

‘பூவைப் பூவண்ணனாகத் திகழும் கண்ணனையும் அவன் அண்ணனாகிய பலதேவனையும் போல நிலைபெறுக’ என்று

இருபெருவேந்தர் ஒருங்கிருந்த காட்சிகண்டு வாழ்த்துகிறார் புறநானூற்றுப் புலவர் காவிரிப்பூம்பட்டினத்துக் காரிக்கண்ணனார்.

> "பால்நிறை உருவின் பனைக்கொடி யோனும்,
> நீன்ற உருவின் நேமியோனும் என்ற
> இருபெருந் தெய்வமும் உடன் நின்றா அங்கு
> உருகெழு தோற்றமொடு உட்குவர விளங்கி
> . . . . . இசைவாழியவே" *(புறம் : 58 : 14-19)*

தொல்காப்பியர் 'பனைமுன் கொடிவரின்' என்னும் நூற்பாவில் வாலியோனுக்குரிய (வாலியோன் – வெண்மை நிறமுடைய பலதேவன்) பனைக்கொடியினைக் குறிப்பிட்டுள்ளார். இதனால் மாயோன் - வாலியோன் இருவரையும் ஒருங்கு நிறுத்திப்பரவும் வழக்கம் பழந்தமிழ்நாட்டில் நிலவியது எனலாம்.

இதனைப் பதினைந்தாம் பரிபாடலும் உறுதி செய்கின்றது. அப்பாடலில் இளம்பெருவழுதியார் என்னும் புலவர், மக்கள் மாலிருங்குன்றத்துச் சென்று 'பெரும் பெயர்த் தெய்வங்களாகிய' பலதேவ-வசுதேவர்களை வழிபட்டதாகப் பாடியுள்ளார்.

பதிற்றுப்பத்தில் திருமால்

சங்க நூல்களிலேயேப் பழமையானது பதிற்றுப்பத்து என்பர். அந்நூலிலும் திருமால் வழிபாடு பற்றிய குறிப்புக் காணப்படுகிறது. "கமழ்குரல் துழாஅய் அலங்கல் செல்வன் சேவடி பரவி" (31, 8-9) என்பதில் திருவனந்தபுரத்துத் திருமால் கோயிலில் மக்கள் அவனைப்பரவிய செய்தி இடம்பெற்றுள்ளது. திருமாலை வழிபட்ட மக்களை மட்டுமன்றி, 'மாயவண்ணனை மனன் உறப்பெற்ற' செல்வக்கடுங்கோ வாழியாதன் என்னும் சேரமன்னனைப் பற்றியும் பதிற்றுப்பத்து ஏழாம்பத்து குறிப்பிடுகின்றது.

பதிற்றுப்பத்து என்னும் சேரவேந்தர்களைப்பற்றிய சங்க நூலில் நான்காம்பத்தின் தொடக்கத்தில்,

> "வண்டு ஊது பொலிதார், திரு ஞெமர் அகலத்து
> கண் பொரு திகிரி, கமழ் குரற் துழாஅய்
> அலங்கல், செல்வன் சேவடி பரவி,
> நெஞ்சு மலி உவகையர் துஞ்சு பதிப் பெயர
> மணி நிற மை இருள் அகல, நிலா விரிபு,
> கோடு கூடு மதியம் இயலுற்றாங்கு"

என்னும் பாடற்பகுதியில் குறிஞ்சி நிலமான திருவனந்தபுரத்துத் திருமால் கோயிலைப் பாடியிருப்பதிலிருந்து சங்ககாலத்தில் குறிஞ்சி நிலத்திலும் திருமால் கோயில் கொண்டிருந்தார் எனத் தெரிகிறது.

அரவணையில் துயிலும் திருமாலைப் பற்றி முதன்முதலிற் கூறும் நூல் கடியலூர் உருத்திரங் கண்ணனார் இயற்றிய பெரும்பாணாற்றுப்படையாகும். அந்நூலின் பாட்டுடைத் தலைவனான தொண்டைமான் இளந்திரையன் என்பான் திருமால் மரபில் உதித்த சோழர்களின் வழி வந்தவனாகக் கொண்டாடப்படுகிறான் (29-31). அவனது தலைநகரான காஞ்சியைக் குறிக்குமிடத்துப் 'பிரமதேவனைப் பெற்ற திருமாலினது திருவுந்திக் கமலத்தைப் போன்ற பழமையும் சிறப்பும் வாய்ந்திருந்தது (402-405) அந்நகரம்' என்கிறார் புலவர். அந்நகர் எல்லையில் உள்ள திருவெஃகா என்னும் திருக்கோயிலில் திருமால் பாம்பணையிற் பள்ளிகொண்டருளிய கோலத்தை, 'காந்தளம் சிலம்பில் களிறு படிந்தாங்கு' (371-373) காந்தளையுடைய அழகிய பக்க மலையிலே யானை கிடந்தாற் போல என உவமிக்கிறார். 'நீல்நிற உருவின் நெடியோன்' (402) என்று திருமாலைக் குறிப்பிடும் கடியலூர் உருத்திரங்கண்ணனார், அவன் உலகளந்த செய்தியையும் திருமகளையும் ஸ்ரீவத்ஸம் என்னும் மறுவினையும் மார்பில் தாங்கிய குறிப்பினையும், "இருநிலம் கடந்த திருமறுமார்பின் முந்நீர் வண்ணன்" (29-30) என்னும் அடிகளில் பாடக் காண்கிறோம்.

மதுரைக்காஞ்சியில் ஆண்கள் தம் மனைவி மக்களுடன் சென்று மலரும் தூபமும் கொண்டு திருமாலை வழிபட்ட செய்தி (461-65) இடம் பெற்றுள்ளது. அந்நூலிலேயே சங்ககாலத்தமிழர், திருமாலுக்குரிய ஓணநன்னாளினைக் கொண்டாடிய குறிப்பும் காணப்படுகின்றது. "சுணங்கொள் அவுணர்க் கடந்த பொலந்தார் மாயோன் மேய ஓணநன்னாள்" என்பன பாடல் (590-91) அடிகளாகும். இவ்வாறு சங்கத்தமிழர் கொண்டாடிய ஓணத்திருநாள், ஆழ்வார்கள் காலம்வரை தமிழகத்தில் நீடித்ததற்குச்சான்றுகள் உள்ளன. கண்ணன் பிறப்பைப்பாடும் பெரியாழ்வார் 'ரோகிணி' நாளிற் பிறந்த கண்ணனைத் 'திருவோணத்தான்' என்று குறிப்பது இதனை வலியுறுத்துகின்றது.

எட்டுத்தொகையுள் ஒன்றான பரிபாடலில் திருமாலைப் போற்றிப் பாடுகின்ற ஆறு பாடல்களும் (1,2,3,4,13,15) திருமால் வழிபாட்டின் தொன்மையை நமக்கு உணர்த்துவனவாய் உள்ளன. காண்பவற்றில் எல்லாம் திருமால் கரந்துறையும் அருமைப் பாட்டினைக் கடுவன் இளவெயினனார் என்னும் புலவர்,

தீயினுள் தெறல் நீ; பூவினுள் நாற்றம் நீ;
கல்லினுள் மணியும் நீ; சொல்லினுள் வாய்மை நீ;

> *அறத்தினுள் அன்பு நீ; மறத்தினுள் மைந்து நீ;*
> *வேதத்து மறை நீ; பூதத்து முதலும் நீ;*
> *வெஞ்சுடர் ஒளியும் நீ; திங்களுள் அணியும் நீ;*
> *அனைத்தும் நீ; அனைத்தின் உட்பொருளும் நீ; (3:63-68)*

என்று அழகுறப் பாடுகின்றார். திருமாலைப் போற்றுகிற பரிபாடல் ஒன்று மக்களை நோக்கி, "மாலிருங்குன்றாமாகிய அழகர்மலைக்கு மனைவியோடும் பெற்றவரோடும் பிறந்தவரோடும் உறவினரோடும் செல்லுங்கள்" (15 : 45 - 48) என்று பேசுகின்றது. "சென்று தொழமாட்டீராயினும் அம்மலையைக் கண்டு தொழுவீர்" என்றும் குறிப்பிடுகின்றது. சங்க இலக்கியத்தில் 'இன்ன மலைக்குச் சென்று வழிபடுங்கள்' என்னும் நோக்கில் அமைந்த பாடல் இது ஒன்றே ஆகும். 'திருமாலே வீடுபேற்றினை அளிக்கவல்லவன்' என்றும் பரிபாடல் உறுதிபட மொழிகின்றது. துழாயோன் நல்கின் அல்லதை ஏறுதல் எளிதோ வீறுபெறு துறக்கம்? துளசி மாலையணிந்த திருமாலை அடைந்தால் மட்டுமே பெருமை மிகுந்த வீட்டுலகம் கிடைக்கும் என்கிறது. மலையில் கண்ணபிரானை அவனது முன்னோனான பலதேவனுடன் சேர்த்த மக்கள் வழிபட்டு வந்தமையையும் அப்பரிபாடலே காட்டுகின்றது.

திருமாலின் தோற்றம்

திருமால் நீலநிற மேனி வண்ணம் உடையோன். "நீல்நிற வண்ணனும் போன்ம்" என கலியும் (104.38), "நீல்நிற உருவின் நேமியோனும்" எனப் புறநானூறும் (58.15), "நீல்நிற உருவின் நெடியோன்" எனப் பெரும்பாணாற்றுப்படையும் (402) புகழ்ந்துரைக்கின்றன. இப்பாடல் வரிகளில் திருமால் நெடிதுயர்ந்த தோற்றம் உடையவன் என்பதும் குறிப்பிடப்படுகிறது. நெடுமால் வரை என்று திருமாலின் உறைவிடம் அழைக்கப்படுகிறது. மேலும் நீலமணி, காயாம்பூ, மேகம், இருள், கருமை, கடல் ஆகியனவும் திருமாலின் மேனி வண்ணமாகப் பரிபாடல் சுட்டுகின்றது. பரிபாடல் கடவுள் வாழ்த்துப்பாடலே திருமால் பற்றியப் பாடலாக அமைந்துள்ளது.

> "கள்ளணி பசுந்துளவின் அவை
> புள்ளணி பொலங்கொடி யவை
> வள்ளணி வளை நாஞ்சில் அவை
> சலம்புரி தண்டெந்தினவை
> வலம்புரி வய நேமியவை"

எனத் திருமால் துளசி மாலை, கருடக்கொடி, சங்கு சக்கரம் வில் ஏந்தியவர் என்ற வருணனை இடம் பெறுகிறது.

அகநானூறு 137ஆம் பாடலில் உறையூர் முதுகூத்தனார் என்னும் புலவர்,

"வென்று எறிமுரசின் விறல் போர்ச் சோழர்
இன் கடும் கள்ளின் உறந்தை ஆங்கண்
வரு புனல் நெரிதரும் இரு கரைப் பேரியாற்று
உருவ வெண் மணல் முருகு நாறு தண்பொழில்
பங்குனி முயக்கம் கழிந்த வழிநாள்
வீ இலை அமன்ற மரம் பயில் இறும்பில்
தீ இல் அடுப்பின் அரங்கம் போல
பெரும் பாழ் கொண்டன்று நுதலே"

என்னும் பாடற்பகுதியில், 'தலைமகன் பிரியப்போகிறான்' என நினைத்து வேறுபட்டத்தலைமகளின் நிலையைக் கூறும்போது, "திருவரங்கத்தில் பங்குனி உத்தரத்திருநாளின் போது, மக்கள் மிகுதியாகத் திரண்டு காவிரியின் இருகரைகளிலும் உள்ள சோலைகளில் தங்கியிருந்தபோது பொலிவுடையதாகத்தோன்றிய அச்சோலைகள், அவ்விழாவின் முடிவில் அனைவரும் அரங்கத்தைவிட்டுப் போனபின் பொலிவிழந்து தோன்றுவது போல், தலைமகன் பிரிவை எண்ணிய தலைமகளின் நெற்றியும் பொலிவிழந்து தோன்றுகிறது" என்கிறார். இன்றும் திருவரங்கத்தில் பங்குனி பிரம்மோத்ஸவம் நடைபெறுவது அனைவரும் அறிந்தது. அந்த உத்ஸவம் சங்க காலத்திலேயே நடந்து வந்தது என்று இப்பாடலிலிருந்து தெளிவாகத் தெரிகிறது.

திருமாலைப்பற்றிய நான்காவது பரிபாடலில், "நல்யாற்று நடுவும் கால்வழக்கு அறுநிலை குன்றமும் பிறவும் அவ்வவை மேய வேறுவேறு பெயரோய்" (67 - 69) என்னும் பகுதி நல்யாற்று நடுவாகிற திருவரங்கமும், காலவழக்கை அறுத்து முக்தி அளிக்கும் குன்றமாகிற வேங்கடமும் திருமால் வெவ்வேறு பெயர்களுடன் எழுந்தருளியிருக்கும் இடங்கள் என்று பாடியிருப்பதிலிருந்து முற்கூறிய அகநானூற்றுப் பாடல்களில் வேங்கடத்திலும், திருவரங்கத்திலுமிருந்தது திருமால் கோவில்களே என்று தெளிவாகிறது. இதிலிருந்து சங்ககாலத்திலேயே மருதநிலத்திலும் திருமால் கோவில் கொண்டிருந்தான் என விளங்குகிறது. சிலப்பதிகாரத்திலும் இளங்கோவடிகளால் இவ்விஷயம் விரித்துரைக்கப்பட்டது. பதினைந்தாவது பரிபாடலில் திருமாலிருங்குன்றமாகிய குறிஞ்சி நிலத்திலும் திருமால் எழுந்தருளியிருந்தது விரிவாக வருணிக்கப்படுகிறது. பரிபாடல் திரட்டின் முதல்பாடலில் கூடல்மாநகரில் இருந்தையூர் என்னும் பகுதியில் திருமால் கோயில் கொண்டிருந்தது சிறப்பாக

வருணிக்கப்படுகிறது. இதிலிருந்து மருத நிலத்திலும் சங்ககாலத்தில் திருமால் கோயில் உண்டென்று தெரிகிறது.

கலித்தொகையில் திருமால்

திருமால் வழிபாட்டின் தொன்மைக்குக் கலித்தொகையும் சான்றாக அமைகின்றது. இந்நூலில் திருமாலின் அவதாரமாகக் கூறப்படும் கண்ணனின் பாலசரித நிகழ்ச்சிகள் இடம் பெற்றுள்ளன. பலதேவனையும் அவன் இளவலாகிய கண்ணனையும் மலர் முதலிய இயற்கைக் காட்சிக்கும், சொல்லேறு தழுவும் வீரர்க்கும், காளைகளுக்கும் உவமை கூறிக் கவியுள்ளத்தோடு கற்பனை செய்து பாடுகின்றது கலித்தொகை. கலித்தொகையில் உள்ள 26,36,103 ,104,105,119,123,124,127 ஆகிய எண்களுடைய பாடல்களில் இத்தகைய குறிப்புகள் எழில் பெற இடம் பெறக் காணலாம். காட்டாக ஏறுதழுவும் காட்சியிலிருந்து ஒரு செய்யுள், “தோழியே (ஒரு காளையை அடக்கும்) காயாம்பூவாலான கண்ணி சூடி நிற்கும் இவன் அழகைப் பார்! பகைவர் ஏவிய குதிரை அரக்கனை, அதன் வாயைப் பிளந்து கொன்றொழித்த அன்று, திருமால் இவனைப் போலவே தோன்றினான் போலும் என்று எண்ணி நடுங்குகிறது என நெஞ்சு” என்கிறது.

தொல்காப்பியம் குறிப்பிட்டது போலத் திருமாலை ‘மாயோன்’ எனக் குறிப்பிடுகிறது கலித்தொகை. மேலும் தம்நாட்டு வேந்தனாகிய பாண்டியன் உலகெங்கும் புகழ் பெற்று விளங்க வேண்டும் என்னும் நாட்டுப்பற்றுடன் திருமாலின் அருளை மனமாரப் போற்றும் மக்களின் பக்திப் பெருக்கினையும் கலித்தொகையில் இடம்பெறும் 104:78-80, 105:71-75 . ஆகிய எண்களுடைய பாடல்கள் காட்டுகின்றன.

கல்லாடனார் என்னும் புலவர் இயற்றிய அகநானூற்றின் ஒன்பதாவது பாடலில், வேங்கடமலையைக் கடந்து சென்று பொருளீட்டி வினைமுடித்து மீண்ட தலைமகன், தேர்ப்பாகனுக்குக் கூறியதாக உள்ள பாடலில்,

“அத்தம் நண்ணிய அம்குடிச் சீறூர்
கொடு நுண் ஓதி மகளிர் ஓக்கிய
தொடி மாண் உலக்கைத் தூண்டு உரல்பாணி
நெடு மால் வரைய குடிஞையோடு இரட்டும்
குன்று பின் ஒழியப் போகி”

என்றவிடத்தில் ‘நெடுமால் வரைய - குன்று ஒழியப் போகி’ என்னும் தொடரால் நெடுமாலாகிற திருமால் எழுந்தருளியிருக்கும்

வேங்கடக் குன்றையும் கடந்து தான் சென்றதாகக்குறிப்பிடுகிறான். தலைவன் வேங்கடமலைக்கும் அதைக்கடந்து அப்பாலும் சென்று பொருளீட்டி வருவது என்னும் மரபு அகநானூற்றின் பல பாடல்களில் காணப்படுவதால் இங்கு வேங்கடமலையைக் குறிப்பதாகக் கொள்வதே பொருத்தம். அகநானூற்றில் அறுபத்தோராம் பாடலில் 'விழவுமலி வேங்கடம்' என்று வருவதும் இதை வலியுறுத்துகிறது. எப்படியும் 'நெடுமால் வரைய - குன்று ஒழியப்போகி' என்னும் தொடர் சங்க காலத்திலேயே திருமால், மலையாகிற குறிஞ்சி நிலத்தில் எழுந்தருளியிருந்ததைக் காட்டுகிறது.

சிலப்பதிகாரம் காட்டும் வைணவம்

கண்ணகியோடு மதுரை செல்லும் கோவலனைக் குறித்துப் பாடுகையில் இளங்கோவடிகள், பூம்புகாரை விட்டுக் கோவலன் பிரிந்தது, அயோத்தியை விட்டு இராமன் பிரிந்ததை ஒக்கும் என்று குறிப்பிடுகிறார். அத்தோடு நில்லாது, இராமன் கதை இந்நாட்டில் தொல்பழங்காலத்திலிருந்தே வழங்கி வரும் கதை என்பதை "நெடுமொழியன்றோ" எனக் குறிப்பிடுகிறார்.

" அருந்திரள் பிரிந்த அயோத்தி போல" எனச் சிலம்பு பேசுகிறது. கோவலன் படும் துயரம், இராமன் பட்ட துயரினும் அளவிற்சிறியது என்று கூறி, கோவலனின் உள்ளத்துயரைக் குறைக்க முயல்கிறார் இளங்கோவடிகள். "இராமனோ சீதையைப் பிரிந்து மாளாத் துயரில் மூழ்கியுள்ளான். ஆனால் நீயோ கண்ணகியோடு வாழ்கிறாய். கவலையை மற. துன்பத்தைத் துற" என இராமனின் கதையை எடுத்துக்காட்டுகிறார். சிலப்பதிகாரம் ஆய்ச்சியர் குரவையில் திருமால் பற்றிய கதைகள் பேசப்படுகின்றன.

"கதிர் திகிரியான் மறைத்த கடல்வண்ணன் இடத்துளான்
மதிபுரையும் நறுமேனித் தம்முனோன் வலத்துளான்"

இப்பகுதியில் மகாபாரதத்தில் கண்ணன் சூரியனைச் சக்கரத்தால் மறைத்த கதை கூறப்படுகிறது. கடல்வண்ணன் என இளங்கோ குறிப்பிடுவதையே சாத்தனாரும் கூறுகிறார். நப்பினை நடுவாகக் கண்ணன் இடப்புறமும் பலராமன் வலப்புறமும் நின்றமையும், பலராமன் வழிபாடு இருந்தமையும் கூறப்படுகிறது.

"வடவரையை மத்தாக்கி வாசுகியை நாணாக்கிக்
கடல்வண்ணன் பண்டொருங்ன் கடல் வயிறு
கலக்கினையே"

இங்கும் கடல்வண்ணன் என்றே திருமால் குறிப்பிடப் பெறுகிறார். புராணக் கதையும் உண்டு.

"மூவுலகும் ஈரடியான் முறைநிரம்பா வகைமுடிய
தாவிய சேவடி செப்பத் தம்பியுடன் கான்புகுந்து
சோவரணம் போய் மடியத் தொல்லிலங்கை கட்டழித்த
சேவகன் சீர் கேளாத செவியென்ன செவியே
திருமால் சீர் கேளாத செவியென்ன செவியே"

இப்பகுதியில் இளங்கோ வாமன அவதாரம், இராம அவதாரம் ஆகிய புராணக் கதைகளைக் கூறுகிறார்.

"மடந்தாமும் நெஞ்சத்துக் கஞ்சனார் வஞ்சம்
கடந்தானை நூற்றுவர்பால் நாற்றிசையும் போற்றப்
படர்ந்து சூரணம் முழங்கப் பஞ்சவர்க்குத் தூது
நடந்தானை ஏத்தாத நாவென்ன நாவே
நாராயணா என்னாத நாவென்ன நாவே!"

இப்பகுதியில் கண்ணன் அவதாரமான மகாபாரதக் கதை பேசப்படுகிறது. நாராயணா என்னும் பெயர் முதலில் இடம்பெறுகிறது. மணிமேகலையில் இப்பெயர் இடம்பெறும்.

மணிமேகலையில் வைணவம்

மணிமேகலையில் வைணவ சமயம், பற்றிய செய்தி இரண்டே வரிகளில் அமைந்துள்ளது. காதல் கொண்டு கடல் வண்ணன் புராணம் ஓதினன் நாரணன் காப்பு என்று உரைத்தனன் என வைணவவாதி கூறுவதாக அமைந்துள்ளது. கடல் வண்ணன்- கருநிறமுடையவன்- விண் நிறத்தவன் எனத் திருமால் பற்றியும் நாரணன் என அவனது பெயரும் அவன் காக்கும் கடவுள் என்ற குறிப்பும் காணப்படுகின்றன. கொள்கையை விடத் திருமால் பற்றிய புராணக்கதைகளே அன்று பேசப்பட்டமையைச் சாத்தனார் விளக்குகிறார். மணிமேகலை காலத்திற்கு முன் சங்க இலக்கியத்தில் வைணவம், திருமால் பற்றி இடம்பெறுள்ள கருத்துக்களை நோக்கினால் 'புராணக் கதைகள்' என மணிமேகலையில் கூறப்பட்டுள்ள உண்மையை அறியலாம்.

மணிமேகலையிலும் இறைக்கோட்டம், அறக்கோட்டம் ஆக்கிய காதையில் திருமாலின் வாமன அவதாரம், திருமால் பலராமன் வழிபாடு ஆகிய செய்திகள் இடம் பெறுகின்றன.

"நெடியோன் குறருஉருவாகி நிமிர்ந்துதன்
அடியிற் படியை அடக்கிய அந்நாள்
நீரிற் பெய்த மூரிவார் சிலை

மாவலி மருமான் சீர்கெழு திருமகள்“
எனும் பகுதியில் வாமன அவதாரச் செய்தி இடம் பெறுகிறது.
“பாசியை செறிந்த பைங்காற் கழையொடு
வால் வீச் செறிந்த மராஅங் கண்டு
நெடியோன் முன்னனோடு நின்றனன் ஆமெனத்
தொடிசேர் செய்கையில் தொழுது நின்றேத்தியும்”

எனும் பகுதியில் பச்சை மூங்கில் கண்ணனாகவும் மராமரம் (வெண்நிறம்) பலராமனாகவும் தோன்றக்கண்டு மன்னன் வணங்குவதாகச் சாத்தனார் பாடுகிறார். மணிமேகலை காலம் வரை வைணவம் கதைகள் பேசுவதாகவே இருந்தது, தத்துவமாக வளரவில்லை என்பதை உணரலாம். ஆழ்வார்கள், ராமானுஜர் காலத்திலே தான் தத்துவங்கள் உருவாகின. கம்பராமாயணம் முழுவதும் திருமாலின் அவதாரங்களுள் ஒன்றான இராமனின் காதையாகும். வைணவத்தின் மாட்சிமையைக்காட்டி நிற்கும் இலக்கியங்களுள் குறிப்பிடத்தக்கது கம்பராமாயணம் எனில் மிகையில்லை. வைணவ சமய வழிபாட்டில் ஒன்றறக்கலந்து விட்ட ஒன்று திருப்பாவையாகும். மாதவனாகிய எம்பெருமானுக்கு உகந்த மார்கழி மாதக்காலைகளில் அனைத்து வைணவக் கோயில்களிலும் இசைக்கப்படுவதே இதன் பெரும் சிறப்பு. “ஓங்கி உலகளந்த உத்தமன் பேர்பாடி” ஓரே அடிகொண்டு உலகையே அளந்த பரந்தாமனின் புகழைப் பாடுவதனாலேயே புவியோர் தமது துன்பம் நீங்கி இன்புற்றிருக்க இயலும் என இப்பாடலின் மூலம் இயம்புகிறாள் கோதை.

விஷ்ணு என்ற மூலக்கடவுளின் பெயரில் உண்டான சமயம் வைஷ்ணவம் என்றும் தமிழில் வைணவம் என்றும் அழைக்கப்படுகிறது. விஷ்ணு என்பதற்கு எங்கும் நிறைந்தவன் என்பது பொருளாகும். விஷ்ணு என்னும் கடவுள் நாராயணன் என்னும் நீர்க்கடவுள், மாயோன் எனும் காடுறைத்தெய்வம், விண்ணுலக அதிபதி, மேய்ச்சல் நிலத்தெய்வம் ஆகியவற்றின் ஒருங்கிணைப்பாகும்

திருமால் – விஷ்ணு இணைப்பு

வைணவம் வாழ்க்கையின் குறியீடு. வாழ்க்கையின் வடிவமாக விஷ்ணு காட்டப்படுகிறார். வளமையே வாழ்வின் ஆதாரம், குறிக்கோள். எனவே தான் விஷ்ணு பட்டுப் பீதாம்பரராக, கிரீட மகுடராக, வளமிக்க புருஷராகக்காட்டப்படுகிறார். உலக வாழ்க்கை என்னும் புருஷர்க்கு வேண்டும் துணையாக நிலமகளும், திருமகளும் காட்டப்படுகின்றனர். வாழ்க்கை

பூமியில் தொடங்குகிறது. வாழ்வதற்கு வளமையான செல்வங்கள் தேவை. இவையே பூதேவி, ஸ்ரீதேவி சமேதராக விஷ்ணுவைக் காட்டும் குறியீடு. விஷ்ணு, நாராயணன், பகவான், பெருமாள் முதலியன வைணவக் கடவுளின் முதன்மைப் பெயர்களாகும். நாராயண வழிபாடு மிகப்பழமையான வழிபாடு. நாராயணன் என்பதை நார்+அய்+அன் எனப் பிரிக்கலாம். நார் என்பது நீர். அய் என்பது ஓரிடத்தில் கிடத்தல். நீரின் மேல் கிடப்பவன் நாராயணன் என்று பொருள் படும். ஏனெனில் ஐம்பூதங்களில் நீர் வழிபாடு இன்றியமையாதது. நீராக விஷ்ணுவும் நெருப்பாகச் சிவனும் உருவகிக்கப்படுகின்றனர். சங்கர நாராயணன் அல்லது ஹரிஹரன் என்ற உருவ அமைதி நீரும் நெருப்பும் என்ற தத்துவத்தைக் காட்டுவதாகக் கொள்ளவேண்டும். மாமல்லபுரம், திருவரங்கம், திருமுக்கூடல் ஆகியன நீர்நிலை வைணவக் கோயில்களில் குறிப்பிடத்தக்கன. மேலும் காவிரி, தாமிரபருணி, வையை ஆற்றங்கரைகளில் பாடல் பெற்ற வைணவக் கோயில்கள் அமைந்துள்ளன.

குப்தர் காலத்தில் செல்வாக்கு பெற்றுத் தெற்காசியா முழுவதும் வைணவம் பரவியிருந்தது. சைவமும், வைணவமும் இந்திய நிலப்பகுதிகளில் நிலவிய தொன்மையான பழங்குடி வழிபாட்டு முறைகளில் இருந்து உருவாகி வந்தவை எனலாம். பல்வேறு பழங்குடித் தெய்வங்களும், வழிபாட்டு முறைகளும், சடங்குகளும், நம்பிக்கைகளும் சமூக வளர்ச்சிப்போக்கில் ஒன்று கலந்து வளர்ந்து அவை உருவாயின. பழங்குடிச் சமூகம் அரசுகளாகி, பேரரசுகளாக ஆனபோது அவை பெருஞ்சமயங்களாக முதிர்ந்தன. பழங்குடிகளைத் தங்கள் சமயத்தில் இணைத்துக் கொள்வதில் வைணவம் முதன்மை பெற்றது எனலாம். மாயோன் முல்லை நிலத்தெய்வம். திருமால் வாழ்வின் தலைவன். நீரின் தெய்வம் நாராயணன். விஷ்ணு விண்ணுலக அதிபதி. பரிபாடலில் மாயோன் எனப்படும் திருமால் போற்றப்படுகிறான். வலியோனாகிய பலராமன் வேளாண்மைக் கடவுள். ஆயர் குலத்தலைவன் கிருஷ்ணன், சக்கர வழிபாடு, மேலும் பழங்குடிகளின் குலக்குறியீடுகளான மீன், ஆமை, வராகம், சிம்மம் போன்றவை வைணவ வழிபாட்டில் இணைக்கப்பட்டு விஷ்ணு பெருந்தெய்வம் ஆகிறார். விஷ்ணுவின் பத்து அவதாரங்கள் பழங்குடிகளில் பத்து பழங்குடிகள் வைணவத்தில் இணைக்கப்பட்டதைக் குறிப்பதாக வரலாற்று நோக்கில் அறிய வேண்டும். இவற்றில் வராகம் வேளாண்மைக் கடவுள் ஆவார். வராகம் பூமியைத் தோண்டும் இயல்புடையது. வராகத்திடமிருந்தே ஆதிமனிதன் வேளாண்மையைக் கற்றுக்கொண்டான். எனவே வராகம் நிலத்துடன் தொடர்புடையது. இக்குறியீடே வைணவத்தில் நிலமகளை மீட்ட வராக அவதாரம் ஆகும்.

மேய்ச்சல் நிலத்தின் தலைவன் கிருஷ்ணன். அவன் ஆநிரைகளைக் காத்தவன். அவனோடு தொடர்புடையது மலையும், மழையும், கால்நடைகளுமாகும். தென்னிந்தியாவில் ஆநிரைகளைக்காத்த வீரனின் நினைவாக நடுகல் நட்டு அதனை வழிபடும் வழக்கத்தை சங்க இலக்கியப் பாடல்களின் மூலம் அறியலாம். முல்லை நில ஆயர்களின் குலதெய்வம் ஆநிரைக் காத்த வீரர்களின் நினைவாக எடுக்கப்பட்ட நடுகற்களே. எனவே வீரவழிபாடும் வைணவ வழிபாட்டோடு தொடர்புடையது. இவ்வாறு ஒவ்வொரு அவதாரத்திற்கும் வரலாற்று நோக்கிலான தத்துவார்த்தங்களைக் கூறிக்கொண்டே போகலாம்.

வைணவ வழிபாட்டில் தூண் வழிபாடு மிகவும் சிறப்புற்றது. தூண் வழிபாடு தொன்மை வாய்ந்தது. அதனால் தான் மக்கள் வழிபடும் தூண்களில் அசோகன் தன் சமயக்கருத்துகளைக் கல்வெட்டுகளாக வெட்டி வைத்தான். மேலும் தூண் என்பது வானத்திற்கும் பூமிக்குமான ஒரு வழியென்று பழங்குடி மக்கள் வழிபட்டனர். அதனை அவ்வாறே ஏற்றுக்கொண்டது வைணவம். வேள்வித்தூண் அல்லது யூபத்தூண் பெருமாள் கோயில்களில் மட்டுமே அமைக்கப்பட்டிருக்கும் ஒரு மரபாகும். தூண் வழிபாட்டிலிருந்தே நரசிம்மர் வழிபாடு தோன்றியது எனலாம். மேலும் பண்டைய காலத்தில் இறந்தோர்களுக்கான ஈமச்சின்னங்களே கல்லில் எடுப்பிக்கப்பட்டன. நெடுங்கல், குத்துக்கல், வீரக்கல் ஆகியன தூண் வழிபாட்டின் வடிவங்களேயாகும். வழிபாட்டுத்தலங்கள் மண், மரம், உலோகம், சுதை, செங்கல் இவற்றால் மட்டுமே எடுப்பிக்கப்பட்டிருந்தது. வாழ்க்கை மண், மரம், செங்கல், உலோகம், சுதை ஆகியவற்றோடு தொடர்புடையதாகக் காட்டப்பட்டது. இறப்பு கல்லுடன் தொடர்பு படுத்தப்பட்டது. எனவே அழிவின் தலைவன் சிவனுக்கு கற்றளிகளும், வாழ்வின் தலைவனுக்கு மண், மரத்தாலும் கோயில் கட்டப்பட்டன.

அத்தகைய பண்டைய முறையை அவ்வாறே வைணவக் கோயில்கள் பின்பற்றின. பல வைணவக் கோயில்கள் தமிழ்நாட்டில் செங்கல் தளிகளாகவே காட்சியளிக்கின்றன. மேலும் அழியக்கூடிய இப்பொருள்களினால் எடுப்பிக்கப்பெற்றதால் எண்ணிறந்த வைணவக் கோயில்கள் மறைந்தன எனலாம்.

பக – பகவன் – பக்தன்

உணவைப் பகிர்ந்துண்ணல், செல்வத்தை அனைவர்க்கும் பகிர்தல் முதலிய தொல்குடிப் பண்பாடு வைணவத்தில் அவ்வாறே ஏற்கப் பட்டுள்ளன. வைணவத்தில் இறைவன் பகவான் என்றும், இறைவன் மீது பக்தி செலுத்துபவன் பக்தன் என்றும்

அழைக்கப்படுகிறான். இச்சொற்கள் எங்கிருந்து வந்தன என்று ஆய்வோம். செழிப்பு, செல்வம், அதிர்ஷ்டம் என்ற பொருளில் 'பக' என்ற சொல் வழங்கப்படுகிறது. வேத காலத்தில் 'பக' என்பவன் விநியோகிப்பவன் எனப்படுகிறான். பொருட்செல்வத்தினை அதாவது உணவு, நீர், பசு, கொள்ளைப்பொருட்கள், நிலம் ஆகியன சமமாகப் பங்கிடப்படுதல் என்பது பக என்ற பொருளில் அதாவது பகுத்தல் என்பதாகக் குறிப்பிடப்படுகின்றது. பகுப்பவன் அல்லது பங்கிடுபவன் பகவன் எனப்படுகிறான். பங்கினைப் பெறுபவன் பக்தன் எனப்படுகிறான். கடவுள் கோட்பாடுகளற்ற பழங்குடிகளில் செல்வத்தினைப் பகுப்பவனும், பெறுபவனும் பின்னாளில் பக்தி காலத்தில் வைதிகச் சமயங்களில் குறிப்பாக வைணவத்தில் பகவான் என்றும், பக்தன் என்றும் குறிப்பிடப்படுகின்றனர். இவ்வாறு பக்தி என்பது பொருட்களைப் பங்கிடுவதிலிருந்தே உண்டானது என்பது இங்கு தெளிவு. மேலும் 'அம்ச' என்பது பகவானுக்குரிய நைவேத்தியத்தினையும், 'பாக' என்பது அதனைப் பக்தர்களுக்குப் பிரித்து வழங்குவதையும் குறிக்கும் சொற்களாகும். வைணவத் திருக்கோயில்களில் காணக்கிடக்கும் இம்முறைமை பண்டைய வழக்கின் தொடர்ச்சியே என்பதும் இங்கு நினைவு கூரத்தக்கது. விஷ்ணுவின் மோகினி எனப்படும் பெண் அவதாரத்தில் அமிழ்தத்தை அனைவருக்கும் சமமாகப் பிரித்த தன்மையை இங்குக் குறிப்பிடலாம்.

வைணவ வளர்ச்சியில் பேரரசுகளின் பங்கு

இந்தியாவில் குப்தர்கள் காலத்தில் வைணவம் ஆளும் வர்க்கத்தின் சமயமாக ஓங்கியது. நிலப்பிரபுத்துவ வேளாண் சமுதாயத்தின் தேவைகளை நிறைவேற்றும் ஆற்றல் பெற்ற சமயமாக வைணவம் எழுந்தது. இந்திய மக்கள் மனதில் நீண்ட காலம் செல்வாக்கு செலுத்தியது. வைணவத்தில் மற்றொரு முக்கிய அம்சம் அவதாரக்கொள்கை. விஷ்ணுவின் பத்து அவதாரங்களும் தீமைகளை அழித்து நல்லவர்களைக் காப்பாற்றத்தான் என்ற கருத்து கீதை மூலம் நிலைநிறுத்தப்பட்டது. சமூகத்தின் பண்பாட்டு ஒற்றுமையைத் தருவதற்கும் அவதாரக் கொள்கை உதவியது. இவ்வைணவச் சமயம் முதலில் பௌத்த சமயத்துடனும் பின்னர் சமணசமயத்துடனும் போரிட்டது. திருமழிசை ஆழ்வார், திருமங்கையாழ்வார், தொண்டரடிப் பொடியாழ்வார் இவர்தம் பாசுரங்கள் அவர்காலச் சமய நிலையை நன்குணர்த்துவன ஆகும்.

மன்னர், உயர்குடியினர், மேனிலை மாந்தர் விஷ்ணுவின் அவதாரமென்று வர்ணிக்கப்பட்டனர். "திருவுடை மன்னரைக் காணின் திருமாலைக் கண்டேனே" என்று ஆழ்வாரும் இதனையேக் குறிப்பிடுகின்றார். நால்வர்ணத்தார் ஒன்று கூடும்

தளத்தை வைணவம் உருவாக்கியது எனலாம். வர்ணாசிரமம் காப்பாற்றப்படுவதற்கும், பாமர மக்கள்தம் சமூகப் பொருளாதார நிலைகளை எதிர்ப்பின்றி ஏற்றுக்கொள்வதற்கும் அது காரணமாக இருந்தது.

திருமாலின் பல அவதாரக் கதைகளும் புராணச் செய்திகளும் பிறவும் வன்மையுற வழக்குப் பெற்ற காலம் பல்லவர் காலம் எனலாம். பல்லவர்கள் தங்களின் குடைவரைக்கோயில்களில் குறிப்பாக மாமல்லபுரத்தில் மகாபாரத, பாகவதக்கதைத் தொடர்பான சிற்பங்களையும், விஷ்ணுவின் அவதாரங்களான திரிவிக்கிரமர், வராகர் மற்றும் பள்ளி கொண்ட பெருமாள் முதலிய சிற்பங்களையும் வடித்துள்ளனர். மாமல்லையின் கடற்புரத்தை அவர்கள் பாற்கடலாகவே கண்டனர் போலும். அங்கு சயன நிலையில் உள்ள திருமால் சிற்பங்கள் கவித்துவம் மிக்கவை.

பல்லவ அரசருள் இளவரசன் விஷ்ணுகோபன், இரண்டாம் சிம்மவர்மன், விஷ்ணுகோபவர்மன் முதலியோர் "பரமபாகவதர்" என்று தம்மைக் கூறிக் கொண்டனர். சமயங்காப்போர் என்றும் தம்மைப் பாராட்டிக் கொண்டனர். பிற்காலப்பல்லவருள் சிம்மவிஷ்ணு, நரசிம்மவர்மன், இரண்டாம் நந்திவர்மன் முதலியோர் சிறந்த வைணவப்பற்று உடையவர்கள். இரண்டாம் நந்திவர்மன் தான் கட்டிய காஞ்சிபுரம் வைகுண்டப் பெருமாள் கோயிலில் அமைத்துள்ள சிற்பங்களில் பல்லவர் குலம் தங்களின் குலமுதல்வனான விஷ்ணுவிடம் இருந்து தோன்றியதாகக் காட்டுகின்றான். இம்மன்னர்கள் பல்லவ நாட்டில் பல விஷ்ணு கோவில்களைக் கட்டுவித்து, அவற்றிற்கு நிலக்கொடைகளையும், விளக்கெரிக்க, திருவமுதுண்ண, விழா காண, என பலவற்றிற்குமான கொடைகளையும் வழங்கியுள்ளமை அன்னாரின் கல்வெட்டுகளின் மூலமும், செப்பேடுகளின் மூலம் நன்கு அறியமுடிகின்றது. வைணவ மடங்கள் காவேரிப்பாக்கம் முதலிய இடங்களில் தோன்றின.

பாண்டிய நாட்டில் சங்ககாலத்திலும் அதற்குப் பின்னரான களப்பிரர் காலத்திலும், பின் வந்த முற்காலப்பாண்டியர், பிற்காலப்பாண்டியர் ஆகியோரின் ஆட்சிக்காலங்களிலும் வைணவம் தழைத்தோங்கியிருந்தது. பெரியாழ்வார், ஆண்டாள், மதுரகவியாழ்வார், நம்மாழ்வார் போன்றோர் தோன்றிய பாண்டிய நாட்டில் சங்க காலத்திலேயே திருமாலிருஞ்சோலை அழகர் கோயில், கூடலழகர் கோயில் ஆகிய கோயில்கள் இடம் பெற்றிருந்தன. நரசிம்மர் மற்றும் சக்கரத்தாழ்வார் வழிபாடு பாண்டிய நாட்டிற்கே உரியது எனலாம். கி.பி. 8 ஆம் நூற்றாண்டில் மதுரையில் எடுப்பிக்கப்பட்ட நரசிம்மர் குடைவரை,

திருப்பரங்குன்றம் குடைவரை ஆகியன வைணவத்தின் உயர் நிலையை எடுத்துக்காட்டும். பாண்டிய மன்னர் தங்களை "மாறன்" என்றும், சடையன் என்றும் மாறி மாறி அழைத்துக் கொள்வர். இப்பெயர்கள் மால்+அன் என்னும் திருமாலையும், சடையன் சிவனையும் குறிப்பிடுகிறது. இருபெருஞ் சமயங்களுக்கும் முக்கியத்துவம் கொடுத்தனர் என்பதுவும் அறிய முடிகிறது. பாண்டிய நாட்டில் மிகுதியான வைணவக்கோயில்கள்-நவதிருப்பதிகள் அமைந்திருப்பன இங்கு குறிப்பிடத்தக்கது.

சோழர்கள் சைவத்தைத் தம் அரசு சமயமாகக் கொண்டிருந்த போதிலும் வைணவத்தின் வளர்ச்சிக்குப் பெரும் பங்காற்றியுள்ளனர். தேவதான ஊர்களிலும், பிரம்மதேயங்களிலும் விஷ்ணு ஆலயங்களைக் கட்டியுள்ளனர். அக்கோயில்களுக்குப் பல்வேறு கொடைகளையும் அளித்துள்ளனர். சோழர் ஆட்சியை மீண்டும் தோற்றுவித்த விசயாலயன் நார்த்தாமலையில் விஷ்ணுவிற்குக் குடைவரைக் கோயிலைக் கட்டியுள்ளான். மேலும் முற்காலச் சோழர்களான ஆதித்தச் சோழன், முதலாம் பராந்தகச் சோழன் ஆகியோர் தாம் கட்டிய சைவக்கோயில்களில் இராமாயணப் புடைப்புச் சிற்பங்களை வடித்துள்ளனர். இது அவர்களின் கலைப்பாணியாகவே விளங்கியது எனலாம். முதலாம் பராந்தச் சோழனின் உத்திரமேரூர் பெருமாள்கோயிலில் உள்ள குடவோலைக்கல்வெட்டு உலகப்புகழ் பெற்றது. இக்கோயிலின் மகாமண்டபத்தின் தாங்குதளத்தில் இக்கல்வெட்டு அமைந்துள்ளது. உத்திரமேரூர் பெருமாள் கோயில் தான் மகாசபை. சபையின் நாயகராக பெருமாள் வீற்றிருக்க, அங்கு கிராம நிர்வாகம், நிலப்பிரிவினை,வழக்குகள் முதலிய சபைநிகழ்வுகள் நடைபெற்றன. பெரும்பாலும் விஷ்ணு கோயில்களே மகாசபையாச்க சோழர்கள் ஆட்சிக் காலத்தில் விளங்கியமை இங்கு சுட்டத்தக்கது. திருமால்புரம் என்னும் விஷ்ணு ஆலயம் உத்தமச்சோழனால் எடுப்பிக்கப்பட்டது. சுந்தரச்சோழன் என்ற இரண்டாம் பராந்தகன் (956-973) காலத்தில் அன்பில் கிராமத்தைச் சேர்ந்த வைணவ ஆச்சாரியர் ஸ்ரீநாதர் என்பவருக்கு மான்யம் கொடுக்கப்பட்டதாக ஒரு செப்பேடு ஸ்ரீரங்கம் கோயிலில் உள்ளது.

தென்னிந்தியாவில் சோழப் பேரரசுக்குப் பின்வந்த ஆட்சியாளர்களுள் விசயநகரர் மற்றும் நாயக்கர் ஆட்சியில் வைணவம் தனிப்பெருமை பெற்றது எனலாம். அவர்கள் தங்களைப் பரம வைஷ்ணவர்களாக அறிவித்தனர். மேலும் சைவ வைணவக் கோயில்களில் பல மண்டபங்களையும், கோபுரங்களையும் கட்டினர். அவற்றில் பல வைணவத் தொடர்பான பாகவத, மகாபாரத, இராமாயண, தசாவதார சிற்பங்களை இடம்பெறச் செய்தனர். இராமானுஜரின் ஸ்ரீவைஷ்ணவத்திற்கு மிகுந்த

முக்கியத்துவம் அளித்தனர். வைணவக் கோயில்களுக்கு பல நிவந்தங்களையும் அளித்தனர்.

வைணவம்

வைணவம் என்பது தென்னிந்திய மரபுகளை அடிப்படையாகக் கொண்டது. வைணவத்தின் சடங்குகள், பூசனைகள், வழிபாட்டு முறைகள் ஆகியன இங்குள்ள மரபினை ஒட்டி அமைக்கப்பட்டு நடைமுறைப் படுத்தப்பட்டது. இராமானுஜர் பரப்பிய விசிஷ்டாத்வைதம் என்ற தத்துவத்தில் ஆதிப்பரம்பொருள் நாராயணன் என்ற திருமாலே. அவன் தான் உபநிடதங்கள் கூறும் பிரம்மம். அவன் குணம் என்ற குன்றேறித் தாண்டியவன் என்று உபநிடதங்கள் கூறுவதன் உட்பொருள் அவனிடம் எல்லா நல்ல குணங்களும் இருக்கின்றன என்பதாம். அறம், ஞானம், சக்தி, அன்பு இவை யாவும் முடிவிலாத அளவுக்கு அவனிடம் உள்ளன. அவன் உயிரினங்களிடம் வைத்திருக்கும் அபார கருணையினால் அவ்வப்பொழுது அவதரித்து இடர் போக்கி தன்னுடன் சேர்ந்து கொள்ள வழி வகுக்கிறான். பிரம்மமும் ஜீவனும் உயிரும் உடலும் போல. ஜீவர்களனைவரும், மற்றும் பிரபஞ்சமனைத்தும் பிரம்மத்தின் உடலாகும். அதனால் இராமானுஜரின் இக்கோட்பாட்டிற்கு விசிஷ்டாத்வைதம் (விசிஷ்டமான அத்வைதம்) என்று பெயர். விசிஷ்டம் என்றால் சிறப்புற்ற என்று பொருள்.

ஸ்ரீ எனப்படும் திருமகள்

பெண் வளமைக்கடவுளாக வழிபடப் பெறுகிறாள். வளமையை வேண்டுவதில் ஆண் தெய்வத்திற்குரிய முக்கியத்துவத்தைப் பெண் தெய்வம் பெறுகிறாள். அவ்வகையில் திருமகள் வழிபாடு தொன்மையானது. விஷ்ணுவின் வலமார்பில் உறைவதாகக் காட்டப்படும் திருமகள் ஸ்ரீவத்ஸம் வடிவினளாய் முதலில் காட்டப்பட்டு பின் உருப்பெறுகிறாள். தொல்லியல் அகழாய்வில் “அதிதி” எனப்படும் செம்பினால் செய்யப்பட்ட ஸ்ரீவத்ஸ வடிவங்கள் வட இந்தியாவில் அதிகம் கிடைத்துள்ளன. தமிழகத்தில் உடையார்பாளையம், மோட்டூர் ஆகியவிடங்களில் காணப்படும் கல் வடிவம் பழைய ஸ்ரீவத்ஸ உருவத்தினை ஒத்துள்ளது.

இராமானுஜரின் விசிஷ்டாத்வைதத்தில் ஸ்ரீ என்ற அன்னை தத்துவம் மையத்திலுள்ளது. இதனால் தான் இந்தச் சமயப்பிரிவுக்கே ஸ்ரீவைஷ்ணவம் என்றபெயர். தாய்த்தெய்வ வழிபாடு மிகப்பழமையானது. அதிலும் குறிப்பாகத் தென்னிந்தியாவில் அதன் நிலைப்பாடு அளவிடற்கரியது. தொல்குடிகளின், பாமரர்களின் இத்தத்துவத்தை “தாயார்” என்று வைணவர்கள்

வணங்கிச்சிறப்பிக்கின்றனர். இராமானுஜருடைய எல்லா நூல்களிலும் (முழுவதும் வேதாந்தம் பேசும் ஸ்ரீபாஷ்யத்தைத்தவிர) ஸ்ரீ என்ற மகாலட்சுமி, திருமாலின் மார்பில் அவருடன் என்றும் இருப்பதாகவே பேசப்படும். இராமானுஜர் திருமகளை விஷ்ணுவுடன் யாண்டும் கூட இருப்பவள் என்றுப் பொருள்படும் அனபாயினி என்ற வடமொழிச் சொல்லைப்பயன்படுத்தியுள்ளார்.

புராணகாலத்தில் தொடங்கிய வைணவம், ஆழ்வார்கள் காலத்துப் பிரபந்தங்களில் பெருமை பெற்றது. கி.பி.9 ஆம் நூற்றாண்டில் இப்பிரபந்தங்களை நாதமுனிகள் தொகுத்தார் எனலாம். இவை தமிழ் வேதங்கள். வேதத்தினையும் தமிழினையும் ஓதியுணர்ந்த இராமானுசர் அனைத்து வைணவக்கோயில்கள், இல்லங்களிலும் பூஜை முறைகளில் நாலாயிர திவ்விய பிரபந்தப் பாசுரங்களை நடைமுறைக்குக் கொண்டு வந்தார். திருவிழாக்களின் போதும், கோயில்களின் அனைத்து வழிபாடுகளிலும் தமிழுக்கு முக்கியத்துவம் கொடுத்துத் திருத்தி அமைத்தார். இராமானுஜரின் வைணவக் கோட்பாடுகள் பின் வருவனவாக அமைந்தன.

இலக்குமியுடன் கூடிய திருமால் வழிபாடு – பெண் தெய்வம் வழிபாடு

தமிழ் வேதம் ஓதுதல் – நாலாயிர திவ்ய பிரபந்த தமிழிசை

பஞ்ச சம்ஸ்காரம் – அடையாளப்படுத்துதல் – பழங்குடி மரபு.

அர்ச்சனைகள், பாகவததருமம், சத்சங்கம்,நாமஜெபம்,நாம கீர்த்தனைகள், ஹரி கதாகாலட்சேபங்கள் – மந்திரச் சடங்குகள் மற்றும் நிகழ்த்து கலைகள் – பழங்குடி வழக்கு

இவ்வாறாக ஸ்ரீவைஷ்ணவம் பண்டைய குலக்குறி வழிபாடு, தாய்த்தெய்வ வழிபாடு, தொல்குடியினரின் வீரர் வழிபாடு ஆகியவற்றை தன்னகத்தேக் கொண்ட ஒரு சமயமாக விளங்குகிறது.

வைணவம் “தொழிலாளர்களின் சமயம்” என்றும் போற்றப்படுகிறது.

10. தவ்வை

உலகெங்கிலும் வளமை வேண்டிப் பெண் தெய்வங்கள் வழிபடப்பட்டு வந்தன. பெரிய தனங்களையும், பருத்த வயிற்றையும், அகன்ற இனப்பெருக்க உறுப்பினையும் கொண்டவாறு உருவங்கள் வடிக்கப்பட்டுச் சடங்குகள் மேற்கொள்ளப்பட்டன. உயிர்களின் உற்பத்தியே வளமை என்ற அடிப்படையில் இத்தகு வழிபாட்டுச் சடங்குகள் நடைபெற்று வந்தன. அதிலும் குறிப்பாக வேளாண்மைச் சமூகத்தில் இத்தகு வளமைச் சடங்குகள் இன்றியமையாதன. மழை பொழியவும், மண் வளம் பெறவும், பயிர்கள் செழித்து வளரவும், கால்நடைகள் பெருகவும் தமிழகத்தில் பண்டு வழிபடப்பெற்றத் தாய்த்தெய்வமே தவ்வை எனப்படும் பழையோள் ஆவாள். அவ்வை என்ற சொல் தலைவியைக் குறிப்பதாகும். அச்சொல்லின் முந்து தமிழ் வடிவமே தவ்வை ஆகும்.

தவ்வை என்னும் பழையோள்

தவ்வை தமிழ்ப் பண்பாட்டின் தனித்தன்மையுடைய பெண் தெய்வம் ஆவாள். பழையோளாகிய தவ்வை வழிபாடு வேளாண்மை, மகப்பேறு, செல்வம் முதலிய வளமைக்காக வணங்கப்பட்டு வந்த நீர்நிலைக் கடவுளாகத் தமிழ்ப் பண்பாட்டில் விளங்கியது. ஆனால் காலமாற்றத்தில் வளமை நல்கும் தவ்வையின் பண்பானது செய்யோளாகக் கருதப்பட்டு, சோம்பல், இருள், வறுமை, பஞ்சம், வறட்சி முதலிய வளமைக்கெதிரான எதிர்மறைப் பண்புகளாக மற்றுமொரு வடிவம் பெற்று தவ்வை அல்லது மூத்தோள் என்ற பெயரில் அழைக்கப்பட்டது. இருவிதமான நேர், எதிர் இயல்புகளைக் கொண்ட தெய்வமாகப் பழையோள் வழிபாடு பிரிந்தது.

> "அவ்வித்து அழுக்காறு உடையானைச் செய்யவள்
> தவ்வையைக் காட்டி விடும்." (குறள்:167)

அழுக்காறு உடையானை அதாவது பிறர் ஆக்கம் கண்டவழிப் பொறாமையுடையானைத் திருமகள் தானும் பொறாது, தன் தவ்வைக்குக் காட்டி நீங்கும் என்பதாகக் குறள் கூறுவது

மேற்கண்ட இருபண்புகளைக் கொண்ட ஒரு தாய்த் தெய்வமே ஆகும். ஆக சங்க காலத்திலேயே தவ்வையின் வளமை இயல்பு திரிபு பட்டது அல்லது மற்றொரு பெண் தெய்வத்திற்கு ஏற்றிக் கூறப்பட்டது என்பது தெரிகிறது. இயற்கையின் மூலக்கூறுகள் ஒன்றுக்கொன்று முரண்பட்டு, அதன் இயல்பு திரிபு நிலையில் உயிர்களைத் தோற்றுவிக்கிறது என்ற சாங்கியக்கோட்பாட்டின் படி பெண்ணே மூலப்பிரக்கிருதி. அவளே உலகத் தோற்றம் அனைத்திற்கும் வித்தாவாள் என்ற பொருண்மையில் தவ்வையின் நிறம், உருவம், செயல்பாடுகள் சமைக்கப்பட்டு வழிபடப்பட்டது. சாங்கியத்தின் மூலப்பிரக்கிருதியின் நிறமான கருப்பு வண்ணம் கொண்டவளாய் தவ்வை சித்தரிக்கப்படுகிறாள். தேவர்களும் அசுரர்களும் பாற்கடலைக் கடைந்த போது திருமகளுக்கு முன்பாக தோன்றியவள் மூதேவி என்று புராணங்கள் கூறுகின்றன. மழைக்கடவுளான வருணனின் மனைவியாகவும் இந்த சேட்டை குறிப்பிடப்படுகிறாள்.

தமிழ் நிகண்டுகளில் தவ்வை, சேட்டை, மாமுகடி, மூத்ததேவி, பழையோள், காக்கைக் கொடியோள், ஏகவேணி எனப் பல பெயர்களில் குறிக்கப்படும் இத்தெய்வத்தை வைணவ அடியார்களுள் ஒருவரான தொண்டரடிப்பொடியாழ்வார் “சேட்டை தன் மடியகத்துச் செல்வம் பார்த்திருக்கின்றீரே” எனப் பாடுவதில் இருந்து வளமைக்கானப் பண்டைய தெய்வம் என உணரலாம்.மடியகத்துச்செல்வம்என்பதுசாக்தமார்க்கத்தின்யோனி வழிபாட்டினைக் குறிக்கிறது. பருத்தவயிறு, மார்பகங்களுடன் பெண் தெய்வங்கள் பழங்காலம் தொட்டே வழிபடப்படுகின்றனர். இவை, பிறப்பு உயிர்களைப் படைத்தல் ஆகியவற்றை உணர்த்தும் குறியீடுகளாகும். தவ்வை உரத்தின் கடவுள். செய்யோள் விளைந்த தானியங்களின் கடவுள்.

“அழுக்கின் தெய்வமாக இப்போது கருதப்படும் மூதேவியே வளமையின் மூலத்தெய்வமாக இருந்துள்ளது. பயிர்களும், உயிர்களுமாகிய செல்வங்களின் மூல வடிவம் உரமாகும். உரத்தின் மூலவடிவம் அழுக்காகும். மனிதர்கள் உள்ளிட்ட உயிரினங்கள் மற்றும் தாவரங்கள் ஆகியவற்றின் கழிவுகளே அழுக்கு என்ற பெயரால் சுட்டப்படுகின்றன. அழுக்கு என்ற சொல் அழுகச் செய்யப்படுவது என்ற பொருளையே உணர்த்துவதாகும். எனவே பயிர்வளர்ச்சியினை அடையாளப்படுத்தும் திரு (அ) லட்சுமியினைத் தங்கையாக்கி, அதற்குரிய மூலவளம் சேர்க்கும் உரத்தின் தெய்வத்தை தமக்கையாக (மூத்ததேவி) மூதேவி என்று அடையாளப்படுத்தினர். உரம் பயிராகும் கால இடைவெளியே தமக்கைக்கும், தங்கைக்கும் மூத்ததேவிக்கும் இளையதேவி லட்சுமிக்கும்.இடையிலுள்ள வேறுபாடாகும். இதனை உறுதி

செய்யும் சில சான்றுகளைக் கள ஆய்வில் காண முடிகின்றது. கார்த்திகைத் திருவிழாவின் போது உரக்குழி/சேர்குழி எனப்படும் குப்பைக் கிடங்குகளில் அகல்விளக்குகளை ஏற்றி, அதனைக் குப்பைநாச்சியார் என்ற பெயரில் வழிபடுகின்றனர்."

துடைப்பம், கூடை, காக்கை, கழுதை ஆகியவையை தவ்வைக்கு அடையாளமாகக் காட்டப்படுவது பற்றி மானிடவியல் நோக்கில் ஆய்வாளர் முனைவர் தொ.பரமசிவம் அவர்கள் கூற்றினை மேற்கண்டோம். இது ஏற்றுக்கொள்ளக்கூடியதே. சாங்கியத்தின் தத்துவக்கோட்பாட்டில் முதன்மையானதும் முடிவானதுமான மூலப்பிரகிருதி தனக்குள்ளேயே, தனக்குத்தானே முரண்பட்டே உற்பத்தியைத் தோற்றுவிக்கிறது என்ற கருத்து இங்கு பிரதிபலிக்கிறது.

தமிழகத்தின் பல்லவ, பாண்டிய, சோழப்பேரரசுகளின் காலத்தில் 'ஜேஷ்டா தேவி' என்று தவ்வை வழிபடப்பட்டாள். வடமொழியில் ஜேஷ்டா என்றால் மூத்தவள் என்று பொருள். ஜேஷ்டா தேவி சேட்டை தேவி என்று தமிழில் அழைக்கப்பட்டாள். வடநாட்டு தாந்திரீக சாக்த மரபுகளிலும் தவ்வை, சக்தியின் பத்து வடிவங்களில் ஒன்றான தூமாதேவியாகப் போற்றி வழிபடப்படுகிறாள். ஆனால் தமிழகத்தின் தவ்வை வழிபாட்டிற்கும், தூமாதேவி, தூம்ராகாளி ஆகிய வட இந்திய தாய்த்தெய்வ வழிபாட்டிற்கும் அடிப்படையில் வேற்றுமை உண்டு. அங்கு அத்தெய்வங்கள் புகையின் வடிவாகவும், அழுக்கின் அம்சமாகவும் கருதப்படுகின்றன. தூமாதேவி அழுக்கான கிழிந்த ஆடை அணிந்தவளாகக் காட்டப்படுகிறாள். தமிழகத்தின் தவ்வை பெருந்தெய்வமாக ஆடையணிகளோடு காட்டப்பட்டுள்ளாள் என்பது குறிப்பிடத்தக்கது.

தவ்வை உருவ அமைதி

தவ்வை தனது வலது பக்கத்தில் மகன் மாந்தனுடனும், இடது பக்கத்தில் மகள் மாந்தியுடனும் அமர்ந்த கோலத்தில் காட்டப்படுவது மரபு. பழையோளின் அமர்வுக்கோலம் இதுவரை தமிழகத்தில் கிடைத்த அனைத்துச் சிற்பங்களிலும் காலை நன்கு அகட்டிய நிலையில் காட்டப்பட்டுள்ளமை குறிப்பிடத்தக்கது. இந்நிலை சிந்துவெளியில் கிடைத்த தலைகீழாகக் காட்டப்பட்டுள்ள ஒரு பெண்ணின் இனப்பெருக்க உறுப்பிலிருந்து செடி ஒன்று வெளிவருகின்ற முத்திரையோடு ஒப்பிடத்தகுந்தது. இப்பெண் சாகம்பரி எனப்படும் பயிர்களின் தாயாகக் கருதப்படுகிறாள். அவ்வாறே வேளாண்மைத் தெய்வமான தவ்வை பருத்த வயிறும், பெரிய தனங்களுமாய் உலகத்தின் தாயாகக்கருதப்பட்டுள்ளாள். தேவி முழங்கால் வரை மடிப்புகளுடன் கூடிய ஆடை அணிந்துள்ளாள். அவளின்

கச்சையற்ற மார்பு வளத்தின் அடையாளமாகும். கழுதை வாகனம், காக்கைக் கொடி, துடைப்பம், முறம் முதலியனவும் தேவியின் சிற்ப அமைப்பில் இணைந்துள்ளன. வேளாண்மைப் பொருட்களைச் சுத்தம் செய்யும் துடைப்பமும் முறமும் பல சிற்பங்களில் காட்டப்பட்டுள்ளன. கழுதை வேளாண் விளைபொருட்களை ச்சுமத்தலிலும், வணிகத்திலும் பயன்பட்ட உயிரினமாகும். காக்கை பயிர்கள் விளையும் வயலில் உள்ள பூச்சி, புழுக்கள், எலிகளை சுத்தம் செய்வதாகும். இவ்வாறே தவ்வையின் படிமத்தில் காட்டப்பட்டுள்ள எல்லாக் குறியீடுகளும் வேளாண்மையோடு தொடர்புபட்டன. மேலும் மருதத்திணைக்குரிய பெண் கடவுளாக இத்தேவி வணங்கப்பட்டிருக்க வேண்டும். தஞ்சை, மதுரை, திருநெல்வேலி, காஞ்சிபுரம் ஆகிய ஊர்களில் இச்சிற்பங்கள் கிடைத்துள்ளமை நோக்கத்தக்கது. காவிரி, வைகை, தாமிரபரணி, பாலாறு போன்ற ஆற்றின் கரைகளில் தான் மேற்கண்ட மருதத்திணை ஊர்கள் அமைந்துள்ளன. திருநெல்வேலி ஆதிச்சநல்லூரில் கிடைத்த கொற்றவை பானையோட்டுச் சிற்பம் வேட்டைத்தெய்வம் கொற்றவை வேளாண் தெய்வமாக மாறும் நிலையைக் காட்டி நிற்கிறது. அதன் அடுத்தநிலையாக அதாவது வேளாண் தெய்வமாக தாய்த்தெய்வம் மாறிய நிலையை தவ்வையின் படிமக்கலை உணர்த்தி நிற்கிறது. இவ்வாறாகத் துடைப்பம், முறம், காக்கை, எருமைத்தலை மாந்தன், இளம்பெண் இவையனைத்தும் வேளாண்மையோடு தொடர்புடையவை. மருதத்திணையில் உழுவதற்கு எருமைகளே பயன்படுத்தப்பட்டன என்பதைச் சங்க இலக்கியப்பாடல்களால் அறிகிறோம்.

தவ்வை சிற்பங்கள்

தவ்வைவழிபாடுபல்லவர்காலத்திற்குமுன்பிருந்தேதமிழகத்தில் வேரூன்றியிருந்த மரபாகும். பல்லவர்கள் காலத்தில் குறிப்பாக இரண்டாம் நரசிம்மவர்மன் காலத்தில் காஞ்சிபுரம் கைலாசநாதர் கோயிலில் மூன்று இடங்களில் தவ்வையின் சிற்ப வடிவங்களைக் காணமுடிகின்றது. திருப்பரங்குன்றத்தில் உள்ள சேட்டை தேவியின் சிற்பம் நக்கன் கொற்றியின் கல்வெட்டுச்சான்றுடன் காணக் கிடைக்கிறது. காஞ்சிபுரம், மாங்காட்டில் தனியாகக் கிடக்கும் பல்லவர் காலத்திய தவ்வை எழில் வாய்ந்தது. சோழர்கள் காலத்தில் கோயில் திருச்சுற்றின் தென்மேற்கில் தவ்வையின் சிற்பம் அமைக்கப்பட்டு வழிபடப்பட்டு வந்தது. முற்காலச் சோழர்களின் கற்றளிகளில் புள்ளமங்கை பசுபதிநாதர் கோயில், உத்திரமேரூர் ஆகியவற்றில் உள்ள தவ்வைச் சிற்பங்கள் குறிப்பிடத்தகுந்தவை. பெரும்பாக்கம், தென்சிறுவலூர், பேரங்கியூர் முதலான ஊர்களில் கிடைத்த கி.பி 8 ஆம் நூற்றாண்டைச் சேர்ந்த தவ்வை சிற்பங்களில், அவள் தன் மகன் குளிகனுடனும், மகள் மாந்தியுடனும் கையில் பணப்பேழையுடனும் காட்சியளிக்கிறாள்.

பார்த்திபேந்திர வர்மன், சேட்டையார் கோயிலுக்கு மானியமாக 1148 குழி நிலம் வழங்கிய'தாக உத்திரமேரூர் கல்வெட்டில் சான்றுகள் உள்ளன. 'சேட்டை' மூதேவியின் மற்றொரு பெயர். பேரங்கியூர், தென் சிறுவலூர் ஆகிய இடங்களில் கி.பி. 8 ஆம் நூற்றாண்டைச் சேர்ந்த தவ்வைச் சிற்பங்கள் கிடைத்துள்ளன. தவ்வைக்குத் தனியாகக் கோயில்களும் இருந்திருக்கின்றன. கி.பி 13 ஆம் நூற்றாண்டு வரைத் தமிழ்நாட்டில் தவ்வை வழிபாடு சிறப்பாக நடந்துவந்துள்ளது. தொண்டரடிப் பொடியாழ்வாரின் "சேட்டையின் மடியகத்து பார்த்திருக்கின்றீரே" என்ற வரிகளும் இத்தேவியின் வணக்கம் மாற்றப்பட்டு யானைத்திருமகள் உருவம் அவ்விடத்தில் வழிபடப்பட்டமை தெரிகிறது. இதற்கு ஆதாரமாகப் பல தொல்லியல் சான்றுகள் உள்ளன. கோயில்களின் கருவறைத் திருச்சுற்றின் தென்மேற்கில், அல்லது வடகிழக்கில் யானைத்திருமகள் சிற்பம் வைக்கப்பட்டு வணங்கப்பட்டு வருவது கண்கூடு. தவ்வையின் படிமங்களை வடிப்பதற்கான முறைகள் காரணாகமம், சுப்பிரபேதாகமம் போன்ற ஆகமங்களில் விரிவாகக் கூறப்பட்டுள்ளது.

நீரோடும், நிலத்தோடும் தொடர்புடைய வேளாண் பெண் தெய்வமாகிய தவ்வையின் வழிபாடு பின்பு வணிகத்தாரால் போற்றப்பட்டிருக்க வேண்டும். தவ்வை வழிபாடு திருமகள் வழிபாடாக மாற்றங்கண்ட பின்பு கோயில்களில் அமைக்கப்பட்டிருந்த ஜேஷ்டாதேவி சிற்பங்கள் வழிபாட்டு வழக்கிழந்தன. ஆனால் ஒரு வடிவம் நாட்டார்களின் மாரியம்மன் வழிபாடாய் நிலைபெற்றது எனக் கருத வாய்ப்புண்டு.

தொடர்புடைய குறிப்புகள்:

1. முனைவர் ஹரிப்பிரியா ரங்கராஜன் , 'வளம் தருபவளை புறக்கணிப்பது ஏன்?' கட்டுரை, தினமலர் ஜூன் 10, 2012
2. *Kinsley, David R ,1997, "Tantric visions of the divine feminine: the ten mahavidyas", pp.178-181*
3. ஜெயமோகன், 2014 செப்.25 'சேட்டை' கட்டுரை, *http://www.jeyamohan.in/?p=735, 04.10.2016*
4. *Leslie, Julia ,1992, "Sri and Jyestha: Ambivalent Role Models for Women", p.115*
5. செல்வி வே. திருநங்கை, ' செல்வம் தந்த மூதேவி' கட்டுரை , வரலாறு இணைய இதழ், ஜூன் 16 – யூலை 17, 2008
6. 'திருக்கோவில்' இ திங்களிதழ், ஜூன் , 1980
7. குறள் எண் 167, 617, 936.

11. சிவ வழிபாடு

சிவ வழிபாடு உலகெங்கும் தொன்மையானது. "சிவ" என்ற சொல் செம்பொருள் என்று பொருள்படுகிறது. செம்மை என்பதற்கு முழுமை, மெய்ம்மை என்று பொருள் கூறப்படுகிறது. சிவ வழிபாடு ஞாயிறு வழிபாட்டின் தொடர்ச்சியே என்பது இலங்கை தமிழறிஞர் ந.சி.கந்தையா பிள்ளை அவர்களின் கூற்று. ஞாயிறு வழிபாடு என்பதுவும் இயற்கை வழிபாட்டின் ஒரு பிரிவே. சிவன் என்னும் கடவுள் வடக்கிலிருந்து வந்தவர் என்றும், வேதங்கள் கூறும் உருத்திரர் எனவும் பல்வேறு கருத்துக்கள் இருப்பினும், சிவ வழிபாட்டின் பொதுமைக் கூறுகள் பலவற்றின் தனித்த இயல்புகள் தமிழ்ச்சமூகத்தில், தொல்லியலில் நிரவிக் கிடப்பதை நாம் ஆராய வேண்டும். பக்தி இயக்கக் காலமான கி.பி.5-முதல் 12-வரையிலான நூற்றாண்டுகளில் மிகவும் அதிகப்படியான சைவ சமயக்கருத்துகள் பக்தி இலக்கியங்களாகப் பதிகங்களாகவும், பண்டையக் கோயில்களாகவும், பசுபதி என்னும் சித்தாந்தமாகவும் பன்முகமெடுத்துப் பரவின. மேற்கண்ட நூற்றாண்டுகளில் சைவம் தழைத்த நிகழ்வை "நாடும் நாயன்மாரும்" என்ற தலைப்பில் க.கைலாசபதி விவரிக்கும் பாங்கு மிக நேர்த்தியானது.

சங்க இலக்கியங்களில் சிவன் என்னும் பெயர் இடம் பெறவில்லை எனினும் தாழ்சடைப்பொலிந்த அருந்தவத்தோன், முக்கட்செல்வன், கறைமிடற்றண்ணல், நீலமணி மிடற்றண்ணல், முதுமுதல்வன், நீலமேனி வாலிழை பாகத்தொருவன், மழைதலை வைத்தவர், காய்கடவுள், பைங்கண் பார்ப்பனன், புங்கம் ஊர்பவன், முக்கணான், ஈர்ஞ்சடை அந்தணன், ஆலமர்ச்செல்வன், கணிச்சியோன் எனப் பல பெயர்களால் வழங்கப்பட்டமையைச் சங்கப் பாடல்கள் தெரிவிக்கின்றன. மேலும் சிவபெருமான் முப்புரம் எரித்தது, பிறையைத் தலையில் சூடியது, நஞ்சுண்ட நீலகண்டம், நெற்றிக்கண், இடபக்கொடி, இடபவாகனம், உமையொரு பாகன், இராவணன் கயிலையை எடுத்தது, ஐம்பூதங்களை உண்டாக்குதல் முதலிய செய்திகள் ஆங்காங்கே வருகின்றன. இப்பெயர்கள் யாவும் சிவனைப் புராணக் கடவுளாகப் பார்த்த நிலையில் உண்டானவையாம். ஆனால்

உண்மையில் சிவன் புராணக்காலத்தில் பல்வேறு வடிவங்களைப் பெற்றார். தொல்பழங்காலத்தில் மானுடத்தில் வழிபாடு தோன்றிய காலத்திலேயே கருவி வழிபாட்டில் இடம்பெற்ற கற்கருவிகள் தமிழகத்தில் இன்றும் காணக்கிடைப்பது சிவ வழிபாட்டின் முந்திய தொன்மையைக் காட்டும் கண்ணாடியாகும். பூத வழிபாடு, காபாலிகம், காளாமுகம், பாசுபதம் என்ற தொல்தத்துவமரபுகளின் வேர்களோடு தமிழகத்தில் நிலவிய அறம், வீரம், காதல், குடும்பம் ஆகிய பண்புகளோடு கிளை விட்ட பக்தி கால தமிழ்ச்சமூக சைவமானது தனித்துவமானது.

சிவன் ஆர்?

தொல்பழங்காலத்திலிருந்தே செம்பொருளாகிய சிவ வழிபாடு உலகெங்கும் பஞ்சபூதங்களாகிய இயற்கையின் செயல்பாட்டினைக் கண்டு மனிதகுலத்திற்குத் தோன்றிய அச்சம், வியப்பு, போற்றுதல் காரணமாகத் தோன்றியதாகும். தொல்பழங்காலத்தின் சமூகவியலின்படி உணவு தேடும் சமூகத்தின் வீரன் அதாவது வேட்டைச் சமூகத்தின் தலைவன் சிவன் ஆவார். இதிகாசங்கள், புராணங்கள், வேதங்களின் பிற்சேர்க்கைகள் இவை யாவும் தோன்றிய பின்னர் அறுபத்து மூன்று திருவுருவங்களாய் பல பல வேடமாகும் பரன் நாரி பாகன் பசுவேறும் பரமன் தன்னுடைய ஆதி வடிவமான வேட்டைக்காரனின் அடையாளங்களையே தன்னுடைய உருவ அமைதியாகக் கொண்டுள்ளார் என்பது இங்கு குறிப்பிடத்தக்கது. மான்மறியும், வெண்மழுவும், சூலமும் பற்றிய கை அந்த வேடுவனுடையது.

"இலிங்க வழிபாடு - இறைவனிடத்தில் ஆண் தன்மை பெண் தன்மை என்னும் இரு இயல்புகள் இருத்தலை அறிந்த மக்கள் அவரை அம்மை அப்பர் வடிவில் வழிபடலாயினர். அம்மையை உணர்த்தப் பெண் வடிவுச்சிலைகளும், அப்பரை உணர்த்த ஆண்வடிவுச் சிலைகளும், அமைக்கப்பட்டன. இவ்வழக்கு, ஆண்வடிவை உணர்த்த ஆண் குறியும், பெண் வடிவை உணர்த்தப் பெண் குறியும், அமைக்கும் வழக்காக மாறிற்று. அக்காலத்தவர்கள் இவ்வாறு செய்வதை இடக்கராகக் கருதிற்றிலர்." என்பார் இலங்கை தமிழறிஞர் ந.சி.கந்தையா பிள்ளை.

"ஈசுவர" (ஈசுவரன்) என்றால் அனைத்தையும் பங்கிட்டு அளிப்பவன் என்று பொருள். ஈசுவரன் என்ற பெயர் சிவனுக்கானக் காரணப்பெயரும், இடுகுறிப்பெயருமாகும். சிவனின் மற்றொரு பெயரான ஹர (அரன்) என்பதற்கு அபகரிப்பவன் என்று பொருளாகும். சிவன் எல்லாக் கடவுளர்க்கும் முதற்கடவுளாய் அமைந்ததன் காரணம் இவ்விரு பெயர்களையொட்டிய

அவருடைய செயல்களேயாம். ஏகாதச - பதினொரு உருத்திரர்களின் பெயர்களில் ஒன்று ஹரன் ஆகும்.

கந்து வழிபாடும் இலிங்கமும்

கடவுளைத்தூண் வடிவில் நடுதறியாக நாட்டி வழிபடும் வழிபாடு 'கந்துடைநிலை' எனவும் 'பொதியில்' எனவும் சங்கச் செய்யுட்களிற் குறிக்கப்பெற்றுள்ளது. 'கந்து என்பது தெய்வம் உறையும் தறி' என்பார் நச்சினார்க்கினியர். கந்து 'கந்தம்' எனவும் வழங்கும். எங்கும் நிறைந்த இறைவனைத் துளக்கமில்லாத கந்துருவில் அதாவது தூண் வடிவில் நடுதறியாக நிறுத்தி வழிபட்டு வந்த இவ்வழிபாட்டு முறையே நாளடைவில் சிவலிங்க வழிபாடாக மாறியது என்பது மானிடவியலாளர் கூற்று.

சங்க காலத்தில் மக்கள் வாழும் ஊர்களில் பொதுவான இடங்களில் தெய்வம் உறையும் தறியாகிய தூண் நட்டப்பெற்றிருந்தது. நீராடித் தூயவராகிய மகளிர் அம்பலத்தை மெழுகித் தூய்மை செய்து இரவு நேரத்தில் விளக்கேற்றி வழிபட்டனர். புதியவராய் வந்தவர்கள் அக்கோயிலிலேயே தங்கினர்.

"கொண்டி மகளிர் உண்டுறை மூழ்கி
அந்தி மாட்டிய நந்தா விளக்கின்
மலரணி மெழுக்கம் ஏறிப் பலர்தொழ
வம்பலர் சேக்கும் கந்துடைப் பொதியில்"

என்று பட்டினப்பாலை இதனை வெளிப்படுத்துகின்றது.

"மகளிர் பலரும் நீருண்ணும் துறையிலே சென்று முழுகி மெழுகும் மெழுக்கத்தினையும், அவர்கள் அந்திக்காலத்தே கொளுத்தின அவியாத விளக்கத்தினையும், உடைய பூக்களைச் சூட்டின தறியினையுடைய அம்பலம். கந்து – தெய்வம் உறையும் தறியாகும். கன்றாப்பூர் நடுதறி என்று தேவாரப் பாடல்களில் குறிக்கப் பெறுவதும் இங்கு நோக்கத்தக்கது.

நிலைபெறுமா றெண்ணுதியேல் நெஞ்சே நீவா
நித்தலுமெம் பிரானுடைய கோயில் புக்குப்
புலர்வதன்முன் அலகிட்டு மெழுக்கு மிட்டுப்
பூமாலை புனைந்தேத்திப் புகழ்ந்து பாடித்
தலையாரக் கும்பிட்டுக் கூத்து மாடிச்
சங்கரா சயபோற்றி போற்றி யென்றும்
அலைபுனல்சேர் செஞ்சடையெம் ஆதீ யென்றும்
ஆரூரா என்றென்றே அலறா நில்லே

என்ற திருநாவுக்கரசரின் தேவாரப்பதிகம் மேற்கண்ட சங்க இலக்கியப் பாடலை உறுதிப்படுத்துகின்றது. அம்பலத்தில் ஆடும் சிவனை ஆடல்வல்லானாக புராணங்கள் தெரிவிக்கின்றன. அம்பலம் தமிழ்ச்சமூகத்தின் மன்று, மன்றம் ஆகும். ஊர் நடுவில் இது அமைந்திருக்கும். கடவுள் உறையுமிடங்களாக நக்கீரர் திருமுருகாற்றுப்படையில் மலை, அருவி, சுனை, ஆற்றிடைக்குறை, நல்மரம், மன்று என வரிசைப்படுத்துகிறார். இவற்றுள் நல்மரம், மன்றில் நடப்பட்ட கந்து இவையே இலிங்க வழிபாட்டின் தொடக்கமாகும்.

தமிழ்ச்சமூக மழவரும் வேத உருத்திரகணத்தாரும்

மழவர் எனப்படும் பெருங்கற்கால நாகரிகத்தைச் சேர்ந்த ஒரு வகை வேடர்கள், ஆநிரைகளைக் கவர்வதை வேட்டையாடுதலாகக் கருதியமை அகப்பாடல்களால் தெரிகிறது. வேட்டைகளிலும், ஆனிரை கவரும் பூசல்களிலும் வாழ்க்கையைக் கடத்திய நிலையற்ற 'வில்லேர் வாழ்வின' ராகிய மழவர்கள் இயற்கையிலேயே வீரஞ்செறிந்த மரபினர். 'மழவர்' என்ற சொல் இளமை என்ற பொருள் தரும். 'மழ' என்ற சொல்லின் தொடர்பில் பிறந்தது என்று ஊகித்து, முதுமை காரணமாக இறப்பது இழுக்கென்றும் இளமையில் போரிட்டு மடிவதே விரும்பத்தக்கதென்றும் கருதியவர்கள். மழு என்ற ஆயுதப் பெயர் அடிப்படையிலும் இச்சொல் தோன்றியிருக்கலாம். வேட்டையாடுதல், இறைச்சிகளை வெட்டுதல் போன்றவற்றுக்குக் கோடரி பயன்பட்டது என்றாலும் இவர்கள் மழுவேந்தித் திரிந்ததாக இலக்கியங்கள் பேசவில்லை. மாறாக, வில்லும் அம்புமே இவர்களுடைய ஆயுதமாக இருந்து வந்திருக்கிறது என்பதைச் சங்க இலக்கியப் பாடல்கள் காட்டுகின்றன.

ரிக் வேதத்தில் காணப்படும் ருத்ர சமகத்தில் உருத்திரன் கையில் வில் அம்பு கொண்டவராயும், பயங்கரத் தோற்றமுடையவராயும் வருணிக்கப்படுகிறார். உருத்திரனின் கையிலுள்ள வில்லாயுதம் ஆநிரைகளுக்குத் துன்பம் நேராதவாறு தொலைவில் வைக்கப்பட வேண்டும் என்பது உருத்திரனாரிடம் விண்ணப்பமாக வைக்கப்படுவது இங்கு குறிப்பிடத்தக்கது. எனவே மழவர்கள் வேதங்கள் கூறும் உருத்திரக்கணத்தாரைப் போல சுதந்திரர்கள். கோபக்குறியுடையவர்கள். ஆயுதமுடையவர்கள். வேட்டையாடியும், ஆநிரை கவர்ந்து வந்தும் தம் குடிகளுக்குப் பங்கிடுபவர்கள். அவர்கள் பகைவரின் ஆநிரையைக் கவர்ந்து தம் குடியைக் காத்து நிற்பவர்கள். ஓரிடத்தில் நிலையாகத் தங்காதவர்கள். மதுவோடு இறைச்சியை உண்டுவிட்டு வீரமுடன் நிரை கவரச்செல்பவர்கள் என்றெல்லாம் சங்கப் பாடல்கள் மழவரை சித்தரிக்கின்றது.

இறைச்சி உணவிற்காகக் கால்நடை வளர்ப்புச் சமூகங்களைத் தாக்கி ஆநிரை கவர்ந்த மழவர் எனும் வேடர்கள் கால்நடை வளர்ப்புச் சமூகங்களைச் சேர்ந்தவர்களாக இருக்கவியலாது. இவர்கள் உணவு சேகரிப்பு, கொன்றுண்ணல் நிலையிலிருந்த வேடர் குடிகளைச் சேர்ந்தவர்களாகலாம். அதாவது கால்நடை வளர்ப்புச் சமூகம் தோன்றிய புதிய கற்காலத்திற்கு முந்திய பழைய கற்கால வேட்டுவர்களே மழவர்கள். இவர்களே உணவு இல்லாத காலங்களில் வனவிலங்குகள் அருகிய பருவங்களில் ஆநிரை கவர்ந்திருக்கலாம். இது மேலும் ஆய்வுக்குரியதாகும். சங்க இலக்கியங்களில் மழவர்கள் ஓரிடத்தில் நிலையாகத்தங்கியதாகக் கூறப்படவில்லை. அலை குடிகளாகவே பாடல்களில் காட்டப்பட்டுள்ளனர். எனவே கால்நடை வளர்ப்புச் சமூகத்தின் முல்லைத் திணை கரந்தை மறவர்களுக்கும் முந்தைய தொல்குடிகள் இவர்கள் ஆவர்.

மழவரும் ஆகோளும்

அகநானூற்றில் மழவர்கள் நிரை கவர்ந்தமை பற்றிச்சில பாடல்கள் குறிக்கின்றன. சில நேரங்களில் ஆறலைக் கள்வர்களாகவும் செயல்பட்டுள்ளனர். அகநானூறு 101-ஆம் செய்யுள் மழவர்கள் நிரை கவர்ந்தமை பற்றிக் கூறுகின்றது. மழவர்கள் கோபக்குறி கொண்ட கண்களையுடையவர்கள். இரவு நேரத்தில் தீப்பந்தங்களுடன் நிரை கவரச் சென்றனர். தயிர் கடை மத்துகள் பயன்படாமல் போகும்படி மிகவும் சந்தடியின்றி நிரைகள் உள்ள குறும்புகளுக்குச் சென்று கன்றுகளுடன் கொள்ளையடித்தனர்.

.... செங்கண் மழவர்
வாய்ப்பகை கடியும் மண்ணொடு கடுந்திறல்
தீப்படு சிறுகோல் வில்லொடு முற்றி
நுரைதெரி மத்தம் கொளீஇ நிரைப்புறத்து
அடிப்புதை தொடுதேர் மறைய ஏகி
கடிபுலம் கவர்ந்த கன்றுடை கொள்ளையர் – *(101:5-10)*

வல்லான் முல்லை, ஏறாண் முல்லை, மூதின் முல்லை முதலிய புறத்துறைப் பாடல்களில் சித்திரமாகிய வாழ்க்கை வேடர், கால்நடை சமூகங்களைச் சேர்ந்த குழு வாழ்க்கையாகத் தெரிகிறது. சீறூர், சிறுகுடி என்ற இருக்கைகள் வேடர்-ஆயர் இருக்கைகளாக இருந்துள்ளன.

அகநானூறு 101 ஆவது பாடலில் ஆயர் குடியைத் தாக்கிய செங்கண் மழவர்கள், இருமலுக்கு மருந்தாகும் மண்ணையும்,

தீக்கடைக் கோலையும், வில்லையும், கடையும் மத்தையும் ஆநிரையோடு கன்றுகளோடு கவர்ந்து சென்றமைத் தெரிகிறது. மழவர்கள் வாள், வில் கொண்டு ஆநிரை கவர்ந்து வன்புலத்திற்கு ஓட்டி வந்து தெய்வம் தங்கிய வேப்பமரத்தினடியில் கொழுத்த பசுவை வெட்டிக் குருதிப்லி தூவி, இறைச்சியை வேகவைத்து அகன்ற பாறையிலமர்ந்து உண்டதை அகம்.-309 –வது பாடல் குறிப்பிடுகிறது.

புறநானூற்றில் வெட்சித்திணையாக ஐந்து பாடல்கள் தொகுக்கப் பெற்றுள்ளன. அவையனைத்தும் நிரை கவர்தலைப் பற்றியவை. அதனால் இந்தப் பாடல்கள் பழங்குடிச் சமூகத்தைச் சார்ந்த வீரர்களான மழவர்களைக் குறிப்பிடுவதாகும்.

செருப்புஇடைச் சிறுபரல் அன்னன் கணைக்கால்
அவ்வயிற்று அகன்ற மார்பின் பைங்கண்
குச்சின் நிரைத்த குரூஉமயிர் மோவாய்
செவிஇறந்து தாழ்தரும் கவுளன் வில்லொடு
யார்கொலோ அளியன் தானே தேரின்
ஊர்பெரிது இகந்தன்றும் இலனே அரண்எனக்
காடுகைக் கொண்டன்றும் இலனே காலைப்
புல்லார் இனநிரை செல்புறம் நோக்கிக்
கையின் சுட்டிப் பைஎன எண்ணிச்
சிலையின் மாற்றி யோனை அவைதாம்
மிகப்பல ஆயினும் என்ஆம் எனைத்தும்
வெண்கோள் தோன்றாக் குழிசியொடு
நாள்உறை மத்தொலி கேளா தோனே.’ புறம். 257

கால் செருப்புக்கிடையில் சிக்கிக்கொண்ட சிறு கல்லைப்போலப் பகைவர்க்குத் துன்பம் தருபவன். திரண்ட காலும், அழகிய வயிறும் அகன்ற மார்பும் தாடியும் குளிர்ந்த கண்ணும் குச்சுப்புல் வளர்ந்த காது வரை விரிந்து தாழ்ந்த கன்னங்களும் வில்லும் கொண்ட இவன் யாராயிருக்கும் என்று ஆராய்ந்து பார்த்தால், இவன் தன் ஊரை விட்டு வெளியே போனவன் அல்லன். நீண்ட காட்டரணைக் கொண்டவனும் அல்லன். இன்று காலை தான், பகைவர் ஆநிரை போகிற வழியைச்சுட்டிக் காட்டியபடியே, மனத்துக்குள்ளாக எதையோ நினைத்துக் கொண்டவன் போல, வலது கையிலே பிடித்திருந்த வில்லை இடது கைக்கு மாற்றினான். அவ்வளவுதான். பகைவர் அழிந்தனர். அவர் பசுக்கூட்டம் முழுதும் இவன் வசமாயிற்று.

எவ்வளவு பசுக்கள் இருந்தென்ன, அவன் வீட்டில் பால் கறக்கும் ஒலியோ தயிர் கடையும் மத்தோசையோ ஒரு போதும் கேட்டதில்லை. ஏனெனில் அத்தனை ப் பசுக்களையும் அவன் தானமாகப் பிறர்க்கு தந்து விட்டான்.இந்தப் பாட்டில் வீரனின் தோற்றம் அவன் வில்லின் பொலிவு, நிரை கவரும் சிறப்பு, உண்டாட்டிற்குக் கள்ளை வைத்திருக்கும் நிலை ஆகியவை பேசப்பெற்றுள்ளன.

நல்கூர் பெண்டிர் அல்கற் கூட்டும்
கலங்குமுனைச் சீறூர் கைதலை வைப்ப
கொழுப்பா தின்ற கடும்படை மழவர்
செருப்புடை அடியர் *(அகம். 129.10-13)*

மழவர்கள் முனையிலிருந்த சீறூர்களைக் கொள்ளையடித்தனர் என்பது இதனால் புலப்படும். வெட்சித்திணை வீரர்கள் மழவர்களாக இருக்கக்கூடும். புறநானூற்றில் வெட்சிப் பாடல்களில் நிரை கவர்ந்தவர்களைப் பற்றி மட்டும் கூறப்பெறுகின்றது. மழவர்கள் நிரைகவர்தலில் மட்டும் ஈடுபட்டதை அகப்பாடல்கள் கூறுகின்றன. மழவர்கள் வெற்றியுடன் நிரை கவர்ந்தபோது உண்டாட்டு என்ற விழா நடைபெறுகின்றது.சங்க இலக்கியம் மழவர்களை ஆநிரை கவரும் கள்வர்களாகக்காட்டினாலும் தொல்பழங்காலத்தில் அவர்கள் சேர்ந்த குடிக்குரிய மாட்டுமந்தையைப் பாதுகாத்தலிலும் ஈடுபட்டவர்கள். மழவர் வாழ்க்கை அப்போது இரண்டு நிலையையும் பெற்றிருந்தது. மழவர்களின் பாடியே அரசுருவாக்கத்தில் படைப்பாசறையாக அமைந்துள்ளது.காடும்காடு சார்ந்தஇடமுமான முல்லைநிலத்தைச் சேர்ந்த ஊர்கள் பாடி என்று அழைக்கப்படுவது தமிழ் மரபு. ஆயர்பாடி, காட்டுப்பாடி முதலிய தொடர்கள் உணர்த்துகின்றன. இத்தகைய பாடிகள் தாம் சார்ந்து நின்ற நாகரிகத்திற்கேற்ப இடப்பெயர்ச்சிக்குரியனவாக, இலைதழைகளாலான குடில்களைக் கொண்டு விளங்கியிருக்கவேண்டும். ஆயினும் இயற்கையான காட்டு அரண் இருந்ததால் இவை எளிதில் அடைதற்குரியனவோ, எதிரிகளின் தாக்குதலுக்கு ஆளாகக் கூடியனவோ அல்ல. இந்தப் பின்னணியில்தான் பாடி என்ற சொல் பாசறையைக் குறிப்பதாகப் பின்னாட்களில் வழங்கியிருக்கிறது.

சிவனாரின் நந்தியும் கால்நடை வளர்ப்புச் சமூகமும்

சிவவழிபாட்டில் நந்திவழிபாடு குறிப்பிடத்தக்கது. நந்தி சிவபெருமானின் வாகனம். நந்தி-காளை உருவத்தைப் பெற்றிருக்கும் வீரன் ஆவார். இவர் சிவபெருமான் உறையும் கயிலை மலையின் வாயிற் காவலர் ஆவார் எனப் புராணங்கள்

தெரிவிக்கின்றன. அதிகார நந்தி என்ற பெயரிலும், நந்திகேசுவரர் என்றும் அழைக்கப்படுகிறார். நந்தி என்ற சொல் நந்து என்ற வேர்ச்சொல்லிலிருந்து பெறப்பட்டதாகும். இதன் பொருள் வளர்வது, அல்லது தோன்றுவது எனப்படுகிறது. இது வெள்ளைக் காளைகளின் வளர்ச்சியையோ அல்லது செழிப்பையோ குறிக்க பயன்படுத்தப்பட்டது. இச்சொல் மிக இன்றியமையாதது. அதாவது வேட்டைச் சமூகத்தின் அடுத்த கட்ட நிலையான கால்நடை வளர்ப்புச் சமூகம் அதாவது பிராணிகளை வீட்டு விலங்குகளாகப் பழக்குதல் என்ற மனிதகுலத்தின் அடுத்த கட்ட பரிணாம வளர்நிலையை குறியீடாகக் கொண்டதே சிவனாரின் வாகனமான நந்தி என மானுடவியல் நோக்கில் கருத இடமுண்டு. வேட்டைச்சமூகத்தில் குலச்சின்னங்கள் தொல்குடிகளுக்கு இன்றியமையாததாக இருந்தன. தோற்ற குலம் வென்ற குலத்தினருக்கு வாகனமாகக் காட்டப்படுதல் மரபு. அந்நிலையில் இதை நோக்க, மிகச் சிறந்த வீர நிலையில் கானகத்து விலங்குகளுள் வலிமை பொருந்தியவற்றுள் ஒன்றான இந்த வெள்ளைநிறக் காளைகள் கால்நடை வளர்ப்பு என்னும் ஆண் தலைமையிலான சமூகத்தினால் அடக்கப்பட்டு, பழக்கப்பட்டு, அவை வீட்டு விலங்குகளாக மாற்றப்பட்டு உழவுக்கும் தொழிலுக்கும் பயன்படுத்தப்பட்டன.

இந்நிலையை காட்டுவதாகவே சிவபெருமான் நந்தி என்னும் காளையில் அமர்வதை நாம் தொல்லியல் ரீதியில் நோக்க வேண்டும். இப்பொழுது சிவபெருமான் வேட்டுவச்சமூகத்தின் தலைவனாய் மான், மறி கொண்டது போக, அடுத்து கால்நடை வளர்ப்புச் சமூகத்தின் தலைவனாயும் ஆனார் எனலாம். எனவே இப்பொழுது நந்தி என்னும் காளை அவருக்கு வாகனமாயிற்று. சிவன் மற்றும் நந்தியின் வழிபாட்டை சிந்து சமவெளி நாகரிக காலத்தில் கூட காண முடிகிறது. இங்கு கிடைத்துள்ள பல்வேறு முத்திரைகளுள் புகழ்பெற்ற 'பசுபதி நாதர்' அமர்ந்திருக்கும் உருவமுத்திரை குறிப்பிடத்தக்கது. இது பொதுவாக சிவன் என்று அடையாளம் காணப்படுகிறது. பல விலங்குகள் சுற்றிலும் சூழ்ந்திருக்க, பசுபதி நாதர் யோக நிலையில் அமர்ந்துள்ளார். அவ்விலங்குகளில் காளையும் காட்டப்பட்டுள்ளது. சிந்து சமவெளி நாகரிகம் ஒரு நகர நாகரிகம் எனினும் அதனுடைய அடிப்படை சமூகத்தன்மையானது வேளாண்மையை அடிப்படையாகக் கொண்டது. உழுதலுக்குப் பயன்படும் காளைகள் வழிபடப்படுதல் மரபே. மேலும் வணிகம் சிறந்து விளங்கிய மொகெஞ்சதாரோ மற்றும் ஹரப்பாவில் பல காளை முத்திரைகள் கிடைக்கப்பெற்றுள்ளன.

அவை பண்டங்களை ஓரிடத்திலிருந்து மற்றொரு இடத்திற்குக் கொண்டு செல்வதற்கான வண்டிகளில்

பயன்படுத்தப்பட்டிருக்கலாம் என வரலாற்று அறிஞர்கள் குறிப்பிடுகின்றனர். களிமண்ணாலான சிறுவர் விளையாடும் காளை மாட்டு வண்டி கிடைத்திருப்பதுவும் இங்கு குறிப்பிடத்தக்கது. மனித குல வரலாற்றில் வேளாண்மை தொடங்கிய காலத்தில் இருந்தே, வலிமை பெற்ற காளைகளின் தேவையிருந்தது. தமிழகத்தின் மருதத்திணைகளில் குறிப்பிடத்தகுந்த ஆற்றங்கரை ஊர்களான மதுரை, திருநெல்வேலி, திருச்சி, தஞ்சை, புதுக்கோட்டை ஆகிய பகுதிகளில் நந்தி வழிபாடு சிறப்புப் பெற்றது. இதனால் நந்தி வழிபாடு பல்லாயிரம் ஆண்டுகள் நீண்டகால பாரம்பரியமாக இருந்து வருகிறது என்று ஆராய்ச்சியாளர்களின் முடிவுக்கு வழிவகுத்தது.

மழவர்களின் நடுகல்லும் கந்து வழிபாடும்

ஆநிரை கவர்தலில் ஈடுபட்ட மழவர்களுக்கு நடுகல் எடுப்பிக்கப்பட்டுள்ளமையை வெட்சித்திணைப் பாடல்கள் உறுதிப் படுத்துகின்றன. நிரை கவர்ந்து மன்றில் அமர்ந்து பங்கிட்டு வழங்கிய மழவ வீரனுக்கு மன்றில் நடுகல் நாட்டியிருக்க வேண்டும். இந்நடுகல் வழக்கமே பின்னாளில் அம்பலம் ஆகியிருக்க வாய்ப்புண்டு. இது மேலாய்வுக்குரியது. மழவர்களுக்கு நடுகல் எடுப்பிக்கப்படவில்லை என்னும் கூற்றை மறுக்கும் விதமாக மழவர் பெருமகன் என்று விளிக்கப்பட்ட அதியமான் நெடுமான் அஞ்சி இறந்தபின், அவன் உடலை அடக்கம் செய்த சான்றோர் நன்னாளில் அவனுக்கு நடுகல் நாட்டினர். அதன்கண் அவன் பீடும் பெயரும் எழுதி மயிற்பீலி சூட்டி நடுகல் விழா அயர்ந்தனர். அவ்விடத்தே சான்றோர் பலரும் கூடியிருந்தனர். அவருடன் ஔவையாரும் இருந்தார்.

நடுகல்லாகிய அதியமானுக்குச் சிறுகலங்களில் நாரால் வடிக்கப்பட்ட தேறலை வைத்துப் படைத்து வழிபட்டனர். அதுகண்ட ஔவையாருக்கு நெஞ்சில் எழுந்ததுயரத்துக்கு அளவில்லை; அவர் கண்களில் நீர் ஆறாய்ஒழுகிற்று."பகைவர் தமது நாடு முழுவதும் கொடுப்பினும் கொள்ளாத மற மாண்புடைய இந்த அதியமான் இந்தச் சிறுகலங்களில் பெய்து தரப்படும் தேறலைக் கொள்வானோ?" என்ற பாட்டைப் பாடினார்.

மழவர் வீரர்களே முனீசுவரர்கள்

மறவரும், மழவரும் வெவ்வேறு இனத்தோராகவேச் சங்ககாலத்தில் கருதப்பட்டிருக்கின்றனர். குழுச்சமூகம் தன் தனித்தன்மையை நிலைநிறுத்திக்கொள்ளும்காலகட்டத்தையேஇது காட்டுகிறது. எயினர், மறவர் ஆகிய இனத்தவரை விட முற்பட்ட நாகரிகமுற்றவராக மழவர் இருந்திருக்கின்றனர். வெட்சித்திணை

வீரர்களாக மழவர்களும், கரந்தைத் திணை வீரர்களாக மறவர்களும் சங்க இலக்கியங்களில் காட்டப்பட்டுள்ளனர். வெட்சித்திணை வீரர்களாகிய மழவர்கள் ஆநிரைகளைக் கவர்ந்து பங்கிடுதலால் அவர்கள் புராண ஈசுவரர்களோடு அதாவது அரனோடு ஒப்பிடத்தக்கவர்கள். கரந்தை வீரர்கள் ஆநிரைகளைக் காத்து பங்கிடுவதால் அவர்கள் பகவன் என்னும் விஷ்ணுவாகிய திருமாலோடு ஒப்பிடப்படுகிறார்கள். இங்கு ஈசுவரன், பகவன் என்ற இரு சொற்களும் சமமாகப் பங்கிடுபவர்கள் என்ற பொருளில் பயின்று வரும். அரன் என்றால் அபகரிப்பவன் என்றேப் பொருள்படும். அரி என்பதற்கு அபகரிப்பதிலிருந்து காப்பவன் என்று பொருள். கோவிந்தன் என்ற சொல்லும் கால்நடைச் சமூகத்தோடு மிகுந்த தொடர்புடைய திருப்பெயராகும். கோ என்றால் ஆநிரை. விந்தன் என்றால் அதனைக்காப்பவன். முல்லை நிலத்தின் கடவுளாகிய திருமால் இவ்விடத்தில் குறிப்பிடத்தக்கவர்.

இந்த அரனார்களே வேதத்தில் குறிப்பிடப்படும் உருத்திரகோடி பல்கணத்தார் என்பதை முன்பேப் பார்த்தோம். வேதம் குறிப்பிடும் தொல்கடவுளான உருத்திரனே தமிழ்ச்சமூகத்தில் முனீசுவரர் என்று அழைக்கப்படுகிறார். முனீசுவரர்கள் எண்ணற்றவர்கள். மக்களூ முனி, முனியாண்டி, முனியன், முனியப்பர், வாழ்முனி, செம்முனி, கருமுனி, முத்துமுனி, ஜடாமுனி, பாலக்காட்டு முனி, வேதமுனி, இலாடமுனி, பூமுனி எனப் பல பெயர்களாலும் அழைத்து வழிபடுவர். முனி என்ற சொல் ரிக் வேதத்தில் 'தெய்வ ஆவேசம் படைத்தவர்' என்றும், பயமற்றவர் என்றும் பொருள் கொள்ளப்படுகின்றது. உலக வாழ்க்கையை வெறுத்து ஞான வரம்பாகிய மௌனத்தைக் கடைப்பிடித்துப் பரம தியானத்தில் ஆழ்ந்து தட்ப வெப்பம், சுக துக்கம் ஆகியவற்றால் தாக்கப்படாமல் விருப்பு - வெறுப்பு, கோப தாபம் முதலியவை அறவே நீக்கியவர்கள் என்று உபநிடதங்கள் கூறுகின்றன.

இந்த முனீசுவரர்களே நாட்டார் வழக்காற்றில் படியளப்பவர்கள் என்று கூறப்படுகிறார்கள். அதாவது உணவைத் தருபவர்கள். செல்வத்தை அளிப்பவர்கள். அதனை அவரவர்கேற்பப் பங்கிடுபவர்கள். மிக வலிமையுடன் விளங்கக்கூடிய முனிகள் கைகளில் ஆயுதங்களை ஏந்தி வேட்டைக்குச்செல்பவர்கள். அறத்தை நிலைநாட்டுவதற்காக கோபவீராவேசத்தோடு விளங்குபவர்கள். இவர்களேத் தமிழகத்தின் முனிசுவரர்களாகப் பல்வேறு பெயர்க்ளில் வழிபடப்படுகிறார்கள். சான்றாகப் பாண்டிய நாட்டின் மதுரையில் விளங்கும் பாண்டி முனீசுவரர் - ஆரியப்படைக் கடந்த நெடுஞ்செழியன் என்பது செவிவழிச் செய்தி.

அவ்வாறே மதுரை மீனாட்சியம்மன் கோயில் வடக்குக் கோபுரத்தில் விளங்கும் மொட்டைக்கோபுர முனீசுவரர் சோழமன்னன் காடுவெட்டிச் சோழனுக்கு வழிகாட்டி உதவி இடப முத்திரையிட்ட அரனார் ஆவார். இவ்வாறு பலப்பல சான்றுகளை உரைக்கலாம்.

சிவனும் தமிழ்கூறு நல்லுலகமும்

தமிழ்ச் சமூகம் தொல் பழங்காலத்திலிருந்தே தனக்குரிய அடையாளங்களைத் தனியே கொண்டிருக்கின்றது. அதில் சிவ வழிபாடும் ஒன்று. உலகெங்கிலும் சிவ வழிபாடு ஏதாவதொரு வகையில், வடிவில் நடைபெற்றாலும் தமிழ்ச் சமூகம் சிவ வழிபாட்டோடு கொண்டிருக்கும் தொடர்பானது செம்பில் களிம்பு சேர்ந்தது போல அநாதி காலந்தொட்டு தனித்த தன்மையோடு உருவான மரபாகும். சிவனார் சங்கப்பலகையில் அமர்ந்து தமிழாய்ந்ததும், முத்தமிழ் வளர்த்த பாண்டியநாட்டினை அரசாண்டதும், நாயன்மார்களைத் தடுத்தாண்டதும், அன்பே சிவமென்று திருமூல மந்திரமாய் ஒலித்ததும், மனுநீதிக்கும், சிபிக்கும், மகேந்திரவர்மனுக்கும், நின்றசீர் நெடுமாறனுக்கும் அறத்தின் தலைவனாய் விளங்கியதுவும், கண்டார் காணாதே உலகத்து இயல்பில் கலை வடிவாய் கடவுள் கண்ட கன்னித் தமிழகத்தில் ஆடல்வல்லானாய் ஐஞ்சபைதனில் அரனார் மன்றில் நின்றாடியதும் இவை எல்லாவற்றையும் விடத் தமிழ்ச்சமூகத்தின் தொல்நிலையான ஆதிவழிபாட்டிற்குரியத் தாய்த் தெய்வங்களைத் தன்னுடைய உடனுறைகளாக மாற்றிட மணஞ்செய்து கொண்டதுவும், குறிஞ்சிக்கடவுளாம், கொற்றவைச்சிறுவன் பழையோள் குழவி எனச் சங்கப்பாடல்கள் காட்டும் இளையனாம் வீரனாம் செவ்வேளை தமையனாய்ப் பெற்றதுவுமென இவை யாவும் தண்டமிழ் நிலத்தின் தனிப்பெருந்தலைவனாகிய சங்கரனார் வழிபாட்டின் தனிப்பெரும் அடையாளங்களாகும்.

தமிழகத்தில் பண்டு முதல் விளங்கியப் பழங்குடிகளைச் சைவத்தில் இணைத்த தன்மையும், பாமரரும் பரமனோடு இணைவதில் வருணக் கோட்பாட்டை நகர்த்திவிட்டு, பக்திநெறி பரப்பியதும் தமிழ் நிலத்தின் புரட்சிகர சைவநிலைப்பாடாகும். அந்நெறியே தொன்று நிகழ்ந்ததனைத்துமுணர்ந்திடும் சூழ்கலை வாணர்களும் இது என்று தொடங்கியதென்று உணரா இயல்பினதாய் சிவ வழிபாடு தமிழ்ச்சமூகத்தில் நிலவி வருகிறது. உபநிடதங்களும், புராணங்களும், ஆகமங்களும் காட்டும் சிவன் மட்டும் அல்லன் தமிழ்ச்சமூகம் அறிந்த தலைவன்; அவன் கற்கருவி கையிலெடுத்தக் காலந்தொட்டும் அக்கருவிகளே இலிங்கமென கருதி வழிபடபட்டவனாய், தொடர்ந்து வந்த

இரும்புக் காலத்தில் சூலம் பிடித்த வீரனாய், வேழம் உரித்தவனாய், சங்ககாலத்தின் மழவனாய், அரசுருவாக்கத்தில் கருத்தாளனாய், பக்திக்காலத்தில் பெருந்தெய்வமாய், எக்காலத்தும் எஞ்ஞான்றும் அறங்கூறும் அவையத் தலைவனாய், வேதாந்தம் கடந்து சித்தாந்த சீர் மரபினனாய், ஐம்பூத வழிபாடு என்னும் பண்டையத் தமிழ் மறையின் தத்துவனாய், தனியனாய் தமிழனாய் நிற்பவன். தமிழ்ச்சமூகத்தைப் பொறுத்தவரை சிவன் சிறந்த வீரன்; பங்காளன்; பங்கிடுபவன்; தலைவன்; அறங்கூறும் அவையன்; காதல், வீரம் என்ற தமிழின் இரு பெரும் பண்புகளுக்கும் தானே முன்னின்று விளங்கும் முதுமுதல்வன்; இவை எல்லாவற்றிற்கும் அப்பாலே தான் சிவன் பெருங்கடவுள்.

துணை நின்ற நூல்கள்

1. சங்க இலக்கியங்கள்
2. க.கைலாசபதி, “பண்டையத் தமிழர் வாழ்வும் வழிபாடும்“
3. தேவி பிரசாத் சட்டோபாத்யாயா, “ உலகாய்தம்“

12. குலதெய்வங்களும் காவல் தெய்வங்களும்

தமிழகத்தில் குலதெய்வம் அல்லது குடிதெய்வம் என்பது ஒவ்வாரு குடியினருக்கும் மூதாதையரின் வழிவழியாக வணங்கப்பட்டு வரும் தெய்வமாகும். இத்தெய்வம் ஒவ்வொரு குடியினருக்கும் ஆண் தெய்வமாகவோ, அல்லது பெண் தெய்வமாகவோ இருக்கலாம். பெரும்பாலும் குலதெய்வங்கள் பெண் தெய்வங்களாகவே தமிழக மக்களால் வழிபடப்பட்டு வருகின்றன. ஆண் தெய்வங்கள் காவல் தெய்வங்களாக விளங்குகின்றன. தங்களுக்குள் வழிகாட்டியாய் விளங்கி, வாழ்ந்து மறைந்த முன்னோர்களையோ, கன்னியாக இருந்த நிலையில் வாழ்ந்து மறைந்த பெண்களையோ, தங்களின் வீட்டுத் தெய்வமாக வழிபடும் மரபு மானுடக்கூறுகளில் ஒன்றாகும். இது பெரும்பாலும் பெண் தெய்வமாகவே இருக்கும். இதனை வீட்டுச் சாமி, குடும்பத் தெய்வம், கன்னித் தெய்வம், வாழ்வரசி என்று கூறுவதுண்டு. தொண்டை மண்டலப்பகுதியில் இல்லத்தில் கும்பிடப்படுவது நடுவீடு என்றழைக்கப்படுகிறது. நாட்டார் வழிபாட்டில் குலதெய்வங்களில் பெண் தெய்வங்களே முதன்மை பெற்றிருப்பர். சீலைக்காரி, தொட்டிச்சி, ராக்காயி, பேச்சியம்மன், முத்தாலம்மன், பாப்பாத்தி, வெள்ளையம்மாள், ஜக்கம்மாள், சின்ன பாப்பாத்தி, ஒச்சாண்டம்மன், மகமாயி அம்மன், மந்தையம்மன், வீரமாகாளி என்று பல தெய்வங்கள் உண்டு.

பொதுவாக ஒவ்வொரு குலதெய்வத்திற்கும் 21 பந்தி தெய்வங்கள் உள்ளன. இத்தெய்வங்கள் தங்கள் குடிகளைக் காப்பதற்குத் தம்முள் கூட்டமைத்துக் கொண்டு, ஒரு குடியினர் இடும் பலியினையும், படையலையும் பகிர்ந்து கொள்கின்றன. இஃது பண்டைக்கால கூறாக்க அரசு நிலையை உணர்த்துவதாகும். கூறாக்க அரசு நிலை என்பது ஒரு விரிந்த பாடமாகும். எனவே அதனை இங்கு சுருங்க ஒரு வரியில் கூறின், அதிகாரத்தை பகிர்ந்தளித்தல் அல்லது பகிர்ந்து கொள்ளுதல் என்பதாகும். இந்நிலை பண்டைய தமிழ்ச்சமூகத்தில் அரசுருவாக்கத்தின் தொடக்க காலத்தில் அதாவது பேரரசுகள்

எழுச்சிக்கு முன்பாக இருந்த அரசியல் நிலையாகும். மக்கள் தங்களுக்கான அரசியல் நிலையை எவ்வாறு வகுத்தெடுத்தார்களோ, அவ்வாறே தங்களுக்குத் தங்கள் தெய்வங்களும் செயல்படும் என்ற நம்பிக்கையில் அது போலச் செய்தல் என்பதாக குலதெய்வங்களின் இக்கூட்டமைப்பு அதாவது பந்தி தெய்வங்களோடு வழிபடப்படுதல் என்ற முறையையும் கையாண்டார்கள்.

இந்தக் குலதெய்வங்கள் தன் குடியின் காவல் தெய்வங்களாக, நோய் நீக்கி நலம் தருபவையாக, வாழ்க்கைக்கு வளம் சேர்ப்பவையாகக் கருதி வணங்கப்படுகின்றன. இத்தெய்வங்கள் பரந்து பட்ட தொடர்பில்லாமல் கிராமங்களையே இருப்பிடமாகக் கொண்டு, குடி நிலையிலேயே பண்டைய மரபோடு நீங்காத உறவு கொண்டு விளங்குகின்றன. வணங்கினால் நன்மையும் வணங்காவிட்டால் தீமையும் பயப்பன என்ற ஆழ்ந்த நம்பிக்கை காரணமாகப் மக்களால் இவை வழிபடப்பட்டு வருகின்றன. குலதெய்வங்கள் பெருந்தெய்வங்களைப் போன்ற ஆகம, புராண மரபுகளைக் கொண்டவையல்ல. எளிமையுடன் ஒவ்வொருவர் இல்லத்திலும் அவரவருடைய குலதெய்வம் வீற்றிருக்கும். இந்த இல்லுறை தெய்வத்தை, சங்க காலத்தில் பெண்கள் நெல்லும் முல்லை மலரும் தூவி மாலை நேரத்தில் விளக்கேற்றி வழிபட்டுள்ளனர்.

..இன் தீம் பலவின் ஏர் கெழு செல்வத்து
எந்தையும் எதிர்ந்தனன், கொடையே; அலர் வாய்
அம்பல் ஊரும் அவனொடு மொழியும்;
சாய் இறைத் திரண்ட தோள் பாராட்டி,
யாயும், ''அவனே'' என்னும்; யாமும்,
''வல்லே வருக, வரைந்த நாள்!'' என,
நல் இறை மெல் விரல் கூப்பி,
இல் உறை கடவுட்கு ஆக்குதும், பலியே! அகம்.282

மேற்கண்ட அகப்பாடல் மூலம் இல்லுறை தெய்வத்திற்குப் பலியும் நிகழ்த்தப்பட்டிருக்கிறது. அது பொங்கலாகவும் இருக்கலாம். பொருதும் கிடாவாகவும் இருக்கலாம். ஆனால் பெரும்பான்மையான பெண் தெய்வங்களுக்கு உயிர்ப்பலிகள் தரப்படுவதில்லை. விளக்கும், பூவும், கனியும் அவர்களுக்கு படைக்கப்படுகின்றன. ஆண் காவல் தெய்வங்களுக்கே வழிபாட்டில் பலிகள் கொடுக்கப்படுகின்றன. இது தொன்று தொட்டு வந்த மரபாகும்.

தெய்வங்கள் மனிதர்களாய்த் தோன்றி வாழ்ந்து மாண்ட கதை, பழிதீர்த்த கதை, தெய்வம் தற்போதைய இருப்பிடத்தில் வந்து

அமர்ந்த கதை, அதன் அதீதச் செயல்கள் என்று குலதெய்வக் கதைகள் தமிழ்நாட்டில் மிகுதியும் செவிவழிச் செய்திகளாக உள்ளன. கதைகளில்லாத நாட்டார் தெய்வங்களே இல்லை. இக்கதைகள் அனைத்தும் நம்பிக்கையின் அடிப்படையில் தோற்றம் பெற்று, வழிவழியாக மக்களின் வாய்மொழியாக வழங்கப்பட்டு வருகின்றன. குலதெய்வங்கள், காவல் தெய்வங்கள் குறித்தக் கதைகள் உடுக்கைப் பாட்டு, வில்லுப் பாட்டு, கணியான் கூத்து போன்ற நாட்டுப்புறக் கலைகளின் வழிப் பாடலாக எடுத்துரைக்கப் படுகின்றன.

குலதெய்வ வழிபாடு ஆண்டிற்கொருமுறை நடைபெறும். இத்தெய்வங்கள் அவரவர் முன்னோர்கள் ஏழுதலைமுறைகளாக வாழ்ந்த ஊர்களில் குடி கொண்டிருக்கும். தெய்வம் திறந்த வெளியிலோ கோயிலினுள்ளோ வைக்கப்பட்டிருக்கும். இக்கோயில்களும் கூரை வேயப்பட்டதாக, சதுர வடிவிலோ வட்ட வடிவிலோ அமைந்திருக்கும். வட்ட வடிவமே தொன்மையான கோயில் அமைப்பாகும். பெரும்பாலும் பெண்தெய்வங்களுக்கு குச்சரகுடிசை என்னும் கூரையின் கீழேயே பீடம் அமைக்கப்பட்டிருக்கும். குலதெய்வங்களுக்குக் கோயில் எழுப்பி வழிபடும் வழக்கம் பிற்காலத்தில் தோன்றியதே ஆகும். பெரும்பாலும் திறந்த வெளியில் மரத்தின் கீழேயே தெய்வமாகக் கருதி வழிபடத் தக்க கல், சூலாயுதம், வேல், அரிவாள், விளக்கு மாடம் போன்றவை இருக்கும். வேறு சில இடங்களில் பீடம் அமைக்கப்பட்டு மேற்கூறிய வழிபாட்டுப் பொருள்கள் வைக்கப்பட்டிருக்கும். குலதெய்வங்களுக்கு உருவங்கள் அமைத்தலும் பிற்காலத்தில் ஏற்படுத்தப்பட்டதாகும். பொதுவாக குலதெய்வக் கோயில்களில் அத்தெய்வத்தின் பெட்டி மிகுந்த வழிபாட்டிற்குரியதாகும். பெண் தெய்வம் குலதெய்வமானால் அப்புனித பெட்டியினுள் அத்தெய்வத்திற்கான கச்சை, காதோலை, கருகமணி, கொட்டாய், கிலுகிலுப்பை, பொட்டு, கண் மை ஆகியன வைக்கப்பட்டிருக்கும். ஆண் தெய்வமானால் கச்சை, அரிவாள், வெட்டுகத்தி, குறுவாள், சங்கிலி, சாட்டை, கோல் ஆகியன வைக்கப்பட்டிருக்கும். சிலைகள் இல்லாத குலதெய்வக் கோயில்களில் கரகம் எனப்படும் கும்பமே தாயின் வயிறாக கருதி வழிபடப்பெறும். முளைப்பாலிகை எடுத்தல், பால் குடம் எடுத்து புனித நீராட்டுதல், மஞ்சள் நீராட்டுதல், கும்மிக் கொட்டி அம்மனைப் பாடுதல், உடுக்கை அடித்து அம்மனை வரவழைத்தல் முதலியன வழிபாடுகளாக திருவிழாக்காலங்களில் நடைபெறும். பெண் தெய்வங்களில் கன்னித்தெய்வம், தாய்த்தெய்வம் என்ற இரு கூறுகள் உண்டு. கன்னிதெய்வம் எனில் உயிர்ப்பலிகள் இல்லை. கிழங்கு, மாவிளக்கு, சோறு, அவித்த பயறு வகைகள் படையலிடப்படுகின்றன. ஆண் தெய்வங்கள் எனில் ஆடு,

மாடு, கோழி, சேவல், எருமை, பன்றி முதலியன் பலியிடப்பட்டு படைக்கப்படுகின்றன. கும்பிடு மூன்று நாட்கள் அல்லது ஐந்து நாட்கள் நடைபெறும். அவரவர் நிலைக்கேற்ப இது வேறுபடும்.

ஆயினும் ஒரு குடியைச் சேர்ந்தவர்கள் மட்டுமே இதில் பங்காளிகளாகவும், பெண்கள் பிறந்த மக்களாகவும் ஒன்று சேர்ந்து வழிபாடு செய்கின்றனர். பங்காளிகள் ஏற்றத்தாழ்வின்றி தங்களுக்குள் கும்பிடுக்கான செலவை சரிசமமாக பகிர்தல் என்பது மீளமுடியாத வழக்கமாகும். ஏனெனில் இது தொல்குடி மரபாகும். தொல்குடித்தன்மையில் சமபங்கீடு என்பது இயல்பானது. அதுவே இன்றுவரை குலதெய்வ வழிபாட்டில் பின்பற்றப்படுவது இங்கு குறிப்பிடத்தக்கது. மேலும் தெய்வமும் தன் குடியின் மக்களைக் காப்பாற்றும் பொருட்டு அவரவர் பங்கை சமமாகப் பாரபட்சமின்றி பகிர்ந்தளிக்கிறது என்பதே தொன்நம்பிக்கை.

பெண் குலதெய்வங்களில் மேற்கூறியவாறு கன்னியராய் தீயில் இறத்தல், நீரில் மூழ்கி இறத்தல், ஊர் நன்மைக்காக பலியிடப்படல் ஆகிய இளம் பெண்டிர் அதாவது 12 வயதிற்குட்பட்ட சிறுமியர் கன்னி குலதெய்வங்களாய் வழிபடப்படுவர். போரில் உயிர் நீத்த கணவரோடு தீயில் மூழ்கி இறந்த பெண்கள், வீரமோடு செயல்பட்டு காத்தல் செயலில் ஈடுபட்ட பெண்டிர், வயிற்றில் குழந்தையோடு இறந்த பெண்கள் இவர்கள் வாழ்வரசியராக வழிபடப்படுகின்றனர்.

மகட்பாற் காஞ்சி, காஞ்சித்திணையின் துறைகளுள் ஒன்று. தொல்காப்பியர் இந்தத்துறையை விளக்கும் போது பின் வருமாறு குறிப்பிடுவார்.

> "நிகர்ந்து மேல் வந்த வேந்தனொடு முதுகுடி
> மகட்பாடு அஞ்சிய மகட்பா லானும்" -
> *(தொல்.புறத்: 77: 14-25)*

பொருள் வளத்திலும், பலத்திலும் மேன்மை பட்டிருக்கும் வேந்தன் முதுகுடியில் பிறந்த பெண்ணைக் கேட்கிறான். பெண்ணை வேந்தனுக்குத் தரமறுப்பதோடு அவளுக்காக பூசலிட்டு மடியவும் தயாராக நிற்கிறார்கள். புறநானூற்றில் இருபத்தியொரு செய்யுட்கள் காஞ்சித்திணையிலும், மகட்பாற் காஞ்சித் துறையிலும் அமைந்துள்ளன. சில தொல்குடியினர் வேந்தர்க்கு மகட் கொடை அளிப்பவர்களாக மாறிய நிலையில் பல தொல் குடியினர் மகள் மறுப்பவர்களாகவே வாழ்ந்தனர் என்பது புறப்பாடல்களால் விளங்கும். பெண் கொடுக்க மறுத்தால் பழங்குடிகள் அழிக்கப் பெறுவார்கள் என்பது உறுதி. இவ்வாறு மகட்கொடை மறுக்கப்பட்ட நிலையில் அப்பெண்ணின் ஊர்

அழியும் என்று ஒரு புறப்பாடல் கூறுகிறது. ஊரழிவு உறுதி என்று புலவர்கள் பாடுதற்குக் காரணம் பெண் கேட்டு வந்தவர்கள் நால்வகைப் படைகளையுடையவர் என்பதாகும்.

மகட்பா காஞ்சிப்பாடல்களில் தொல்குடியைச் சேர்ந்த தந்தை மகளை வேந்தனுக்கு மணம் செய்து தர மறுத்து வேந்தனோடு போரிட்டு மடிவான். அவன் குடி அழியும். சில வேளைகளில் அப்பெண்ணையும் அழித்துள்ளனர் இருதரப்பினரும். உயிருடன் பூமியில் புதைத்தல், உண்ணா நோன்பிருந்து உயிர் துறத்தல், ஆற்றில் மூழ்குதல், மானத்தைக் காக்க தீப்பாய்தல் ஆகிய செயல்களால் இறந்து பட்ட பெண்கள் குலதெய்வங்கள் வழிபடப்பெறுகின்றனர்.

வேட்டைச் சமூகத்திற்கு பின் தாய்வழிச் சமூகம் மாறிய நிலையில் பெண்ணுக்கு காவலாய் ஆண்கள் தலையெடுக்கும் வீரயுக சமூகம் உலகெங்கிலும் தோன்றியது. அந்நிலையில் பெண்ணிற்கு காவல் ஆண். இந்நிலை தொல்மறக்குடிகளில் பண்பாடாக விளங்குபவை. எனவே பெண் இவ்வாறு இறந்த நிலையில், அவள் தெய்வமாக வழிபடப்பட்ட நிலையில், அத்தெய்வங்களுக்கு காவல் தெய்வங்களாய் ஆண் தெய்வங்கள் வைக்கப்பட்டு வழிபடப்பெற்றனர். இக்காவல்தெய்வங்கள் அய்யன் அல்லது தமையன் முறையில் அப்பெண் தெய்வத்திற்கு அமையும். பெண் குல தெய்வத்திற்கு குடியைக் காக்கும் முழு உரிமையிருப்பினும், அத்தெய்வம் தன் உடனுறை காவல் தெய்வங்களின் ஆலோசனைப்படியே தம் மக்களுக்கு வரங்கள் வழங்குவதாக நம்பப்படுகின்றன.

பெண் குலதெய்வங்கள் பெரும்பாலும் முளைப்பாலிகை, கரகம், பெட்டி ஆகியவற்றின் மூலம் வழிபடப்படுகின்றன. இவ்வழிபாடுகள் மந்திரச் சடங்குகளாகும். வேளாண்மை செழித்தலுக்கான சடங்குகளைச் செய்வதாகவும், பட்டி பெருக வேண்டும் என்ற கால்நடைகளின் உற்பத்திப் பெருக்கத்திற்காகவும், பிள்ளைப்பேறு, திருமணம், நோய் தீர்த்தல் ஆகியனவற்றை இப்பெண் குலதெய்வங்கள் கவனித்துக் கொள்ளும் என்பதாகவும், பொருள் வளமை, வீரம், காவல், பகைவரையழித்தல் போன்றவற்றை ஆண் காவல் தெய்வங்களின் பொறுப்பு என்பதாகவும் நாட்டார் வழக்கில் பழங்காலத்திலிருந்தே நம்பிக்கை நிலவுகிறது.

காவல் தெய்வங்களில் தமிழகத்தைப் பொறுத்தவரை மூன்று கூறுகளாகப் பிரிக்கலாம். தொண்டை மண்டலத்தில் இக்காவல் தெய்வங்கள் வேடியப்பன், வேட்டைச்சாமி என்ற பொதுப் பெயரிலும், சோழ, பாண்டிய மண்டலங்களில் முனீசுவரர், கருப்பசாமி என்ற தெய்வங்களாகவும், அதற்கும் தெற்கே சுடலை மாடன் என்றும் அழைக்கப்படுகின்றன. தொண்டை மண்டலத்தில்

வழிபடப்பெறும் மன்னார்சாமி, பச்சையம்மன் வழிபாடு முழுவதும் வேளாண்மை சார்ந்தவையாகும். இக்கோயில்களில் ஏழு முனிகள் காவல் தெய்வங்களாக இருப்பர். பெரிய சுதை உருவங்களாக இத்தெய்வங்கள் செய்யப்பட்டு கோயிலில் வணங்கப்பட்டு வருகின்றன. பச்சையம்மன் என்பதிலிருந்தே அது விளைச்சலுக்கான தெய்வம் என்பது புலப்படும். மன்னார் சாமி என்ற ஆண் தெய்வம் பச்சையம்மனுடன் உடனுறை தெய்வமாகும். மன் என்பது சிறப்பு, புகழ், வீரம், செறிவு இவற்றைக் குறிக்கும்.

வேடியப்பன்

செங்கம், தருமபுரி, கிருஷ்ணகிரி, திருவண்ணாமலை, விழுப்புரம் உள்ளிட்ட தமிழகப் பகுதிகளில் வேடியப்பன் கோயில்கள் பெரும்பாலும் குலதெய்வ வழிபாட்டில் உள்ளன. வேடியப்பன் கோயில் என்பது நடுகல்லாகும். பெருங்கற்காலத்திலிருந்து தொடர்ந்து வரும் நடுகல் வழிபாட்டு மரபே வேடியப்பன் என்ற பெயரில் வணங்கப்பட்டு வருவது குறிப்பிடத்தக்கது. நடுகல் வீரன் நடுகல் சிற்பத்தில் கையில் வில், அம்புடன் காணப்படுவது அவ்வீரனை ஒரு வேட்டைக்காரனாக கருத இடமளித்து, வேடியப்பன், வேட்டைச்சாமி, வேட்டையப்பன் ஆகிய பெயர்களில் மக்களால் அழைக்கப்படுகிறது.

கருப்பசாமி

சங்ககால முல்லை வாழ்க்கையில் கால்நடை வளர்ப்பே முதன்மை பெற்ற செல்வம். மாட்டிற்குப் பெற்றம் என்று பெயர் வந்ததும் கூட அது அங்கே பேறு (செல்வம்) என்று கருதப்பெற்றதால் ஆகும். இந்தச் செல்வத்தைக் காப்பதற்கு மறவர்கள் காவலாக நிறுத்தப் பெற்றிருந்தனர்.

கருப்பசாமி என்ற பெயரில் நடுகல் வீரன் வழிபடப் பெறுவது குறிப்பிடத்தக்கது. பொதுவாக நடுகல் உருவங்கள் கருப்பசாமி, வேடியப்பன், முனீசுவரன் என்ற பெயர்களில் வழிபடப்பெறும். தமிழகத்தின் தென்பகுதியில் காவல் தெய்வங்களாக நடுகல் வீரர்கள் கருப்பசாமிகளாக வழிபடப்பெறுகின்றனர். கருப்பசாமியின் உருவமைதியாக கம்பீர உருவம், தலைப்பாகை, இடையில் கச்சை, மிரட்டும் விழிகள், முறுக்கிய மீசை மற்றும் கைகளில் அரிவாளுடன் சுக்குமாந்தடி இவ்வாறாக வடிக்கப்படுதல் மரபு. செயற்கரிய செயல் செய்து தன் இன்னுயிர் நீத்த தலைவன் ஒருவன் வீரமரணமடைந்ததை மரபு வழியாக மக்கள் காவல் தெய்வமாய் கருப்பசாமியாக வழிபடுகின்றனர்.

கருப்பசாமி வீரம் செறிந்த, வலிமை வாய்ந்த, போர்க்குணம் மிக்க ஆண் தெய்வமாவார். தமிழ்நாட்டுக் காவல் தெய்வங்களிலேயே மிகவும் அதிக எண்ணிக்கையில் தென்தமிழகப்பகுதிகளில் வழிபடப்பட்டு வரும் நாட்டுப்புறத் தெய்வமாகக் கருப்புசாமி வணங்கப்படுகிறார். கருப்புசாமி இல்லாத குலதெய்வம் மற்றும் கிராமக் கோயில்களே இல்லை எனக் கூறும் அளவிற்கு இக்காவல் தெய்வம் தமிழரின் வாழ்வில் தொல்பழங்காலத்திலிருந்து வழிபாட்டில் இணைந்துள்ளார். ஆநிரைகளைக் காத்து நிற்கும் காவல் தெய்வமாகவும், பெண் தெய்வங்களுக்கு காவலாகவும், விளைநிலங்களைக் காப்பவராகவும் கருப்பசாமி விளங்குவதாக கருப்பர் வழிபாடு திகழ்கிறது. திருமால் போன்றே முல்லைத்திணைக்குரிய முக்கியத் தொழிலான ஆநிரைகளை மேய்த்து காக்கும் பட்டியை காத்து வருவதாலும் திருமாலின் கரிய நிறம் கொண்டவராய் விளங்குவதாலும் கருப்பசாமி என்று வண்ணத்தால் பெயர் பெற்றுள்ளார். திருமாலின் வடிவமாகவே பலவிடங்களில் கருப்பசாமி வழிபடப்படுவது இங்கு குறிப்பிடத்தக்கது. திருமால் வழிபாட்டின் நாட்டார் மரபே கருப்பசாமி வழிபாடு என்பது தெளிபு. அரி என்பதற்கு அபகரிப்பதிலிருந்து காப்பவன் என்று பொருள். கோவிந்தன் என்ற சொல்லும் கால்நடை சமூகத்தோடு மிகுந்த தொடர்புடைய திருப்பெயராகும். கோ என்றால் ஆநிரை. விந்தன் என்றால் அதனைக் காப்பவன். முல்லை நிலத்தின் கடவுளாகிய திருமால் இவ்விடத்தில் குறிப்பிடத்தக்கவர்.

சங்க இலக்கியங்கள் குறிப்பிடும் ஐந்திணைகளுள் பாண்டியநாடு முழுவதும் ஏறத்தாழ தாமிரபரணி, வைகை நதிக்கரை தவிர்த்து பிறபகுதிகள் முழுவதும் காடும் காடு சார்ந்த பகுதியுமான முல்லைத்திணையாகும். இப்பகுதிகளில் ஆநிரை மேய்த்தலும், காத்தலும், கால்நடை வணிகமுமே முக்கியத் தொழிலாக பண்டைய காலத்தில் விளங்கின. எனவே கால்நடைகளை கவர வருகின்ற பகைவர்களாகிய வெட்சி வீரர்களிடமிருந்து அவற்றை காத்து நிற்கும் கரந்தை வீரர்களாய் இந்த கருப்பசாமிகள் மக்களால் வழிபடப்பெற்றனர். காலப்போக்கில் இக்காவல்தெய்வம் பல குடிகளில் குலதெய்வங்களாய் விளங்கும் பெண் தெய்வங்களுக்கும் காவலாய் நின்றனர். ஊர் எல்லை, விளைநிலம், பெருந்தெய்வக் கோயில் ஆகியவற்றினையும் கருப்பசாமிகள் காவல் காத்தனர்.

நிரைமீட்ட வீரர்களைக் கரந்தையர் என்று சங்க இலக்கியம் குறிப்பிடும். நிரை மீட்டவர்களைக் குறிக்க மறவர், ஆடவர், தறுகண் ஆளர் போன்ற சொற்கள் பயன்படுத்தப் பெற்றுள்ளன. அகநானூற்றில் 11 பாட்டுகள் நடுகற்களைப் பற்றிப் பேசியுள்ளன. அந்த நடுகற்கள் எல்லாம் கரந்தை வீரர்களுக்கு எடுக்கப்பெற்றவை

என்பது குறிப்பிடத்தக்கது. அந்தப் பாடல்களில் மழவர்கள் நிரை கவர்ந்தபோது கொல்லப்பட்ட மறவர்களுக்கு நடுகல் எடுக்கப்பெற்ற செய்தி கூறப்பெறுகின்றது.

கால்நடைகளை கவர வருகின்ற பகைவர்களாகிய வெட்சி வீரர்களிடமிருந்து அவற்றை காத்து நிற்கும் கரந்தை வீரர்களாய் இந்த கருப்பசாமிகள் மக்களால் வழிபடப்பெற்றனர். காலப்போக்கில் இக்காவல்தெய்வம் பல குடிகளில் குலதெய்வங்களாய் விளங்கும் பெண் தெய்வங்களுக்கும் காவலாய் நின்றனர். ஊர் எல்லை, விளைநிலம், பெருந்தெய்வக் கோயில் ஆகியவற்றினையும் கருப்பசாமிகள் காவல் காத்தனர்.

வல்லார் என்னும் ஊர்த்தலைவன் ஆன பண்ணன், பகைவரிடமிருந்து ஆனிரையை மீட்டுத் தந்து கரந்தைப்போரில் இறந்து போனான்; அவனுக்கு நடுகல் நாட்டிச் சிறப்புச் செய்தனர். இதனை முரம்பு நிலமாகிய முதிர்ந்த பறந்தலை இடத்து உயர்ந்த நிலையையுடைய வேங்கையின் ஒளி பொருந்திய கொத்தாகிய நறுமலரைப் புனைந்து சூட்டி, கோவலர் வழிபடும்படி கல்லாயினையே என்று சிறுகருத்தும்பியார் என்ற புலவர் கழிவிரக்க நிலையில் பாடுகிறார்.

“ஓங்குநிலை வேங்கை யொள்ளிரன் நறுவீப்
போந்தையந் தோட்டிற் புனைந்தனர் தொடுத்துப்
பல்லான் கோவலர் படலை சூட்டக்
கல்லா யினையே கடுமான் தோன்றல்” - (புறம்.265)

நாடு காவல் செய்து நல்லறம் பேணி நானிலம் போற்ற வாழ்ந்த கோப்பெருஞ்சோழன் வடக்கிருந்து உயிர் துறந்து நடுகல் ஆன செய்தியைப் பொத்தியார் என்ற புலவர் பாடுகிறார்.

“நனந்தலை யுலக மரந்தை தூங்கக்
கெடுவில் நல்லிசை சூடி
நடுகல் லாயினன் புரவலன் எனவே” - (புறம்.227)

என்று புலவர் குறிப்பிடுகிறார்.

புறப்பாடல் ஒன்று உடன்வந்த வீரர்கள் நீங்கிய பின்னும் தனியே நின்று போரிட்டு நிரை மீட்டு மாண்ட வீரனுக்கு நடுகல் நடப்பட்டதைக் குறிப்பிடுகிறது. நடுகல் வீரனை வணங்கிச் செல்லுமாறு பாணனுக்குப் புலவர் கூறுகிறார்.

"பல்லாத் திரள்நிரை பெயர்தரப் பெயர்தந்து
கல்லா விளையார் நீங்க நீங்கான்
வில்லுமிழ் கடுங்கணை மூழ்கக்
கொல்புனற் சிறையன் விலங்கியோன் கல்லே" - *(புறம்.263)*

அவ்வாறு தனித்து நின்று பூசலிட்டு வென்று மாண்ட வீரனே கருப்பன். இப்பாடல்களிலிருந்து ஆநிரைகளைக் காத்து நின்ற வீரர்களும், ஊர்காத்து நின்ற தலைவர்களும், மானம் பெரிதென வடக்கிருந்து தன் இன்னுயிர் நீத்த வீரர்களும் செயற்கரிய செய்தனராய் கருதப்பட்டு கருப்பர்களாக வழிபடப்பட்டனர். இவ்வழிபாடு பெருங்கல் வழிபாட்டோடு தொடர்புடையதாயினும், அப்பெருங்கல் காலத்தில் அவர்களுக்கு பெயரில்லை. பெருங்கற்காலத்திற்குப் பிறகும் ஆண்டாண்டு காலமாக தொடர்ந்து வரும் மரபில் இவ்வீரர்கள் காவல் தெய்வங்களாகப் போற்றப்பட்டு வருகின்றனர். இக்காவல் தெய்வங்களுக்கு பொதுமையான உருவமைதி கைக்கொள்ளப்பட்டு நாட்டார் வழக்காற்றியலில் சுடுமண் உருவங்களாகவும், சுதைச் சிற்பங்களாகவும் வண்ணந்தீட்டப்பெற்று, பெரிய அளவில் கையில் அரிவாள், வாள், வெட்டுக்கத்தி ஆகியவற்றுடன் குதிரை வாகனத்தில் அமர்ந்தவாறு உருட்டிய விழிகளுடனும், நெரித்த புருவங்களுடனும், கோபக்கனலை கக்கியவாறு, பகைவரை அச்சுறுத்தும் வகையிலும், தம் குடியினரைக் காப்பவராயும் கருப்பசாமிகள் விளங்குகின்றன.

கருப்பசாமிகள் பலர்; ஏனெனில், காத்து நின்ற வீரர்கள் பலர். அவ்வவ்குடிகளுக்கு உரிய கருப்பசாமிகள் அவ்வவர் தம் இல்லுறை உறையும் குலதெய்வத்திற்குக் காவல் தெய்வமாகவும் நிற்கிறார்கள். பெரும்பாலும் கருப்பர்கள் நின்ற நிலையிலேயே சிற்பத்தில் காட்டப்படுகின்றனர். சிற்சில நாட்டார் கோயில்களில் அமர்ந்த நிலையிலும் காட்டப்படுவதுண்டு. கருப்பசாமிகள் வீரர்கள். அவர்களுடன் பெண்கள் காட்டப்படுவதில்லை. ஆனால், தன் மானம், குடி, நிலம் இவற்றைக் காப்பதற்கு தீப்பாய்ந்து இறந்த பெண் தெய்வங்களுக்கும், நீரில் மூழ்கி உயிர் துறந்த பெண் தெய்வங்களுக்கும், நிலத்தில் புதைந்து இறந்த பெண் தெய்வங்களுக்கும் கருப்பசாமியே காவல். அப்பெண் தெய்வங்களுக்கு அவர் அண்ணன் முறையில் அழைக்கப்படுகிறார்.

எனவே, தமிழகத்தில் ஏறக்குறைய எல்லா சாதியினருக்கும் ஒரு பெண் குலதெய்வமும், ஒரு ஆண் காவல் தெய்வமும் பரம்பரை பரம்பரையாக வழிபடப்பெற்று வருவது இயல்பு வழக்கு. சங்க இலக்கிய நடுகல் பாடல்கள் மறவர்களைக் குறிப்பிடும்போது விழுத்தொடை மறவர் என்று கூறுகின்றது. நோய் பாடியார் என்ற புலவர் அகப்பாடல் ஒன்றில் நாணுடை மறவர் என்று கூறுகின்றார்.

நடுகற்கள் பெருவழிகளில் நிறுத்தப் பெற்றிருந்தன என்ற குறிப்பும் கிடைக்கின்றது. இன்றும் கருப்பசாமி கோயில்கள் பெருவழிகளிலும், நாற்சந்திப்புகளிலும், நீர்நிலைகளின் அருகிலும் அமைக்கப்பட்டு வழிபடப்படுதல் கண்கூடு. கருப்பர், அய்யனார், முனீசுவரர் கோயில்கள் பெரும்பாலும் பெருவழிகளிலும், ஊரின் மத்தியில் உள்ள மரத்தடியிலும் குளம், கண்மாய், ஏரி, ஆறு போன்ற நீர்நிலைகளுக்கு அருகிலுமே அமைந்திருக்கும். இக்கோயில்கள் கிழக்கும் வடக்கும் பார்த்து இருத்தல் வேண்டும் என்பது மரபு. நீர்நிலைகளுக்கு அருகில் அமைக்கப்பட்டிருக்கும் காவல் தெய்வக் கோயில்கள் சிறப்பு வாய்ந்தவை. அவை கால்நடை சமூகத்தோடு தொடர்புடைய வரலாற்றைக் கொண்டவை. கால்நடைகளுக்கு மேய்ச்சல் நிலமும் நீர்நிலைகளும் இன்றியமையாதவை. இத்தகைய நீர்நிலைகள் ஊராருக்கும், நிலத்திற்கும் பயன்படும். இத்தகைய மேய்ச்சல் நிலங்களையும், நீர்நிலைகளையும் காவல் காத்து நின்ற பெரும்வீரர்களே அத்தெய்வங்கள். பொதுவாக நீர்நிலை காத்து பரிமேல் நிற்கும் அய்யனாருக்கும், கால்நடை பங்கிட்டு மக்களின் பட்டி நிரப்பும் முனீசுவரருக்கும் காவல் தெய்வமாகவே அத்தெய்வங்களோடு தொடர்புடையவர்களாகவே கருப்பசாமிகள் வழிபடப் பெறுகின்றனர்.

முனீசுவரர்கள்

மழவர் எனப்படும் பெருங்கற்கால நாகரிகத்தைச் சேர்ந்த ஒரு வகை வேடர்கள், ஆநிரைகளைக் கவர்வதை வேட்டையாடுதலாகக் கருதியமை அகப்பாடல்களால் தெரிகிறது. வேட்டைகளிலும், ஆனிரை கவரும் பூசல்களிலும் வாழ்க்கையை கடத்திய நிலையற்ற “வில்லேர் வாழ்வின’ ராகிய மழவர்கள் இயற்கையிலேயே வீரஞ்செறிந்த மரபினர். “மழவர்’ என்ற சொல் இளமை என்ற பொருள்தரும். “மழ” என்றசொல்லின் தொடர்பில் பிறந்தது என்று ஊகித்து, முதுமை காரணமாக இறப்பது இழுக்கென்றும் இளமையில் போரிட்டு மடிவதே விரும்பத் தக்கதென்றும் கருதியவர்கள். மழு என்ற ஆயுதப் பெயர் அடிப்படையிலும் இச்சொல் தோன்றியிருக்கலாம். வேட்டையாடுதல், இறைச்சிகளை வெட்டுதல் போன்றவற்றிற்கு கோடரி பயன்பட்டது என்றாலும் இவர்கள் மழுவேந்தித் திரிந்ததாக இலக்கியங்கள் பேசவில்லை. மாறாக, வில்லும் அம்புமே இவர்களுடைய ஆயுதமாக இருந்து வந்திருக்கிறது என்பதை சங்க இலக்கியப் பாடல்கள் காட்டுகின்றன.

ஆநிரை கவர்தலில் ஈடுபட்ட மழவர்களுக்கு நடுகல் எடுப்பிக்கப்பட்டுள்ளமையை வெட்சித் திணைப் பாடல்கள் உறுதிப்படுத்துகின்றன. நிரை கவர்ந்து மன்றில் அமர்ந்து பங்கிட்டு வழங்கிய மழவ வீரனுக்கு மன்றில் நடுகல் நாட்டியிருக்க வேண்டும். இந்நடுகல் வழக்கமே பின்னாளில் அம்பலம் ஆகியிருக்க

வாய்ப்புண்டு. இது மேலாய்வுக்குரியது. மழவர்களுக்கு நடுகல் எடுப்பிக்கப்படவில்லை என்னும் கூற்றை மறுக்கும் விதமாக மழவர் பெருமகன் என்று விளிக்கப்பட்ட அதியமான் நெடுமான் அஞ்சி இறந்தபின், அவன் உடலை அடக்கம் செய்த சான்றோர் நன்னாளில் அவனுக்கு நடுகல் நாட்டினர். அதன்கண் அவன் பீடும் பெயரும் எழுதி மயிற்பீலி சூட்டி நடுகல் விழா அயர்ந்தனர்.

அவ்விடத்தே சான்றோர் பலரும் கூடியிருந்தனர். அவருடன் ஔவையாரும் இருந்தார். நடுகல்லாகிய அதியமானுக்குச் சிறுகலங்களில் நாரால் வடிக்கப்பட்ட தேறலை வைத்துப் படைத்து வழிபட்டனர். அதுகண்ட ஔவையாருக்கு நெஞ்சில் எழுந்ததுயரத்துக்கு அளவில்லை; அவர் கண்களில் நீர் ஆறாய் ஒழுகிற்று. “பகைவர் தமது நாடு முழுவதும் கொடுப்பினும் கொள்ளாத மறமாண்புடைய இந்த அதியமான் இந்தச் சிறுகலங்களில் பெய்து தரப்படும் தேறலைக் கொள்வானோ?” என்ற பாட்டைப் பாடினார்.

மழவர் வீரர்களே முனீசுவரர்கள். மறவரும், மழவரும் வெவ்வேறு இனத்தவராகவே சங்ககாலத்தில் கருதப்பட்டிருக்கின்றனர். குழுச்சமூகம் தன் தனித்தன்மையை நிலை நிறுத்திக்கொள்ளும் கால கட்டத்தையே இது காட்டுகிறது. எயினர், மறவர் ஆகிய இனத்தவரைவிட முற்பட்ட நாகரிகமுற்றவராக மழவர் இருந்திருக்கின்றனர். வெட்சித் திணை வீரர்களாக மழவர்களும், கரந்தைத் திணை வீரர்களாக மறவர்களும் சங்க இலக்கியங்களில் காட்டப்பட்டுள்ளனர். வெட்சித் திணை வீரர்களாகிய மழவர்கள் ஆநிரைகளைக் கவர்ந்து பங்கிடுதலால் அவர்கள் புராண ஈசுவரர்களோடு அதாவது அரனோடு ஒப்பிடத்தக்கவர்கள். கரந்தை வீரர்கள் ஆநிரைகளைக்காத்து பங்கிடுவதால் அவர்கள் பகவன் என்னும் விஷ்ணுவாகிய திருமாலோடு ஒப்பிடப்படுகிறார்கள். இங்கு ஈசுவரன், பகவன் என்ற இரு சொற்களும் “சமமாக பங்கிடுபவர்கள்” என்ற பொருளில் பயின்று வரும். அரன் என்றால் அபகரிப்பவன் என்றே பொருள்படும்.

இந்த அரனார்களே வேதத்தில் குறிப்பிடப்படும் உருத்திரகோடி பல்கணத்தார் எனக் கருத இடமுண்டு. தொல் கடவுளான உருத்திரனே தமிழ்ச்சமூகத்தில் முனீசுவரர் என்று அழைக்கப்படுகிறார். முனீசுவரர்கள் எண்ணற்றவர்கள். அவ்வாறே உருத்திரர்களும் பல்கணத்தார். மக்கள் முனி, முனியாண்டி, முனியன், முனியப்பர், வாழ்முனி, செம்முனி, கருமுனி, முத்துமுனி, ஜடாமுனி, பாலக்காட்டு முனி, வேதமுனி, இலாடமுனி, பூமுனி என பல பெயர்களாலும் அழைத்து வழிபடுவர். முனி என்ற சொல் ரிக் வேதத்தில் ‘தெய்வ ஆவேசம் படைத்தவர்’ என்றும், பயமற்றவர் என்றும் பொருள் கொள்ளப்படுகின்றது.

இந்த முனீசுவரர்களே நாட்டார் வழக்காற்றில் படியளப்பவர்கள் என்று கூறப்படுகிறார்கள். அதாவது உணவைத் தருபவர்கள். செல்வத்தை அளிப்பவர்கள். அதனை அவரவர்கேற்ப பங்கிடுபவர்கள். மிக வலிமையுடன் விளங்கக் கூடிய முனிகள் கைகளில் ஆயுதங்களை ஏந்தி வேட்டைக்குச் செல்பவர்கள். அறத்தை நிலை நாட்டுவதற்காக கோப வீராவேசத்தோடு விளங்குபவர்கள். இவர்களே தமிழகத்தில் முனீசுவரர்களாக பல்வேறு பெயர்களில் வழிபடப்படுகிறார்கள். சான்றாக பாண்டிய நாட்டின் மதுரையில் விளங்கும் பாண்டி முனீசுவரர் ஆரியப்படைக் கடந்த நெடுஞ்செழியன் என்பது செவிவழிச் செய்தி. அவ்வாறே மதுரை மீனாட்சியம்மன் கோயில் வடக்கு கோபுரத்தில் விளங்கும் மொட்டைக் கோபுர முனிசுவரர் சோழமன்னன் காடுவெட்டிச் சோழனுக்கு வழிகாட்டி உதவி இடப முத்திரையிட்ட அரனார் ஆவார். இவ்வாறு பலப்பல சான்றுகளை உரைக்கலாம்.

சுடலை மாடன்

மதுரையை அடுத்த தெற்குப்பகுதிகளில் குமரி வரை சுடலைமாடன் வழிபாடே நாட்டார் வழக்கில் பெரும்பான்மையாகக் காணப்படுவது. சுடலை என்பதை 'சுடுகாடு' என்று பொருள் கொள்ளப்படுகிறது. மாடன் என்பது 'மாடு' என்ற சொல்லின் அடியிலிருந்து பிறந்ததாகும். மாடன் என்பது 'மாட்டோடு தொடர்புடையவன்'. மாட்டின் தலைவன், செல்வன் என்ற பொருள்படும். எவ்வகையில் பார்ப்பினும் கால்நடை சமூகத்தோடு தொடர்புடைய தெய்வமாகவே சுடலைமாடன் வழிபாடு தெரிகிறது. எனினும் சுடலை மாடன் வழிபாட்டில் நடத்தப்பெறும் பாரிவேட்டை என்பது வேட்டைச் சமூகத்தையும் நினைவுப்படுத்துகிறது. தொல்குடிகள் பலநிலைகளை தாங்கள் கடந்து வந்தவற்றைத் தன் தெய்வத்தின் மேல் ஏற்றிக் கூறுதல் இயல்பாய் தெரிகிறது. இசக்கியம்மன், பேய்ச்சியம்மன் வழிபாடு திருநெல்வேலியிலும், அதற்கு தெற்கே உள்ள நிலப்பரப்பிலும் முதன்மையானது. இசக்கியம்மன் என்பது சந்திகளில் உறையும் இயக்கியரையும், பேய்ச்சியம்மன் சுடுகாடுகளில் உறையும் பெண் தெய்வமாகும். இத்தெய்வங்கள் அறந்தவறியோரை தண்டிக்கும் இயல்பு கொண்டவையாகவும், தீயோரை அச்சுறுத்தும் தன்மையுடையனவாகவும் உள்ளன.

நாட்டார் தெய்வங்களின் சபையே "கம்பை"

தொல்பழங்காலத்திலிருந்தே வழிபாடு என்பது அச்சம், வியப்பு காரணமாக மனித குலத்தில் தோன்றினாலும், மனிதன் ஓரிடத்தில் நிலையாகத் தங்கிய புதிய கற்காலத்தில் வழிபாடு என்பது மற்றுமொரு பரிணாம வளர்ச்சியைப் பெற்றது. அது பெரும்பாலும்

இயற்கை வழிபாடாக இருந்தது. ஆனால், பல்வேறு தெய்வங்களின் தோற்றம், அவைகளின் ஆற்றல், செயல்பாடுகள் ஆகிய பெரிய இறைக் கொள்கை என்பது பெருங்கற்காலத்தில் தான் தோன்றியது எனலாம். ஆனால் அதுவும் முழுக்க முழுக்க முன்னோர்களை வழிபடும் முறையாகவே இருந்தது. தமிழகத்தைப் பொறுத்தவரை அதன் மரபில் சிற்சில மாற்றங்களை பண்பாட்டு கருத்துக்களாக எடுத்துக்கொள்ளலாம். தமிழகத்திலுள்ள பெருங்கற்கால ஈமச்சின்னங்கள் பலவும் இன்றளவும் வழிபாட்டில் உள்ளன. அவற்றுள் குறிப்பிடத்தக்க ஒன்று புதிர்நிலையாகும். தமிழகப் புதிர்நிலைகளைப் பொறுத்தவரை இரண்டு கருதுகோள்களை முன் வைக்கலாம். ஒன்று புதிர்நிலை என்பது தலைவன் தன் இரத்தஉறவுகள் சூழ்ந்திருக்க மீளாத்துயிலுமிடம். மற்றொன்று குடிகள் தங்கள் முன்னோர்கள் மற்றும் குலதெய்வங்களோடு அமர்ந்து, குடி உயர்வினை அலசும் நிலை. அரசுருவாக்கத்திற்கு முந்திய அதாவது நிலவுடைமைச் சமூகம் தோன்றுவதற்கு முன்பிருந்த இனக்குழு பொதுவுடைமைச் சமூகத்தின் எச்சமாகமாகவே தமிழகத்தில் புதிர்நிலைகள் அமைக்கப்பட்டுள்ளன எனக் கூறலாம்.

மேற்கண்ட அமைப்புகளில் காணப்படும் புதிர்நிலைகள் நாட்டார் தெய்வ வழிபாட்டு வழக்காற்றியலில் “கம்பை” என்றழைக்கப்படுகிறது. கம்பை எனில் ஒரே இரத்த உறவுள்ள குடிகள் சூழ்ந்துள்ள இடம் என்ற பொருளில் அங்கு வழங்கப்படுகிறது. தத்தம் கம்பையை காண குலதெய்வங்கள் அழைக்கப்படுவதுண்டு. உடுக்கை அடித்து தன் இரத்த உறவுகள் கூடியுள்ள கம்பையைக் காண குலதெய்வத்தை அக்குடியின் பூசாரி வருந்தி அழைப்பது இன்றும் கண்கூடு. இரத்த உறவுள்ள குடிகள் தத்தம் குறைகளைக் கூறி வருந்தி கம்பையில் நிற்பர். “கம்பை“என்பதன் பொருள் “அதிகாரவரம்பு“என்று அகராதி குறிப்பிடுகிறது. ஒவ்வொரு குடியின் குலதெய்வத்தின் அதிகாரம் என்பது அக்குடி மட்டிலுமாகும். மற்ற இரத்த உறவுள்ள குடிகளுக்கு அது செல்லாது. எனவே குடித்தெய்வங்கள் தன்னுடைய குடிமக்களை காணும் சபையாக அதனைக் கருதலாம். மேலும் அக்கம்பைக்கு குடித்தெய்வத்தின் பரிவார தேவதைகளும் பூசாரியால் அழைக்கப்படுகிறார்கள். அனைவரும் சூழ்ந்து, அமர்ந்து குடி செய்வல் என்னும் செயலுக்கு ஆலோசிக்கும் இடமாக கம்பை விளங்குகிறது. கம்பை சங்க இலக்கியம் குறிப்பிடும் மன்று ஆகும். மன்றின் முன்னோடி கம்பை. கம்பை என்பது பெருங்கற்கால மன்றம் எனப் பொருள் கொள்வது சாலச்சிறந்தது.

இந்தக் கம்பை பொதுவாக குலக்குறியீடான மரத்தின் கீழ் அமைக்கப்படுவதுண்டு. வேம்பு, வன்னி, ஆல், அரசு ஆகிய மரங்கள் இவற்றுள் குறிப்பிடத்தக்கவை. வேம்பு மரத்தடியின்

கீழ் அமைக்கப்பட்ட கம்பைக்கு சான்றாக வேம்படித்தாளத்தில் கண்டறியப்பட்ட புதிர்நிலையைக் குறிப்பிடலாம். இப்புதிர்நிலைகள் என்பது குடிகளின் குறியீடே. ஒரே இரத்த உறவுள்ள குடிகள் வட்டமாகவோ, சதுரமாகவோ புதிர்நிலைகளில் காணப்படும் எவ்வடிவத்திலோ அமர்ந்து தங்களின் குலமுதலான தெய்வத்தை வணங்கிப் போற்றுதலும், அக்குடித்தெய்வம் தன் பரிவாரங்களுடனும், தன் குடிகளின் மூத்தாருடனும் ஆலோசித்தலுமாகிய செயல்கள் நடைபெறும் என்பதன் குறியீடாகவே இப்புதிர்நிலைகளில் கற்கள் வட்டம் உள்ளிட்ட பல வடிவங்களில் அமைக்கப்பட்டுள்ளன. புதிர்நிலைகளில் வைக்கப்பட்டுள்ள ஒவ்வொரு கல்லும் அக்குடியில் உள்ள ஒரு மனிதரைக் குறிப்பிடுகிறது.

கம்பையநல்லூர் என்ற ஊரில் அமைந்துள்ள புதிர்நிலை பொருளுக்கேற்றவாறு பெயரினைப் பெற்று விளங்குகிறது. பொதுவாக மங்கலம், பிரம்மதேயம், நல்லூர் ஆகியன பல்லவர், பாண்டியர் மற்றும் சோழர்கள் காலத்தில் மகாசபை இருந்த இடங்களைக் குறிக்கும். ஏனெனில் இவ்வூர்கள் கொடையாக அளிக்கப்பட்ட ஊர்களாகும். இப்பெயர் பெற்ற ஊர்களில் சபைகள் இயங்கி வந்தன. அவ்வகையில் பெருங்கற்காலத்திற்கு முன்பிருந்தே மன்றம் கூடி வந்த கம்பையநல்லூரில் பெருங்கற்காலத்தில் அதுபோலச் செய்தல் என்ற முறையில் இவ்வாறாக புதிர்நிலை அமைப்பை உருவாக்கி குறியீடாகக் கொண்டு வழிபாடு நடத்தப்பட்டு வந்துள்ளமை இங்கு குறிப்பிடத்தக்கது.

இப்புதிர்நிலைகளைச் சுற்றி வருதல் என்பது தங்களின் தெய்வத்தையும், குலமுன்னோர்களையும் வலம் வந்து வணங்குதல் என்ற பொருளிலேயே பின்பற்றப்படுகிறது. மேலும், ஆண்டிற்கொருமுறை பூசை நடத்தப்படுகிறது.

மோட்டூர், உடையாநத்தம் போன்றவிடங்களில் காணப்படும் 'விசிறிக்கல்' எனப்படும் பறவை வடிவங்கொண்ட தலையற்ற கல் வடிவம் அதிதி என்ற தாய்த்தெய்வம் எனக் குறிப்பிடப்படுகிறது. இந்த விசிறிக்கல்லைச் சுற்றி கல்வட்டங்கள் இரண்டு அல்லது மூன்று சுற்றுகளில் அமைக்கப்பட்டிருக்கும். இந்நிலையைக் காணுகையில் நடுவில் தாய்த்தெய்வம் அமைந்திருக்க, சுற்றிலும் ஒரே இரத்த உறவுள்ள குடிகள் அமர்ந்திருப்பதாய் கருத இடமுண்டு. தாய்வழிச்சமூகமாய் விளங்கிய நிலையில் இந்த விசிறிக்கல் அமைக்கப்பட்டிருப்பதால் தாய்த்தெய்வம் என்று அறியமுடிகிறது. சங்க காலமான வீரயுக காலத்தில் இக்கல் அமைக்கப்பட்டிருந்தால் இனக்குழுத் தலைவன் நடுவில் இருக்க, சுற்றிலும் அவன் குடிகள் இருப்பதாய் கருத இடமுண்டு. இந்த

தாய்த்தெய்வ விசிறிக்கல்லின் அமைப்பானது புதிர்நிலையோடு ஒப்பிடத் தகுந்தது. இவ்விரண்டும் ஒரு குடியின் வழிபாட்டு நிலை அல்லது மன்றில் அமர்ந்த செயல்பாட்டு நிலையைக் காட்டி நிற்கிறது எனலாம்.

புதிர்நிலை அமைப்பானது பெரும்பாலும் கால்நடை மேய்ச்சல் சமூகத்தில் தந்தை வழி சமூகம் தோன்றிய பின் உருவாகியிருக்கலாம் என எண்ணத் தோன்றுகிறது. ஏனெனில் சபை, மன்றம் போன்ற ஊர் அமைப்புகள் இக்காலத்திலேயே நடைமுறைப்படுத்தப்பட்டன. தமிழகத்தைப் பொறுத்தவரை சிறுதெய்வ வழிபாடு அல்லது குலதெய்வ வழிபாட்டில் இந்த அமைப்புகள் தாய்வழிச் சமூக அடிப்படையிலேயே இன்று வரை நிலவி வருவது கருதத்தக்கது.

பொள்ளாச்சிக்கு அருகிலுள்ள "கெடிமேடு"என்னும் புதிர்நிலையின் மையப்பகுதியில் உள்ள கோட்டை மாரியம்மன் சிற்றாலயம் பழங்காலத்திலிருந்தே வழிபடப்படுவது இங்கு ஒப்புநோக்க உகந்தது. கெடி என்பதற்கு கோட்டை என்ற பொருளை முன்பே கண்டோம். இவ்விடத்தில் கோட்டைக்குரிய காவல் தெய்வமாக பெண் தெய்வமே காட்டப்படும் தமிழ் மரபு பிரதிபலிக்கிறது. துர்க்கம் என்றால் கோட்டை; கோட்டையை காக்கும் பெண் தெய்வம் துர்க்கை என வடநாட்டில் உள்ள வழிபாடு அத்தெய்வத்திற்கு ஈடாக இங்கு கொற்றவை என்ற போர்த்தெய்வத்தோடு இணைந்தது. ஆக வீரயுக காலத்தில் பூசல்கள், நிலவுடைச்சமூகப் போர்கள் தந்தைவழிச் சமூகத்தில் தோன்றுவதற்கு முன்பே தாய்வழிச் சமூகத்திலும் அந்நிலை நிலவியிருந்தது என்பதை கொற்றவை தெய்வமும், கோட்டை என்னுமிடங்களில் அமைந்து வழிபடப்பெறுகின்ற பெண் தெய்வங்களும் காட்டி நிற்கின்றன.

வேம்படித்தாளம் அல்லது வேம்படித்தாவளம் என்ற ஊரில் அமைந்துள்ள புதிர்நிலையும் அவ்வூர் பெயருடன் ஆராயத்தக்கது. வேம்பு மரத்தினடியில் அமைந்த ஒரு ஒழுங்கு முறை கூட்டம் என்ற பொருளிலேயே வேம்படித்தாவளம் என்ற பெயர் குறிப்பிடப்பட்டுள்ளது எனக் கருத இடமுண்டு. இங்கு தாவளம் என்பது கூடுமிடம் என்ற பொருள்படும். மாட்டுத்தாவளம் என்பது மாட்டுச்சந்தை, மாடுகள் கூடுமிடம் என்று பொருளில் பயின்று வருவது போல இதனையும் பொருள் கொள்ள வேண்டும்.

புதுக்கோட்டையில் கண்டறியப்பட்டுள்ள புதிர்நிலை அம்பலத்திடலில் உள்ளது. அம்பலம் என்பது மன்றம், சபை என்று பொருள்படும். எனவே இங்கும் புதிர்நிலையானது சபையைக் குறிப்பதாகவே பயின்று வருகிறது.

கோட்டைப்புதூரில் கண்டறிந்த புதிர்நிலையானது, ஒரிசா மாநிலம், ராணிபூர் ஜஹாரியாவில் மலை மேலுள்ள சவுன்சாத் யோகினி கோவிலுக்கருகில் இருக்கும் புதிர்நிலையை போலவே உள்ளது என்பது ஆராயத்தக்கது. ஏனெனில் உலகத் தோற்றம், இயக்கம் பற்றிய பழந்தத்துவக் கோட்பாடுகளில் யோகினி வழிபாடு எனப்படும் தாந்திரிக வழிபாடு மிக முக்கியமானது. புதிய கற்காலத்தில் குறிப்பிட்ட சில நாடுகளில் புதிர் நிலை வழிபாடு செய்யப்பட்டு வந்துள்ளன. ரோமானிய பேரரசின் வீழ்ச்சிக்குப் பிறகு தேவாலயங்களில் புதிர்நிலைகள் (labyrinths), கிருத்துவ மதத்தை ஐரோப்பாவில் பரப்பும் வகையில், தோன்றின. முப்பரிமாணம் கொண்ட புதிர்நிலைகளாக அல்லாமல் சுவற்றில் வரையப்பட்ட ஓவியமாகவோ அல்லது தரைமீது கீறல்களாகவோ வரையப்பட்டன. இவை சக்கரவழிபாட்டிற்கு முன்னோடியாக கருதப்பட்டு இவ்வாறு வரைந்து வணங்கப்பட்டன. புதிர்நிலை வடிவங்கள் வளமைப்பேறுக்கான சடங்குக் குறியீடாகவும் கருதப்பட்டு வந்ததும் இங்கு குறிப்பிடத்தகுந்தது.

புதிர்நிலைகளில் அமைந்திருக்கும் இடைவெளியானது புதிர்ப்பாதைகள் என்றழைக்கப்படுகிறது. இப்பாதைகள் வலம்வருவதற்காக அமைக்கப்பட்டவை என்ற கருத்து மிகவும் பிற்காலத்திய வழிபாட்டு முறையிலாகும். உண்மையில் இப்புதிர்ப்பாதைகள் அமர்ந்திருக்கும் வரிசைக்கான இடைவெளி ஒழுங்கைக் காட்டி நிற்கிறது என்பதே சரியானது எனலாம். எனினும் இப்புதிர்நிலைகளை பேரரசுகளின் காலத்தில் உருவாக்கப்பட்ட கட்டுமானக் கோயில்களின் பல திருச்சுற்றுகள் அமைத்தலுக்கு முன்னோடியாகக் கருதவும் வாய்ப்புண்டு.

கம்பையநல்லூர் புதிர்நிலையின் ஏழுபட்டை தளப்பாதைகள் குறிப்பிடத்தக்கன. வேம்படித்தாளத்திலும் ஏழுநிலைகள் காணப்படுகின்றன. இவை எண்ணிறந்த வரிசையைக் குறிப்பதற்காக ஏழு என்ற எண்ணிக்கையில் நிறுத்தப்பட்டுள்ளது. ஏனெனில் தமிழ் மரபில் ஏழு என்பது சதமாகும். அதாவது முழு எண்ணாகும். நூறுக்கு சமமான எண்ணாகும். ஏழு என்பதற்கு எண்ணற்ற என்ற பொருள் உண்டு. எழுபிறப்பு என்று திருக்குறள் கூறுவது எண்ணற்ற பிறப்புகளைக் குறிக்கும். எனவே குடிகள் வழிவழியாகத் தழைத்து இக்குழுவில் இடம்பெறுதல் வேண்டும் என்ற நிலைப்பாட்டில் ஏழுசுற்றுகளை அமைத்துள்ளனர் எனலாம்.

மேற்கண்ட சான்றுகளின் படி இப்புதிர்நிலைகள் ஒரே இரத்த உறவுள்ள குடிகள் முழுமையையும் காட்டி நிற்கும் நினைவுச் சின்னமாகும். இப்புதிர்நிலைகளைக் கொண்டு போர் வியூக அமைப்புகளை உருவாக்கியமை வீரயுகக் காலத்தின் பிற்பட்ட

காலப்பகுதியாகும். அவை பூசல்கள் முடிந்து படைகள் பொருதிய போர்க்காலத்தில் ஆகும். மேலும், நாட்டார் வழிபாட்டில் குடித்தெய்வங்களின் கம்பைகளைப் பின்பற்றிய குறியீடுகளாகவே இவை விளங்குகின்றன என்பதுவும் இங்கு ஆராயத்தக்கது.

பெருஞ்சமயங்கள் பல தோன்றிய காலத்தினும் மக்களால் தொன்றுதொட்டு வழிபடப்பட்டு வருபவை குலதெய்வங்களும் காவல் தெய்வங்களுமே ஆகும். இது மண்ணின் மரபு. பக்தி இயக்க காலத்தில் சைவமும் வைணவமும் தழைத்தோங்கிய போதிலும் நாட்டார்களின் மரவழிபாடு, புற்றுவழிபாடு, நீர்நிலைக் கரை வழிபாடும், அணங்கு உறையும் மலைகளும், செழித்த நிலங்களும் சிவனாகவும், பெருமாளாகவும் நாயன்மார்களுக்கும், ஆழ்வார்களுக்கும் காட்சியளித்தன. அவ்வவ்விடங்களேயே அன்னாரும் தொல்கடவுள் உறையுமிடங்களாக அன்னார் பாடிப் போற்றியுள்ளனர். நாட்டார் மரபிலிருந்து பல சடங்குகளும், வழிபாட்டு நிலைகளும் செவ்வியலாக்கப்பட்டு ஆகமங்களாக உருமாறின. உருவத்தை வழிபடுதல் என்னும் மரபு நாட்டார் தெய்வங்களிலேயே முதலில் தோன்றியது என்பது மெய்ம்மை. கீழடி, ஆதிச்சநல்லூர், கொந்தகை, அகரம் உள்ளிட்ட பல அகழாய்வுகளில் சுடுமண்ணாலான சிற்பங்கள் கிடைப்பது இதனை மெய்ம்மைப் படுத்தும்.

13. அறமே கடவுள்

அறம் என்பது வரையறுக்கவியலாத, செறிவான பொருள் நிறைந்த பண்பாட்டு நெறிகளை உள்ளடக்கமாகக் கொண்ட சொல்லாகும். 'அறு' என்ற வினைச்சொல் அடியாகப் பிறந்ததே 'அறம்' என்னும் சொல். இச்சொல் அறுத்துச் செல், வழியை உண்டாக்கு, உருவாக்கு, துண்டி, வேறுபடுத்து என்ற பலவகைப் பொருள்களைப் பெறுகின்றது. சங்க இலக்கியங்களில் அறநெறிக் கருத்துக்கள் அகத்தில் இல்லறமாகவும், காதலறமாகவும், புறத்தில் அரசியல் அறம், போர் அறம், கொடை அறம், சமூக அறம், பொருள் அறமாகவும் விரவிக் கிடக்கின்றன.

பண்டைய தமிழ்ச்சமூகத்தில் கடவுளை முதன்மைப்படுத்தும் சமயங்களும், கடவுளை மறுக்கும் சமயங்களும் இனிதே கலந்துறைந்திருந்தன. உலகாய்தம், ஆசீவகம், சமணம், பௌத்தம் ஆகிய கடவுள் மறுப்பு தத்துவார்த்தங்களையும் தமிழர்கள் ஏற்றுக் கொண்டனர். ஏனெனில் இத்தத்துவங்கள் அனைத்தும் அறத்தை முதன்மையாகக் கொண்டவை. அறமே வாழ்வெனவும், வாழ்விற்கு நெறியே கடவுட் தன்மையெனவும் கருதிய தமிழர் தம் வாழ்வில் கடவுட் மறுப்புக் கொள்கையுடைய மெய்யறிவும் அறத்தின் பால் நிற்றலை வலியுறுத்தியதால் அதுவே கடவுளென ஏற்றுக்கொள்ளப்பட்டது.

அறம் என்பது செயலா, சொல்லா, எண்ணமா எனில் செயலுக்கு அடிப்படையாக இருப்பது எண்ணமாகும். எண்ணம் தூய்மையாக இருந்தால்தான் சொல்லும் செயலும் தூய்மையாக அமைய முடியும். எண்ணம் எழுவதற்கு இருப்பிடமாக உள்ள மனம் மாசு இல்லாததாக இருக்க வேண்டும். மனத்தின் மாசினைப் போக்குவதற்கு முயலுவதே அறமாகும். பொறாமை, அவா, வெகுளி, கடுஞ்சொல் ஆகிய மனக்குற்றங்கள் இல்லாமல் இருப்பதே அறம். இதையே குறளாசிரியர்,

> "மனத்துக்கண் மாசிலன் ஆதல் அனைத்தறன்
> ஆகுல நீர பிற".   - (குறள் - 34)

"அழுக்காறு அவாவெகுளி இன்னாச்சொல் நான்கும்
இழுக்கா இயன்றது அறம்". -(குறள் - 35)

என்றும் கூறுகிறார். இவ்விளக்கங்களின் அடிப்படையில் பார்க்கும்போது அறம் என்பது எண்ணம், சொல், செயல் ஆகிய மூன்றும் சேர்ந்த ஒன்று என்று கொள்ளலாம்.

பண்டைய தமிழ்ச் சமூகத்தில் அறம் என்பது வாழ்வியலோடு இணைந்தது. இவ்வுலக வாழ்க்கை இன்புறவே அறம் மேற்கொள்ளப்பட்டது. அறம் செய்தால் வீடு பேறு அடையலாம் என்ற நிலை தோன்றியதெல்லாம் பிற்காலத்தில் தான். தமிழ்ச்சமூக அறநெறி மன்னருக்கும் மக்களுக்கும் எண்ணமொடு, செயலொடு கலந்த ஒன்றாகும். இப்பழந்தமிழர் சமூகத்தின் முதன்மைப் பெற்ற தனித்துவமான முக்கியமான பண்பாடே அறம் ஆகும்.

இம்மை மறுமை என்னும் ஈரிடத்தும் எதிர்ப்பயன் கருதாது ஈதல் சிறந்தது என்பதை கொள்கையாக உடையவர்கள் தமிழர். இதனையே புறப்பாடல் கீழ்க்கண்டவாறு கூறுகிறது,

"இம்மைக்குச் செய்தது மறுமைக்கு ஆம்
அறநிலை வணிகன் ஆஅய் அலன்;
கூஷபிறரும் சான்றோர் சென்ற நெறியென
ஆங்குப் பட்டன்று அவன் கைவண் மையே". - (புறம்.134)

ஆய் கொடைத் தன்மை மிகுந்தவன். தன்னிடம் உள்ள பொருளைப் பிறர்க்கு அளிப்பதால் மறுபிறவியில் நன்மைகளை அடையலாம் என்று எண்ணி அவன் கொடையை ஒரு வணிகமாகக் கருதுபவன் அல்லன். அறச் செயல்களைச் செய்வதுதான் சான்றோர் கடைப்பிடித்த நெறி என்று உணர்ந்து அவன் அறச் செயல்களைச் செய்கிறான் என்று இப்பாடலில் முடமோசியார் கூறுகிறார். 'இன்றைக்குச் செய்த ஒரு நற்செயல் பின்னொரு காலத்தே நமக்கு உதவியாக அமையும் என்று, பின் வருகின்ற ஊதியங்கருதி அறம்செய்பவன் ஆய் அல்லன். அவன் கைவண்மை, சான்றோர் சென்ற அறவழியிலே தானும் செல்லுதல் வேண்டும்' என்ற எண்ணம் கொண்டவன் என்று இப்புறப்பாடல் கூறுகிறது. இவ்விடத்தில் அறம் என்பது ஈதல் என்ற பொருளில் பயன்பட்டுள்ளது. எனினும் ஈதலிலும் சில நெறிகள் கடைபிடிக்கப்பட்டமையே இங்கு அறத்தின் தன்மையைச் சுட்டிக்காட்டுகின்றது.

மற்றொரு புறநானூற்றுப் பாடலில்,

"செய்குவம் கொல்லோ நல்வினை! எனவே
ஐயம் அறாஅர், கசடுஈண்டு காட்சி

நீங்கா நெஞ்சத்துத் துணிவுஇல் லோரே;
யானை வேட்டுவன் யானையும் பெறுமே;
குறும்பூழ் வேட்டுவன் வறுங்கையும் வருமே;   5
அதனால், உயர்ந்த வேட்டத்து உயர்ந்திசி னோர்க்குச்
செய்வினை மருங்கின் எய்தல் உண்டெனின்,
செய்யா உலகத்து நுகர்ச்சியும் கூடும்;
செய்யா உலகத்து நுகர்ச்சி இல்லெனின்,
மாறிப் பிறப்பின் இன்மையும் கூடும்;
மாறிப் பிறவார் ஆயினும், இமையத்துக்
கோடுயர்ந் தன்ன தம்மிசை நட்டுத்,
தீதில் யாக்கையொடு மாய்தல் தவத் தலையே" -(புறம்.214)

மிகப் பெரிய விலங்காகிய யானை வேட்டைக்குச் சென்றவன் அதனைப் பெறவும் முடியும். குறும்பூழ் என்னும் சிறிய பறவையை வேட்டையாடச் சென்றவன் வெறுங்கையோடு திரும்புதலும் உண்டு. அதனால் உயர்ந்ததை உள்ளி ஊக்கம் கொள்ளவேண்டும். ஊக்கம் கொண்டவர்களின் முயற்சியால் அது அவருக்குக் கைகூடும். அதனால் அவருக்கு அடைவதற்கு அரிய உலகின்பத்தைத்துய்க்கும் பேறு கிட்டும். அது கிடைக்காவிட்டாலும் மறுபிறவி இல்லாத பேறாவது கிடைக்கும். நல்ல பிறவி கிட்டாமல் போனாலும், இமயத்தில் பறக்கும் கொடி போல அனைவருக்கும் தெரியும் புகழோடு இந்த உலகில் வாழும் பேறு பெறுதல் உறுதி. எனவே நல்லனவற்றை உறுதிப்பாட்டோடு செய்தல் வேண்டும் என்பது இப்பாடல் கூறும் அறக்கருத்து. நல்லன செய்தலே அறம். அதனையும் உறுதியோடும், முயற்சியோடும் செய்தல் வேண்டும் என்று அறன் வலியுறுத்தப்படுகிறது.

இப்பாடலில் கடவுள் என்னும் கருத்திற்கு, கோட்பாட்டிற்கு நிகரான மற்றவைகள் முன் வைக்கப்படுகின்றன. அவை நல்லன செய்தல், முயற்சி, உறுதிப்பாடு ஆகியனவாம். கருத்துவாத நிலையைக் கடந்த ஒரு நெறியே இங்கு அறம் எனப்படுகின்றது.

நல்லது செய்தல் மட்டுந்தான் அறமா? எனில், நல்லன அல்லாதவற்றை செய்யாமல் இருப்பதுவும் அறமே என்கிறது மற்றொருப் பாடல்,

பல்சான் றீரே! பல்சான் றீரே!
கயல்முள் அன்ன நரைமுதிர் திரைகவுள்
பயனில் மூப்பின் பல்சான் றீரே!
கணிச்சிக் கூர்ம்படைக் கடுந்திறல் ஒருவன்

பிணிக்கும் காலை இரங்குவிர் மாதோ!
நல்லது செய்தல் ஆற்றீர் ஆயினும்,
அல்லது செய்தல் ஓம்புமின்; அதுதான்
எல்லாரும் உவப்பது; அன்றியும்
நல்லாற்றுப் படூஉம் நெறியுமார் அதுவே! புறம்.195

மனிதர்கள் பல்குணம் நிரம்பியவர்கள். நரை, திரை மூப்பு அடைந்து இறந்து போகக் கூடியவர்கள். எனவே கூற்றுவன் வந்து நம்மைப் பற்றி இழுத்துச் செல்லும் போது மிக்க வருந்துவோம். எதற்காக? யாது செய்தோம்? என்ன பயன் நம்மால் விளைந்தது என்பதை நினைத்து இரங்குவோம். ஆதலால் நல்ல செயல்களைச் செய்யாவிட்டாலும் தீய செயல்களைச் செய்வதைத் தவிர்க. அதுதான் எல்லாரும் விரும்புவது. அதுமட்டுமல்லாமல், அதுதான் உங்களை நல்ல நெறியில் செலுத்தும் வழியும் ஆகும் என்கிறது இப்பாடல்.

குடிசெய்வல் என்னும் ஒருவற்கு தெய்வம்
மடிதற்று தான் முந்துறும். - (குறள்.1023)

என் குடியினை உயரச் செய்யக் கடவேன் என்று கொண்டு, அதற்கு ஏற்ற கருமங்களின் முயலும் ஒருவனுக்கு தெய்வம் ஆடையை இறுக உடுத்திக் கொண்டு அவனுக்கு உதவி செய்ய தான் முந்துற்று நிற்கும். ஒருவருடைய முயற்சியே இங்கு கடவுளாகக் காட்டப்படுதலும் அதுவே அவருக்கு அறமாக உரைக்கப்படுதலும் உற்றுநோக்கத்தக்கது. இத்தகைய அறம் முயல்வானுக்குக் கடவுள் வேறென்ன? அப்படியொன்று இருக்கிறதா என்ன? அறமே கடவுள்.

அறத்தையே கடவுளாகக் கொண்டோர் எத்தகையோர்? அவர் உளனரோ? எனில் புறநானூறுப் பாடல் ஒன்று அதற்கு விடையளிக்கிறது.

“உண்டால் அம்ம இவ்வுலகம் இந்திரர்
அமிழ்தம் இயைவ தாயினும், இனிதுஎனத்
தமியர் உண்டலும் இலரே; முனிவிலர்;
துஞ்சலும் இலர்; பிறர் அஞ்சுவது அஞ்சிப்
புகழ்எனின் உயிருங் கொடுக்குவர்; பழியெனின்
உலகுடன் பெறினும் கொள்ளலர்; அயர்விலர்;
அன்ன மாட்சி அனைய ராகித்
தமக்கென முயலா நோன்தாள்
பிறர்க்கென முயலுநர் உண்மை யானே”. - (புறம்.182)

இந்திரனுக்குரிய அமிழ்தம் கிடைத்தாலும், அது இனிமையானது என்று தனித்து உண்ண மாட்டர்கள்; யாரையும் வெறுக்க மாட்டார்கள்; சோம்பலின்றிச் செயல்படுவார்கள்; பிறர் அஞ்சுவதற்குத் தாமும் அஞ்சுவார்கள்; புகழ்வரும் என்றால் தம் உயிரையே வேண்டுமானாலும் கொடுப்பர்; பழிவரும் என்றால் உலகம் முழுவதும் கிடைப்பதானாலும் ஏற்றுக் கொள்ள மாட்டார்கள்; மனம் தளர மாட்டார்கள். இத்தகைய சிறப்புடையவர்களாகித் தமக்காக உழைக்காமல், பிறர்க்காக வலிய முயற்சியுடன் உழைப்பவர்கள் இருப்பதால்தான் இவ்வுலகம் இயங்கிக்கொண்டிருக்கிறது. ஆம். அறவாளர் உளர். அத்தகையோரால் தான் இவ்வுலகம் உள்ளது என்ற நிலையில் இயங்கிக் கொண்டிருக்கிறது என்கிறது அப்பாடல்.

“அரசியல் பிழைத்தோர்க்கு அறங் கூற்றாவதூஉம்” என்னும் சிலப்பதிகாரத்தின் மையக்கருத்து அறத்தில் முதலான இவ்வறம் பாண்டிய மன்னனுக்கு பொருந்தியது. அறம் தவறினேன் பொன்செய் கொல்லன் தன்சொல் கேட்ட

யானோ அரசன் யானே கள்வன்
மன்பதை காக்கும் தென்புலம் காவல்
என்முதல் பிழைத்தது கெடுகவென் ஆயுள்என
(வழக்குரை காதை: 74-77)

இவ்வாறு அரசன் தன் தவற்றை உணர்ந்ததும், தன்னுயிர் நீத்து நீதியை நிலை நிறுத்தினான்.

அரச மாதேவி கோப்பெருந்தேவி உள்ளமும் உடலும் நடுங்கின. கணவனை இழந்த கற்புடைய மகளிர்க்கு அந்த இழப்பிற்கு ஈடாகக் காட்டுவதற்கு உலகில் யாதொன்றும் இல்லை. ஆதலால் தன் கணவனுடைய திருவடிகளைத் தொழுது வீழ்ந்தனள்; உயிர் துறந்தனள். கணவனை இழந்தவளுக்கு காட்டுவது இல்” என்னும் மெய்ம்மையின் தத்துவமே கோப்பெருந்தேவியின் கற்பு அறத்தைக் காட்டி நிற்கிறது.

சிலப்பதிகாரத்தின் மற்றொரு காதையில் பொற்கைப் பாண்டியனின் வரலாறு கூறப்படுகிறது. பிழைப்பிற்காக வெளியூர் செல்லும் அந்தணன் ஒருவன் தன் மனைவிக்கு நல்ல நீதியுள்ள மன்னவன் ஆளும் தன்மையே காப்பு என்று கூறி விட்டுச் செல்கிறான். இரவு நேர நகருலாவின் போது தற்செயலாக இதைக் கேட்ட மன்னன், தன் கொற்றத்தின் மீது குடிக்கிருந்த நம்பிக்கையில் இறுமாந்தான். அன்றிலிருந்து அவ்வீட்டை காக்கலானான். ஒருநாள் அந்தணன் திரும்பி விட்டான். அதை அறியாத மன்னன் உள்ளே பேச்சுக்குரல் கேட்டு அப்பெண்ணிற்கு

ஆபத்தோ என்றெண்ணி கதவை தட்டிவிட்டான். தட்டியபின் அந்தணனின் பேச்சுக்குரலே அஃது என்றறிந்தான். தான் கதவை தட்டியதால் அந்தணனுக்கு சந்தேகம் எழுமோ தன் மனைவியின் மீது என்றெண்ணி, அத்தெருவிலுள்ள எல்லாக் கதவையும் தட்டிச் சென்றான். மறுநாள் அரசவை கூடியது. ஆலோசனை நடந்தது. தட்டியவன் கையை வெட்டவேண்டும் என்றனர். மன்னனும் வெட்டிக் கொண்டான். மன்னனின் புகழ் உலகறிந்தது. நீதி தவறாமையால் அவனுக்கு பொற்கை வளர்ந்தது என்று அவனின் பண்புநலன் பாராட்டப்பெற்றது. கிழக்காசிய நாடுகளில் ஒன்றான லாவோசில் கிடைத்த சமஸ்கிருத கல்வெட்டு ஒன்றில் அந்நாட்டு மன்னன் ஒருவனின் மெய்க்கீர்த்தியில் அவன் நீதிக்கு கனகபாண்டியனைக் கொண்டுள்ளான் என்று குறிப்பிடப்படுகிறது. கல்வெட்டு குறிப்பிடும் கனகபாண்டியன் தமிழ் மன்னன் பொற்கை பாண்டியனே.

நீதி தவறியவன் அதற்குத் தண்டனை தன் இன்னுயிர் போக்குதலே என்னும் அறத்தை மேற்கொள்ளுதலும், கற்புடை பெண்டிர்க்கு கணவனை இழந்தபின் காட்டுவது இல் என்னும் நெறியை அவன் மனைவி போற்றுதலும், குடிகாத்தல் மன்னவர்க்கு கடமை என்னும் அறத்தின்வழி நின்ற வேந்தன் அனைவருக்குமான நீதியை ஏற்றுக்கொள்ளலும் பண்டிலிருந்து தொன்றுதொட்டு வரும் தமிழ்ச்சமூக அறமாகும்.

மனிதர்களுக்கு மட்டும் தான் மன்னரும் மற்றவரும் அறஞ்செய்தனரா? அன்று. ஐந்தறிவு சீவன்களும் அம்மட்டிலே நீதியைப் பெற்றன. அறந்தவறா ஆளுமை கொண்டோர் உரங்கொண்ட திறவோர் வாழும் நாட்டில் பறவைகளும், விலங்குகளும் கூட நீதி பெற்றன. ஒரு புறாவுக்காக தன் தொடையை அரிந்த சிபிச்சக்கரவர்த்தியின் அறம் உயிர்கள் அனைத்தும் சமமானவை என்ற அறக்கொள்கையையும், கொல்லாமையையும் வலியுறுத்துகின்றது. திருவாரூரைத் தலைநகராகக் கொண்டு ஆண்ட மன்னன் மனுநீதிச்சோழன் பசுவிற்காக தன் ஒரே மகனைத் தேர்க்காலில் இட்டுக் கொன்றான் என்னும் நீதியும் அறத்தின் பால் பற்றுக்கொண்ட சான்றோரின் பண்புகளை உணர்த்துவது. ஒரு புறாவை காப்பதற்காக தன் தசையை அரிந்து கொடுத்த சிபிச்சக்கரவர்த்தியின் மாண்பு மற்றுமொரு சான்று. உயிர்களிடத்தில் அன்பு, குடிகள் அனைத்தையும் காப்பது மன்னன் கடமையென்று தன்னிடம் வந்த புறாவினையும் காத்து, அப்புறாவினை இரையாகக் கொள்ள வந்த கழுகின் பசியையும் ஆற்ற வந்த சிபியின் அறம் அவன் எந்த ஏட்டிலும் கற்காத அறமாகும்.

முல்லைக்குத் தேர் கொடுத்த பாரியின் பண்பும், மயிலுக்குப் போர்வை கொடுத்த பேகனின் பரிவும், புலவனுக்குப் பரிசு கிடைக்கத் தன் தலையைக் கொடுக்கவந்த குமணனின் இரக்கமும், நீலநாகம் தனக்கு நல்கிய கலிங்கத்தை குற்றாலத்து இறைவனுக்கே கொடுத்த ஆய் அண்டிரனும், துளிமழை பொழியும் நளிமலை (நீலகிரி) நாடன் தன்பால் வந்தவர் மீண்டும் பிறர்பால் சென்று ஈயாவண்ணம் வழங்கிய நள்ளியும், அரிய நெல்லியை ஔவைக்கு ஈந்த அதியனும், தன் இல்லாள் தவிர அனைத்தையும் பிறருக்கு வழங்கிய காரியும், தன் குறும்பொறை நாடு முழுவதையும் கோடியர்க்கு (யாழ் மீட்டும் பாணர்க்கு) அளித்த ஓரியும் செய்த செயல்கள் புகழ் குறித்தோ, வீடுபேறு குறித்தோ நடந்தது அன்று. அன்பே அறம் என உணர்ந்தோர், அதுவே உயர்ந்த பண்பென நின்றோர் உயிர்கள் பால் கொண்டிருந்த நிலைத்த அன்பினால் ஆற்றிய அறச் செயல்களாகும்.

மன்னர்கள் மட்டுந்தான் அறவாளர்களா? "எவ்வழி நல்லவர் ஆடவர் அவ்வழி வாழிய நிலனே" என்னும் ஔவையின் புறப்பாடலுக்கேற்ப மக்களும் அறங்காத்தனர். அறம் போற்றினர். குற்றம் செய்தவன் தண்டனையாய் கோயிலில் விளக்கேற்றும் அறநெறியை மேற்கொண்டான். நீரின்றி அமையாது உலகு என உணர்ந்து நீர்நிலைகள் ஆயிரம் வெட்டினர். அன்னச்சாலைகளையும், அறச்சத்திரங்களையும் பெருவழியெங்கும் கட்டினர். தமிழ்த் தாய்த்தெய்வம் போற்றியதாக காஞ்சி புராணம் விரித்துரைக்கும் 32 அறங்களும் மக்களால் மேற்கொள்ளப்பட்டன. கோயில் கல்வெட்டுகளில் கோயிலுக்கு வழங்கிய கொடைகள் பல சந்திரனும், சூரியனும் இருக்கும் வரை இந்த அறம் நிலைக்கட்டும் என்பதற்காக இவ்வறத்தைக் காப்பவன் ஸ்ரீபாதம் என்மேல் என்று அரசன் முதல் குடிமகன் வரை வெட்டுவித்தனர். அறத்திற்கு தீங்கிழைப்பவர்கள் அதாவது அந்த அறச்செயல் நடைபெறுவதற்கு ஊறு விளைப்பிவர்கள் கங்கைக்கரையில் காராம்பசுவைக் கொன்ற பாவத்தில் போகக் கடவார்களாக எனப் பல்வேறு பாவகதியை அடைவார்கள் என்றும் அச்சுறுத்தினர்.

முல்லைத்திணையின் இருத்தலும் இருத்தல் பொருட்டும் ஆகிய நெறி பொருள்தேடவும், போருக்காகவும் சென்றிருந்த தலைவனுக்காக காத்திருந்த தலைவியின் கற்பு அறத்தினைக் காட்டும் தொடராகும். சங்க காலத்தில் இல்லாள் ஒருத்தி நடுகல் ஒன்றினைக் கைதொழுது நிற்கின்றாள். போருக்குச் சென்ற தன் கணவன் பாதுகாப்பாக விரைவில் திரும்ப வேண்டும் என்றும், தன் வீட்டிற்கு விருந்தினர் வரவேண்டும் என்று வேண்டுகிறாள். விருந்தினரை உபசரித்தல் என்னும் இல்லறக் கடமையை அவள் தன்

மனையறமாகக் கொண்டு அதனைச் செம்மையுற நடத்திட வேண்டி நிற்கிறாள். "என் வீட்டிற்கு விருந்தினர் யாரும் உள்ளீர்களா" என மூன்று முறை கேட்டு விட்டு இரவில் தலைவாயில் அடைக்கும் இல்லறத்தார் நிலையை சேக்கிழார் குறிப்பிடுகிறார். ஆற்றுதல் என்பது அலந்தவர்க்கு உதவுதல் என்ற பெரும் தத்துவ மூதுரையை மணிமேகலை காட்டி நிற்கிறது.

> "ஆற்றுதல் என்பது ஒன்று அலந்தவர்க்கு உதவுதல்
> போற்றுதல் என்பது புணர்ந்தாரைப் பிரியாமை
> பண்பு எனப் பெறுவது பாடு அறிந்து ஒழுகுதல்
> அன்பு எனப் படுவது தன்கிளை செறாஅமை
> அறிவு எனப்படுவது பேதையார் சொல் நோன்றல்
> செறிவு எனப்படுவது கூறியது மறாஅமை
> நிறை எனப்படுவது மறை பிறர் அறியாமை
> முறை எனப்படுவது கண்ணோடாது உயிர் வௌவல்
> பொறை எனப்படுவது போற்றாரைப் பொறுத்தல்"
> (கலி. 132)

மேற்கண்ட கலித்தொகை பாடலொன்று அறம் என்பது யாது என்பதை பட்டியலிடுகிறது. அது அவரவர் தன்மைக்கேற்ப பொருள்படும்படியாய் அமைந்துள்ளது சிறப்பிற்குரியது. இப்பாடலின் அரிய கருத்துகள் தமிழ் மொழி வளத்தையும் கருத்து வளத்தையும் காட்டி நிற்கின்றன. நெறி நின்றோர் உணர்ந்த மெய்யறிவையும் தெற்றென விளக்கி நிற்கிறது.

இவை எல்லாவற்றையும் விட மேலாக புறநானூற்றின் 192-வது பாடல் நாம் யார் என்பதையும், நம் தன்மையென்ன என்பதையும் உணர்த்திவிடுகிறது. உலகுக்கெல்லாம் எக்காலத்தும் அறம் உணர்த்தும் மாபெரும் சிறப்புப் பெற்ற தமிழ் மண்ணின் கணியன் பூங்குன்றனின் மந்திரப்பாடலின் விளக்கம் இது தான்.

எவ்வூராயினும் அஃது எம் ஊரே யாவராயினும் அவர் எம் உறவினரே! தீதும் நன்றும், நோதலும் தணிதலும் பிறரால் வருவதன்று நம்மாலேயே விளைவதாம். சாதலோ இவ்வுலகிலே புதிய செய்தியன்று. வாழ்தலே இனிது என மகிழ்தலும், வெறுத்து அதனை இன்னாதென ஒதுக்குதலும் இல்லோம். பேரியாற்று நீரிலே செல்லும் மிதவைபோல் எம் அரிய உயிரானது முறையாகச் சென்று கரைசேரும் என்பதனைத் துறவுடையோர் காட்சியினால் தெளிந்தோம். எனவே, செல்வத்தாற் பெரியவரை மதித்தலும் செய்யோம்; சிறியோரை இகழ்தலும் செய்யோம். அவரவர், ஒழுக்கம் ஒன்றையே யாமும் கருதுவோம். அறம் கடவுள் தன்மை உடைத்து. தமிழ்ச்சமூகம் அறத்தையே கடவுளாகக் கருதியது. அறம்

பிழைத்தோர் உயிர் நீத்தனர். அறம் பல்வேறு தன்மைகளையும், பண்புகளையும் கொண்ட நல்லனவற்றை மட்டும் ஆதாரமாகக் கொண்ட வாழ்வியல் நெறியாகும். இந்நெறியே தமிழ்ச்சமூகத்தின் மூச்சாகத் திகழ்ந்தது. அச்சமூகத்திற்கு மற்றுமொரு கடவுள் வேண்டியிருக்கவில்லை. எனவே சமயஞ்சார்ந்த, வழிபாடுகள் சார்ந்த தொல்பொருட்கள் அகழாய்வுகளில் பெரிதும் கிடைக்கவில்லை. அகத்தில் அறத்தையே கடவுளாகக் கொண்டவர்களுக்கு புறத்தில் நிகழும் சடங்குகளும், வழிபாடுகளும் மகிழ்விற்கன்றி வேறொன்றில்லை.

அறம் இயல்பில் ஒருவருக்கு நெறியாய் நிற்பது. வலிந்து மனிதருக்கு புகுத்த முடியாதது. எனவே தான் தமிழ் மூதாட்டி ஔவையும் அறம் செய் எனக் கட்டளையிடாமல் “அறம் செய விரும்பு” என்கிறாள். அறத்தைப் பற்றிய எண்ணமே ஒருவருக்கு உயர்ந்த நெறியை வகுக்கும். அறம் பொருளாலோ, உடலாலோ மட்டும் செய்யப்படுவது அன்று. அது ஒரு சூக்குமம். உணர்ந்தாருக்கு மெய்யாகவும், பொருளாகவும், வாழ்வாகவும், கடவுளாகவும், கருத்தாகவும் அமைவது. இதனை நன்குணர்ந்தவர்கள் தமிழர்கள். நாவை அடக்கி விக்கல் மேலெழுவதற்கு முன்னே அதாவது இறப்பு நெருங்குவதற்கு முன் நல்ல அறச்செயல்களை விரைந்து செய்ய வேண்டும் என்கிறது குறள். நேற்று இருந்தவன் ஒருவன் இன்று இல்லாமல் இறந்து போனான் என்று சொல்லப்படும் நிலையாமை ஆகிய பெருமை உடைய இவ்வுலகத்தில் செல்வம் நிலைத்திருக்குமென்றும், இளமை நிலைத்திருக்குமென்றும் எண்ணியிருந்து, வாழ்நாளிற்கு ஏங்கியிராது இருக்கும் பொழுதே அறச்செயல்களை செய்த தன்மையின் தலைமையுடையவர்கள். அவர்களுக்கு மற்றுமொரு அறஞ்சொல்லும் தலைவன் எதற்கு?

அறத்தையே வாழ்வாகக் கொண்டவர்களின் மொழியில்தான், நிலத்தில் தான் அறநூல்கள் ஆயிரமாயிரம் விளைந்தன. எதற்காக? அறம் தவறினரோ? மறந்தனரோ? வடக்கிலிருந்து வந்த சமணரும் பௌத்தரும் அறஞ்சொல்லி இவர்கள் அருகிருந்து கேட்டதும் எதனாலோ? என்ற பல்வேறு கேள்விகள் எழலாம். வாழ்வியல் சூழல்களில், பண்பாட்டுக் கலப்புகளில், பொதுவுடைமை மறைந்த நிலையில், பொருள் ஒன்றே வாழ்வென எண்ணிய மடத்தன்மையில் யார் நாம்? யாது பெற்றிருந்தோம்? நம் வேரென்ன? எனும் வருங்கால சமூகம் தமிழறம் உணர்தல் பொருட்டு வடக்கிருந்து வந்தவர் தம் ஓலை வடிவில் எழுத்தாக்கம் பெற்று, உலகெலாம் உணர்ந்தோதிக் கொண்டிருக்கிறது அறம். இன்னும் ஏட்டில் எழுதா அறமே இச்சமூகத்தின் குருதியில் நீக்கமற ஓடிக்கொண்டிருக்கிறது. அது “அறிவு எனப்படுவது பேதையார் சொல் நோன்றல்” என்னும் அறத்தின் வழியே.

தமிழ் மரபு அறக்கட்டளை பதிப்பகம்

தமிழ் மரபு அறக்கட்டளை பன்னாட்டு அமைப்பு எனும் நிறுவனம் 2001ஆம் ஆண்டு தொடங்கப்பட்டது. தமிழர் மரபு, தமிழ் வரலாறு, பண்பாட்டுக்கூறுகள், மரபுசார் தரவுகளைப்பாதுகாத்தல் மற்றும் ஆவணப்படுத்துதலை முக்கிய நோக்கங்களாகக்கொண்டு இந்நிறுவனம் செயல்படுகின்றது. இவை மட்டுமின்றி வரலாற்றுப்பாதுகாப்பு குறித்த சமூக விழிப்புணர்வை ஏற்படுத்தும் செயல்பாடுகளையும் தொடர்ந்து முன்னெடுத்து வருகிறது.

தமிழ் கூறும் நல்லுலகிற்கு, குறிப்பாக ஆய்வு நிறுவனங்கள், கல்லூரிகள், பல்கலைக்கழகங்கள், பள்ளிக்கூடங்களில் பயில்வோருக்குத் தரமான ஆய்வு முறைமைகளைப் பயன்படுத்த ஊக்குவிக்கும் பல்வேறு செயல்பாடுகளை, பயிற்சிப் பட்டறைகளை, களப்பணிப் பயிற்சிகளைத் தொடர்ந்து செய்து வருகின்றது தமிழ் மரபு அறக்கட்டளை பன்னாட்டு அமைப்பு.

இச்செயற்பாடுகளின் ஒரு அங்கமாகத் தமிழ் மரபு அறக்கட்டளையின் பதிப்பகப் பிரிவு 2019ஆம் ஆண்டு தொடங்கப்பட்டது. வரலாறு, தமிழியல், பண்பாட்டியல், மானுடவியல், சமூகவியல், புலம்பெயர்வு ஆகிய துறைகளில் ஆய்வுசார் நூல்கள் இப்பதிப்பகத்தின் மூலம் பதிப்பிக்கப்படுகின்றன.

தமிழர் வரலாற்றுக்கு ஓர் அரணாக விளங்கும் தமிழ் மரபு அறக்கட்டளை பன்னாட்டு அமைப்பு உலகளாவிய கிளைகள் கொண்டு இயங்குகின்றது. ஜெர்மனியைத் தலைமையகமாகக் கொண்டு இயங்கி வரும் இந்த ஆய்வு நிறுவனம் உலகளாவிய வகையில் தமிழர் வராற்றுப் பாதுகாப்பு நடவடிக்கைகளைச் செயல்படுத்தி வருகிறது.

தொடர்புக்கு
e-mail : mythforg@gmail.com
https://tamilheritage.org/

தமிழ் மரபு அறக்கட்டளை வெளியீடுகள்

1. Der Kural Des Thiruvalluvar
By Dr.Karl Graul
(First edition 1856 reprinted – 2019)   Price.80 Euro

2. Thiruvalluvar's Prose
By August Fridrich Cammerer
(First edition 1803 reprinted – 2019)   Price.50 Euro

3. திருவள்ளுவர் யார்?
கட்டுக்கதைகளைக் கட்டுடைக்கும் திருவள்ளுவர்
கௌதம சன்னா (2019)   விலை ரூ.200

4. நாகர் நிலச்சுவடுகள் (இலங்கை பயண அனுபவம்)
மலர்விழி பாஸ்கரன் (2020)   விலை ரூ.100

5. அறியப்பட வேண்டிய தமிழகம்
தொ. பரமசிவன் நேர்காணலும் கட்டுரைகளும்
தொகுப்பாசிரியர் – முனைவர்.க.சுபாஷிணி (2021)   விலை ரூ.80

6. கீழக்கரை வரலாறு
எஸ். மஹ்மூது நெய்னா
(2021) (இப்போது.காம் இணை பதிப்பு)   விலை ரூ.250

7. சிதம்பரம் – ஊர் உருவாக்கமும் புவிசார் அமைப்பும்
முனைவர்.சிவராமகிருஷ்ணன் (2021)   விலை ரூ.100

8. கொங்குநாட்டுக் கல்வெட்டுகள்
துரை சுந்தரம் (2021)   விலை ரூ.180

9. கொங்குநாட்டுத் தொல்லியல் சின்னங்கள்
துரை சுந்தரம் (2021)   விலை ரூ.150

10. வரலாற்றில் பொய்கள்
தேமொழி (2021)   விலை ரூ.100